AF764992

സംഖ്യകളുടെ ലോകം

sankhyakalude lokam

•

palliyara sreedharan

•

first edition
july 2013

•

second impression
january 2021

•

typesetting & published
chintha publishers, thiruvananthapuram

•

•

cover
bloofish

•

വിതരണം

ദേശാഭിമാനി ബുക്ക് ഹൗസ്

H O തിരുവനന്തപുരം-695 035
www.chinthapublishers.com
chinthapublishers@gmail.com

ബ്രാഞ്ചുകൾ

ഹെഡ്ഡാഫീസ് ബ്രാഞ്ച് കുന്നുകുഴി • ഓവർബ്രിഡ്ജ് തിരുവനന്തപുരം • കെ എസ് ആർ ടി സി ബസ് സ്റ്റേഷൻ ആലപ്പുഴ • കെ എസ് ആർ ടി സി ബസ് സ്റ്റേഷൻ എറണാകുളം • മച്ചിങ്ങൽ ലെയ്ൻ തൃശൂർ • ഐ ജി റോഡ് കോഴിക്കോട് • മാവൂർ റോഡ് കോഴിക്കോട് • എൻ ജി ഒ യൂണിയൻ ബിൽഡിങ് കണ്ണൂർ • സെൻട്രൽ ബസ് ടെർമിനൽ കോംപ്ലക്സ് താവക്കര കണ്ണൂർ

CO - 1921 / 3271
ISBN - 978-93-83155-82-8

സംഖ്യകളുടെ ലോകം

പള്ളിയറ ശ്രീധരൻ

ചിന്ത പബ്ലിഷേഴ്സ്
തിരുവനന്തപുരം-695 035

പള്ളിയറ ശ്രീധരൻ

1950 ജനുവരി 17-ന് കണ്ണൂർ ജില്ലയിലെ എടയന്നൂരിനടുത്ത് ജനിച്ചു. കൂടാളി ഹൈസ്കൂളിൽ അധ്യാപകനായിരുന്നു. ഇപ്പോൾ ജോലിയിൽനിന്ന് വളണ്ടറി റിട്ടയർമെന്റ് വാങ്ങി ഗ്രന്ഥരചനയിൽ കൂടുതൽ ശ്രദ്ധിക്കുന്നു. ഡൽഹിയിൽനിന്ന് ഓറിയന്റേഷൻ കോഴ്സ് (CCRT), റിസോഴ്സ് പേഴ്സൺ, ട്രെയിനിങ് കോഴ്സ് (NCERT) എന്നിവയടക്കം നിരവധി കോഴ്സുകളിലും സെമിനാറുകളിലും പങ്കെടുത്തിട്ടുണ്ട്. കേരള വിദ്യാഭ്യാസവകുപ്പ് സംസ്ഥാനാടിസ്ഥാനത്തിൽ നടത്തിയ ഗണിതശാസ്ത്ര പഠനോപകരണ നിർമാണ മത്സരത്തിൽ സമ്മാനം നേടിയിട്ടുണ്ട്. പാഠപുസ്തകങ്ങൾ ഉൾപ്പെടെ സംസ്ഥാന വിദ്യാഭ്യാസ ഇൻസ്റ്റിറ്റ്യൂട്ടിനു വേണ്ടിയും NCERTക്കുവേണ്ടിയും ഗ്രന്ഥരചനയിൽ സഹകരിച്ചിട്ടുണ്ട്. കേരള സംസ്ഥാന ബാലസാഹിത്യ ഇൻസ്റ്റിറ്റ്യൂട്ട് ഭരണസമിതി അംഗവും, *തളിര്* പത്രാധിപസമിതി അംഗവുമായിരുന്നു. ഇപ്പോൾ കണ്ണൂർ സയൻസ് പാർക്കിന്റെ ഡയറക്ടർ.

പള്ളിയറ ശ്രീധരന്റെ കൃതികൾ

സംഖ്യകളുടെ കഥ, സമയത്തിന്റെ കഥ, പൂജ്യത്തിന്റെ കഥ, സംഖ്യകളുടെ അത്ഭുത പ്രപഞ്ചം, ആര്യഭടൻ, പൈഥഗോറസ്, ഗണിതവിജ്ഞാനച്ചെപ്പ്, ആര്യബന്ധു, ഗുണനം രസകരമാക്കാം, കടത്തനാട്ടുതമ്പുരാൻ, കമ്പ്യൂട്ടർ, റോബോട്ടുകൾ, യന്ത്രങ്ങളുടെ ലോകം ലഘുയന്ത്രങ്ങൾ, നമുക്ക് വളരാം, കണക്ക് എളുപ്പമാക്കാൻ വേദഗണിതം, കണക്കിലെ കനകം, പ്രകൃതിയിലെ ഗണിതം, തിരഞ്ഞെടുത്ത ഗണിത കൃതികൾ, ഗലീലിയോ, ചിരിപ്പിക്കുന്ന ഗണിതശാസ്ത്രം, കണക്കിലെ ജാലവിദ്യകൾ, സംഖ്യകളുടെ ജാലവിദ്യകൾ, വീണ്ടും സ്കൂളിൽ, മാന്ത്രികചതുരം, വേദഗണിതം, സൗന്ദര്യത്തിന്റെ ഗണിതശാസ്ത്രം, ഭൂമിയുടെ കേന്ദ്രത്തിലേക്കൊരു യാത്ര, കണക്ക് കളിച്ച് രസിക്കാൻ, അത്ഭുത സംഖ്യകൾ, ഗണിത വിജ്ഞാന കോശം, ഗണിതവും കമ്പ്യൂട്ടറും, ഗണിതശാസ്ത്രം ക്വിസ്, ഗണിതം എത്ര രസകരം, ഗണിതശാസ്ത്രം സൂപ്പർ ക്വിസ്, ഗണിതം മധുരം, ഗണിതം മഹാത്ഭുതം, അഞ്ചു ഗണിതനാടകങ്ങൾ, ഗണിതകഥകൾ, ഗണിതശാസ്ത്രമേള, ഗണിതശാസ്ത്രത്തിന്റെ വിചിത്ര ലോകം, കണക്കിലെ പദപ്രശ്നങ്ങൾ, ഗണിതശാസ്ത്രപ്രതിഭകൾ, ഗണിതസല്ലാപം.., ശ്രീനിവാസ

രാമാനുജൻ, വരൂ, കണക്കിൽ മിടുക്കരാകാം, കണക്കിന്റെ മായാലോകം, കണക്ക്+മാജിക്, സയൻസ് ക്വിസ്, പാട്ടുപാടി കണക്ക് പഠിക്കാം, കുസൃതികണക്കുകൾ, കണക്കുകൊണ്ട് കളിക്കാം, കണക്കിലെ എളുപ്പവഴികൾ, കണക്കൊരു മാന്ത്രികച്ചെപ്പ്, കണക്കിലേക്കൊരു വിനോദയാത്ര, എന്തത്ഭുതം! എത്ര രസകരം!, ഗണിതശാസ്ത്ര പ്രതിഭകൾ, കണക്കിന്റെ ഇന്ദ്രജാലം, അമ്പരപ്പിക്കുന്ന ഗണിതശാസ്ത്രം, അക്കങ്ങൾ കളിക്കൂട്ടുകാർ, കണക്ക് കളിയും കാര്യവും, കണക്കിലെ വിസ്മയങ്ങൾ, അത്ഭുതങ്ങളുടെലോകം, ബുദ്ധിവികാസത്തിന് ഗണിത പ്രശ്നങ്ങൾ, കണക്കിന്റെ കിളിവാതിൽ, രസകരമായ ഗണിതപ്രശ്നങ്ങൾ, രണ്ടും രണ്ടും അഞ്ച്, കണക്കന്മാർക്കും കണക്കികൾക്കും.

Some Great Mathematicians of the World, The Wonderland of Mathematics, Wonderworld of Mathematics, Funny Mathematics, Magic Squares, Play with Maths, Enjoy with Maths, Super quiz in Maths, Maths a great wonder, Mathe magic, Puzzles in Maths, Magic of Numbers, Maths a magic pot, Easy ways in Maths.

ബാലസാഹിത്യത്തിനുള്ള സമഗ്രസംഭാവനയ്ക്കുള്ള സംസ്ഥാന സർക്കാറിന്റെ അവാർഡ്, ഭീമ പ്രത്യേകപുരസ്കാരം, ഭാരത് എക്സലൻസ് അവാർഡ്, സുഭദ്രാ കുമാരി ചൗഹാൻ ജന്മശതാബ്ദിപുരസ്കാരം, ഹൈസ്കൂൾ അധ്യാപകർക്കുള്ള സംസ്ഥാന അവാർഡ്, സംസ്ഥാന ബാലസാഹിത്യ ഇൻസ്റ്റിറ്റ്യൂട്ടിന്റെ വൈജ്ഞാനിക സാഹിത്യ അവാർഡ് (സംഖ്യകളുടെ കഥ), കേരള സാഹിത്യ അക്കാദമി അവാർഡ് (പൂജ്യത്തിന്റെ കഥ), ആശ്രയ ബാലസാഹിത്യ അവാർഡ് (അത്ഭുത സംഖ്യകൾ), അധ്യാപക കലാസാഹിത്യ സമിതി അവാർഡ് (സംഖ്യകളുടെ ജാലവിദ്യകൾ), സമന്വയ ബാലസാഹിത്യ അവാർഡ്, മികച്ച ശാസ്ത്രഗ്രന്ഥത്തിനുള്ള സംസ്ഥാന സർക്കാരിന്റെ അവാർഡ് എന്നിവ നേടിയിട്ടുണ്ട്. നൂറിലേറെ കൃതികൾ.

വിലാസം : വാരം
കണ്ണൂർ- 670 594
9847178201, 04972721526.
E mail : palliyarasreedharan@gmail.com
Website : www.palliyarasreedharan.com

ഉള്ളടക്കം

സംഖ്യകളുടെ ജീവിതം

അവതാരിക

സംഖ്യകൾ ജീവിതത്തിന്റെ അവിഭാജ്യഘടകമാണ്. സംഖ്യകളിൽ നിന്നും നമുക്ക് രക്ഷപ്പെടാനാവില്ല. ആ നിലയ്ക്ക് വേഗതയേറിയ ഈ ജീവിതത്തിന്റെ കണക്കുകൂട്ടലിലെ കരുക്കൾ മാത്രമായി കരുതപ്പെടുന്ന സംഖ്യകളുടെ കഥയും അൽപ്പം ചരിത്രവും അറിയുന്നത് ആർക്കും രസ കരവും വിജ്ഞാനപ്രദവും ആയിരിക്കും.

ശ്രീ പള്ളിയറ ശ്രീധരൻ എഴുതിയ *സംഖ്യകളുടെ ലോകം* എന്ന പുസ്തകം ഞാൻ കൗതുകത്തോടെ വായിച്ചു. ഭാരതീയ ഭാഷകളിൽ, പ്രത്യേകിച്ച് മലയാളത്തിൽ ഇത്തരം പഠനങ്ങൾ വിരളമാണ്. അക്കാര ണത്താൽത്തന്നെ ഈ പുസ്തകത്തിന്റെ പ്രസക്തി സംശയാതീതമാ കുന്നു. രചനാവൈദഗ്ധ്യം ഈ പുസ്തകത്തിന് പ്രശസ്തി ഏകുകയും ചെയ്യും, തീർച്ച.

ഗണിതശാസ്ത്രം രസകരമായൊരു വിഷയമല്ലെന്നും അത് പഠി ക്കാൻ അൽപ്പം ബുദ്ധിമുട്ടാണെന്നും പൊതുവെ ഒരഭിപ്രായമുണ്ട്. നിത്യ ജീവിതത്തിന്റെ ആവശ്യങ്ങളുമായി അതിന് വലിയ ബന്ധമൊന്നുമില്ല എന്ന ഒരു ധാരണയും നിലവിലുണ്ട്.

ഗണിതശാസ്ത്രത്തിന്റെ കയങ്ങളിലേക്ക് ഊളിയിട്ടിറങ്ങാൻ പണ്ഡി തന്മാർക്ക് മാത്രമല്ല കഴിഞ്ഞിട്ടുള്ളത്. സംഖ്യകളുടെ മായികപ്രപഞ്ചത്തിൽ ആകൃഷ്ടരായ പല 'സാധാരണ'ക്കാരും ആ രംഗത്ത് പല വിലപ്പെട്ട സംഭാവനകളും നൽകിയിട്ടുണ്ട്. പുരാതന ഗ്രീസിലും അതിനുമുമ്പുള്ള കാലഘട്ടത്തിൽപ്പോലും ഗണിതശാസ്ത്രത്തിൽ കാര്യമായ അറിവ് പൊതുവിദ്യാഭ്യാസത്തിന്റെ ഭാഗമായി കരുതപ്പെട്ടിരുന്നു. ആധുനിക സാങ്കേതിക സമൂഹത്തിൽ ആകട്ടെ, സംഖ്യകളും ഗണിതശാസ്ത്രവും തക്കതായ പങ്കുവഹിക്കുന്നുണ്ടെന്ന് എല്ലാവരും സമ്മതിക്കുന്നു. സമൂ ഹത്തിന്റെ ഇന്നോളമുള്ള പരിവർത്തനത്തിലും സംഖ്യകൾ കാര്യമായ

പങ്കുവഹിച്ചിട്ടുണ്ടെന്നത് വസ്തുതയാണ്.

'എല്ലാ വസ്തുക്കളും സംഖ്യക'ളാണെന്ന് ഗ്രീസിലെ ഗണിതശാസ്ത്രജ്ഞന്മാരായ ചിന്തകർ വിശ്വസിച്ചിരുന്നു. 'സംഖ്യകളുടെ ഒരു പ്രശ്നമായി പരിണമിക്കാത്ത ഒറ്റ അന്വേഷണമില്ല' എന്ന് 19-ാം നൂറ്റാണ്ടിലെ ഫ്രഞ്ച് തത്വശാസ്ത്രജ്ഞൻ ആഗസ്ത് കോംത് അവകാശപ്പെട്ടതും ആ വിശ്വാസത്തിന്റെ ഒരു പ്രതിനിധി തന്നെയാണ്. അവർ അടിവരയിട്ട ആശയത്തിലേക്ക് നാം ക്രമേണ മടങ്ങിയെത്തിക്കൊണ്ടിരിക്കുന്നു എന്നതാണ് സത്യം (അത് സാധ്യമാണോ, ആണെങ്കിൽത്തന്നെ അഭികാമ്യമാണോ എന്ന ചർച്ചയിലേക്ക് കടക്കുന്നില്ല).

എല്ലാ സംഖ്യകൾക്കും വ്യക്തിത്വമുണ്ട് എന്ന് ന്യൂമറോളജിസ്റ്റും പറയും. ചില സംഖ്യകളുടെ വ്യക്തിത്വം ബോധ്യമാകാൻ നാം ന്യൂമറോളജിയിൽ വിശ്വസിക്കണമെന്നില്ല. ഉദാഹരണത്തിന് 13 ഭാഗ്യദോഷത്തിന്റെ പ്രതീകംതന്നെ എന്ന് കരുതുന്നവരിൽ ഭൂരിപക്ഷവും ന്യൂമറോളജി വച്ചല്ല അത് പറയുന്നത്. യേശുക്രിസ്തുവിന്റെ അവസാനത്തെ അത്താഴത്തിൽ മേശയ്ക്ക് ചുറ്റും 13 പേർ ആയിരുന്നു. അത്താഴം കഴിഞ്ഞ ഉടനെ ആതിഥേയൻ അറസ്റ്റിലായി. അതിഥികൾ പലായനം ചെയ്തു. പതിമൂന്ന് അപശകുനമായി. എന്നാൽ ഏഴ് ആണെങ്കിലോ? നല്ല കാലത്ത് സൗഭാഗ്യവും 'പൊല്ലാക്കാലത്ത്' ഭാഗ്യദോഷവും കൊണ്ടുവരുന്ന ഒരു 'സ്കിസോഫ്രീനിക്' എങ്കിലും മതപരമായ ഒട്ടനവധി പ്രിവിലേജുകൾ അതിന് അവകാശപ്പെടാം. ലോകത്തിന്റെ സൃഷ്ടിക്കെടുത്തത് ഏഴ് ദിവസമാണ്. പാപങ്ങൾ ഏഴ് ആണ്. പിന്നെ മാരിവില്ലിന്റെ നിറങ്ങളും സപ്തസ്വരങ്ങളും. മൂന്നിന്റെ കാര്യവും വ്യത്യസ്തമല്ല. പ്രപഞ്ചം വാണിരുന്നത് മൂന്ന് ദേവന്മാരാണെന്ന് പൗരാണികർ വിശ്വസിച്ചിരുന്നു. ജൂപ്പിറ്റർ സ്വർഗവും നെപ്ട്യൂൺ സമുദ്രവും പ്ലൂട്ടോ നരകവും പിന്നെ പിതാവും പുത്രനും പരിശുദ്ധാത്മാവും. യേശുക്രിസ്തു കുരിശിൽ കഴിച്ചുകൂട്ടിയത് മൂന്ന് മണിക്കൂർ. അദ്ദേഹം ശവകുടീരത്തിൽ കഴിഞ്ഞത് മൂന്ന് ദിവസം. ത്രിമൂർത്തികൾ മൂവർ.... ദൈവത്തിന്റെ ആദിമധ്യാന്തങ്ങൾ സൂചിപ്പിക്കുന്ന 'പെർഫെക്ട്' സംഖ്യയാണ് മൂന്ന് എന്നാണ് പൈതഗോറസിന്റെ അഭിപ്രായം.

ആകൃതിയിലെയും ശബ്ദത്തിലെയും സൗന്ദര്യം സംഖ്യകളിലെ സൗന്ദര്യത്തിന്റെയും ചിട്ടയുടെയും പ്രതിഫലനം മാത്രമാണ്. പ്രകൃതിയിൽ കാണുന്ന മനോഹരമായ പല ആകൃതികളും സൂക്ഷ്മപരിശോധനയിൽ സംഖ്യകളുടെ ഒരു ശൃംഖലയാൽ രൂപപ്പെട്ടവയാണെന്ന് കാണാം. ഒരു ഡെയ്സി പുഷ്പത്തിന്റെ മധ്യഭാഗം രണ്ടടുക്ക് ചെറുദളങ്ങൾ എതിർദിശകളിൽ ചുറ്റിയടിക്കുന്നതാണ് രൂപപ്പെട്ടിരിക്കുന്നത്. 21 ചുറ്റ് വലത്തോട്ടും 34 ചുറ്റ് ഇടത്തോട്ടും. പൈനാപ്പിളിന്റെ പുറത്ത് എട്ടു ചുറ്റ് 'മുള്ളുകൾ' വലതുവശത്തേക്കും 13 ചുറ്റുകൾ ഇടതുവശത്തേക്കും തിരിഞ്ഞിട്ടാണ്.

അങ്ങനെ സംഖ്യകളുടെ അർഥത്തെയും ചരിത്രത്തെയും പ്രസക്തിയെയും പറ്റിയുള്ള പഠനംതന്നെ അതീവ രസകരവും വിജ്ഞാനപ്രദവു

മാണ്. സംഖ്യകളെപ്പറ്റിയുള്ള ഒരു പഠനം കൂടാതെ സംഖ്യകൾ കൈകാര്യം ചെയ്യേണ്ടിവരുമ്പോഴുണ്ടാകുന്ന വിരസത കാരണമാണ് പലപ്പോഴും വിദ്യാർഥികൾക്ക് ഗണിതശാസ്ത്രം ഒരു ബാലികേറാമലയായി മാറുന്നത്. സംഖ്യകളുടെ ചരിത്രത്തിലേക്ക് വെളിച്ചം വീശുന്ന ഇത്തരം രചനകൾ അക്കാരണത്താൽത്തന്നെ വിദ്യാർഥികൾക്കും അധ്യാപകർക്കും ഒരുപോലെ രസകരവും ഉപയോഗപ്രദവുമായിരിക്കും.

'കണക്കി'നെ കുട്ടികൾക്ക് മുമ്പിൽ രസകരമായി, അയത്നലളിതമായി അവതരിപ്പിക്കുക എന്നത് നിസ്സാരമായ ഒരു കാര്യമല്ല. ശ്രീ പള്ളിയറ ശ്രീധരന്റെ ഈ ഉദ്യമം നമ്മുടെ ഭാഷയിൽ ഈ രംഗത്തുള്ള വലിയൊരു കുറവ് നികത്താനുള്ള ശ്രമത്തിന്റെ ഭാഗമെന്ന നിലയിൽ സ്വാഗതാർഹവും അഭിനന്ദനീയവുമാണ്. വളരെ അഗാധമായൊരു പഠനമല്ലെങ്കിൽത്തന്നെയും സംഖ്യകളുടെ ആവിർഭാവത്തെയും അവ മനുഷ്യന്റെ സാമൂഹിക വളർച്ചയിലുടനീളം നൽകിവരുന്ന സംഭാവനകളെപ്പറ്റിയും ഒരു നഖചിത്രം സാധാരണവായനക്കാർക്കുപോലും ആസ്വാദ്യകരമായ രീതിയിൽ അവതരിപ്പിക്കുന്ന കാര്യത്തിൽ ഗ്രന്ഥകർത്താവ് ഒട്ടൊക്കെ വിജയിച്ചിരിക്കുകയാണ്. ഈ സംരംഭത്തിന് എല്ലാ വിജയങ്ങളും ആശംസിച്ചുകൊണ്ട് ഞാൻ ഈ പുസ്തകം അവതരിപ്പിക്കുന്നു.

ഡി ബാബുപോൾ

സംഖ്യകളുടെ കഥ

എല്ലാം സംഖ്യാമയം

"**അ**ച്ഛാ എനിക്ക് പരീക്ഷയ്ക്ക് ഒന്നാം റാങ്കുണ്ട്."

"സബാഷ്, മോൾ മിടുക്കിതന്നെ. കൺഗ്രാജുലേഷൻസ്, ആകെ എത്രമാർക്കുണ്ട്?"

"അഞ്ഞൂറ്റി പന്ത്രണ്ട്"

"അപ്പോൾ എത്ര ശതമാനം?"

"അത് ഞാൻ കണക്കുകൂട്ടിയില്ല. ആകെ 600 മാർക്ക്. അതിൽ 512. അപ്പോൾ 85 ശതമാനം വരും അല്ലേ അച്ഛാ"

"നമുക്ക് കണക്കുകൂട്ടി നോക്കാം.... 85.33 അപ്പോൾ നീ ഊഹിച്ചു പറഞ്ഞത് വളരെ ശരിയാണല്ലോ. നീ കണക്കിൽ ബഹുമിടുക്കി തന്നെ. കണക്കിൽ നിനക്കെത്ര മാർക്ക് കിട്ടി?"

"തൊണ്ണൂറ്റിയെട്ട്. ശതമാനവും തൊണ്ണൂറ്റിയെട്ടു തന്നെ." സീന ചിരിച്ചു. "എനിക്ക് ഏറ്റവും ഇഷ്ടപ്പെട്ട വിഷയം കണക്കാണ്."

"സന്തോഷം! പലർക്കും കണക്കെന്നു കേട്ടാൽ പേടിയാ"

"അച്ഛാ എനിക്കാണെങ്കിൽ കണക്കെന്ന് കേട്ടാൽത്തന്നെ ഭയങ്കര പേടിയാ. കണക്ക് ക്ലാസിൽ എനിക്ക് അടികിട്ടാത്ത ദിവസങ്ങളില്ല." അനിയൻ സന്തോഷിന്റെ പരാതി.

"അത് നീ കണക്ക് പഠിക്കാഞ്ഞിട്ടല്ലേ? നന്നായി പഠിച്ചാൽ മാത്രമേ കണക്ക് എളുപ്പമാകുകയുള്ളൂ."

"എനിക്ക് ഉറങ്ങാനുള്ള എളുപ്പവഴിയാ കണക്ക് പുസ്തകം"

"ഇനി ഉറക്കമില്ലാത്തവർക്ക് ഉറക്കഗുളിക നൽകുന്നതിന് പകരം കണക്ക് പുസ്തകം ശുപാർശ ചെയ്യാൻ ഡോക്ടർമാരോട് പറയാം!"

"അയ്യോ അച്ഛാ അത് വേണ്ട. എന്നെപ്പോലെയുള്ളവർക്കത് ശരിയാവില്ല. സന്തോഷിനെപ്പോലുള്ള ബുദ്ദു..."

"ചേച്ചീ, അത്ര വേണ്ട ട്ടോ! ഒരു പവറുകാരി."

"പിണങ്ങാതെ മോനെ"

സന്തോഷ് അപ്പോഴേയ്ക്കും സ്ഥലം വിട്ടു.

"അച്ഛാ, എനിക്ക് ഒന്നാം റാങ്ക് കിട്ടിയവക ഒരു സമ്മാനം തരണം."

"മോൾക്കെന്താ സമ്മാനം വേണ്ടത്?"

"അത് അച്ഛൻ തന്നെ തീരുമാനിച്ചാൽ മതി"

"ശരി നാളെ നിനക്കൊരു സമ്മാനം അച്ഛൻ വാങ്ങിത്തരുന്നുണ്ട്!"

"സീനമോളെ, ദാ നിനക്കുള്ള സമ്മാനം" പിറ്റേദിവസം രാജശേഖരൻ മകൾക്ക് ഒരു കാൽക്കുലേറ്റർ സമ്മാനമായി നൽകി.

"അച്ഛാ ഇതെന്താണിത്? ഒന്ന്, രണ്ട്, മൂന്ന്..... ഗുണിക്കണം, ഹരിക്കണം എല്ലാ ഇംഗ്ലീഷ് അക്ഷരങ്ങളുമുണ്ടല്ലോ?"

"ഇതാണ് ഡിജിറ്റൽ ഡയറി. മോൾ കണക്കിന് മിടുക്കിയാണല്ലോ. അപ്പോൾ യോജിച്ച ഒരു സമ്മാനം തന്നെയാവണം എന്നു കരുതി. ഇതു പയോഗിച്ച് മോൾക്ക് ഏതു സംഖ്യയെയും മറ്റ് ഏത് സംഖ്യകൊണ്ട് ഗുണിക്കാനും കുറയ്ക്കാനും ഹരിക്കാനും എല്ലാം കഴിയും. വർഗം കാണാനും വർഗമൂലം കാണാനുമെല്ലാം സൗകര്യമുണ്ട്. നിമിഷങ്ങൾക്കകം ഉത്തരം ലഭിക്കും."

"എത്ര വലിയ സംഖ്യയെയും ഗുണിക്കാൻ കഴിയുമോ?"

"അത്ര വലിയ സംഖ്യയൊന്നും മോൾക്ക് ആവശ്യമുണ്ടാവില്ലല്ലോ. ഉത്തരത്തിൽ എട്ട് സ്ഥാനം വരെയുള്ള സംഖ്യകൾ ഈ കാൽക്കുലേറ്റർ ഉപയോഗിച്ച് കൈകാര്യം ചെയ്യാം. അത്ര വലിയ സംഖ്യകളെയൊക്കെയേ നമ്മുടെ നിത്യജീവിതത്തിൽ ആവശ്യമുണ്ടാവുകയുള്ളു."

"നിത്യജീവിതത്തിലുള്ള സംഖ്യകളെന്നു വെച്ചാൽ?"

"നാം സാധാരണ കൈകാര്യം ചെയ്യുന്ന സംഖ്യകൾ തന്നെ. ഇപ്പോൾ സമയമെത്രയായി?"

"ആറ് മണി"

"കണ്ടോ സംഖ്യ വന്നില്ലേ? ഇന്നത്തെ തീയതിയോ?"

"1011990"

"ഇവയും സംഖ്യകൾ തന്നെ. ഇങ്ങനെ നാം അറിയാതെ എത്ര വിധത്തിലുള്ള സംഖ്യകളാണ് കൈകാര്യം ചെയ്യേണ്ടത്. നിന്റെ പ്രോഗ്രസ് കാർഡിൽ എന്തൊക്കെ വിവരങ്ങൾ സംഖ്യ ഉപയോഗിച്ച് രേഖപ്പെടുത്തിയിരിക്കും എന്ന് പരിശോധിക്കാം. നീ അതെടുത്ത് കൊണ്ടുവരൂ."

സീന പ്രോഗ്രസ് കാർഡ് അച്ഛന് കൊണ്ടുകൊടുത്തു.

"ഇതാ നിന്റെ ക്ലാസിലെ രജിസ്റ്റർ നമ്പർ മുപ്പത്തിയെട്ട്. സ്കൂളിലെ പ്രവേശനനമ്പർ മൂവായിരത്തി നാനൂറ്റി പന്ത്രണ്ട്. ക്ലാസിൽ ഒന്നാം കൊല്ലം. ജനനത്തീയതി പതിനാല്-ഒന്ന്-ആയിരത്തി തൊള്ളായിരത്തി എഴുപത്തിയഞ്ച്. പത്താം ക്ലാസിൽ പഠിക്കുന്നു. ഇനി മാർക്കുകളുടെ വിവരങ്ങൾ. ഓരോ വിഷയത്തിലും ആകെ മാർക്ക് അമ്പതുവീതം. അവയിൽ കിട്ടിയ മാർക്കുകൾ — ആകെ മാർക്ക് അറുനൂറ്. ആകെ കിട്ടിയ മാർക്ക് 512. ഒന്നാം റാങ്ക്. ആകെ പ്രവൃത്തി ദിവസങ്ങൾ നൂറ്റിഅമ്പത്.

ഹാജരായ ദിവസങ്ങൾ നറ്റിനാൽപ്പത്തെട്ട്. പ്രോഗ്രസ് കാർഡിൽ മാത്രം എത്ര സംഖ്യകൾ ഉപയോഗിച്ചിരിക്കുന്നു."

"അത്ഭുതം തന്നെ. സംഖ്യകളെക്കൊണ്ട് ഇത്ര ഉപയോഗമുണ്ടെന്ന് ഞാൻ മനസിലാക്കിയില്ല."

"സംഖ്യകൾ ഉപയോഗിക്കുന്നതിന്റെ ഒരു ചെറിയ ഉദാഹരണം മാത്രമേ ഞാൻ ചൂണ്ടിക്കാണിച്ചുള്ളൂ. പണം കൈകാര്യം ചെയ്യാൻ നമുക്ക് സംഖ്യകൾ വേണം. ഏതു സാധനം വാങ്ങണമെങ്കിലും നമുക്ക് പണം മാത്രം പോര. സംഖ്യകളും വേണം. ഷോപ്പിൽ പോയി വെളിച്ചെണ്ണ, പഞ്ചസാര എന്നുപറഞ്ഞാൽ മതിയോ, അളവുകൂടി പറയണ്ടേ? നമ്മൾ. കഴിഞ്ഞ ആഴ്ച തുണിഷോപ്പിൽ നിന്ന് നമ്മൾ തുണിയെടുത്തല്ലോ നിന്റെ പാവാടയ്ക്ക് എത്ര മീറ്റർ തുണിയാ എടുത്തത്?"

"മൂന്ന് മീറ്റർ"

"സന്തോഷിന് ഷർട്ടിന് 1 മീറ്റർ 70 സെന്റീമീറ്റർ."

ഇവിടെനിന്ന് നിന്റെ സ്കൂളിലേക്ക് എട്ട് കിലോമീറ്റർ ദൂരം. ബസ്സിന് ഇരുപത്തഞ്ച് പൈസ ചാർജ്. മുതിർന്ന ഞങ്ങൾക്ക് ഒരു രൂപ വേണമെന്നത് മറ്റൊരു കാര്യം. കണ്ടക്ടർ തരുന്ന ടിക്കറ്റിനും നമ്പറുണ്ട്. പതിനഞ്ച് മിനിറ്റുകൊണ്ട് ബസിൽ സ്കൂളിലെത്താം."

"ഇനിയും സംഖ്യകളുടെ ഉദാഹരണം വേണോ? ടെലഫോൺ നമ്പറിന്റെ കാര്യം. ഓരോ ടെലഫോണിനും ഓരോ പ്രത്യേക നമ്പർ. നമ്പറില്ലാതെ ടെലഫോണിനെക്കൊണ്ട് വലിയ പ്രയോജനമില്ല. മറ്റു പലതിനും നമ്പറുണ്ട്. നമ്മുടെ വീടിന്, വൈദ്യുതി കണക്ഷന്. എല്ലാ വാഹനങ്ങൾക്കും രജിസ്ട്രേഷൻ നമ്പറുണ്ട്. ദാ ഭാഗ്യക്കുറിയുടെ വാഹനം വരുന്നു. ഒന്നാം സമ്മാനം പത്തുലക്ഷവും ഒരു കാറും. ഒരു പ്രത്യേക നമ്പറിനാണ് ഇത്രയും വലിയ സംഖ്യ സമ്മാനമായി നൽകുന്നത്! ദാ സന്തോഷ് കേകയുടെ ലക്ഷണം ചൊല്ലുന്നത് കേട്ടോ"

രണ്ടും മൂന്നും മൂന്നും രണ്ടും
രണ്ടും രണ്ടെന്നെഴുത്തുകൾ
പതിന്നാലിന്നാറു ഗണം
പാദം രണ്ടിലുമെന്നപോൽ.....

"അച്ഛാ മലയാളത്തിലും കണക്കുണ്ടോ?"

"അതെ, പ്രപഞ്ചം മുഴുവൻ സംഖ്യാമയമാണ്. ഇത് മനസിലാക്കിക്കൊണ്ടാണ് പൈതഗോറസും അനുയായികളും 'ലോകം സംഖ്യാമയ'മെന്ന് പ്രഖ്യാപിച്ചത്."

"പൈതഗോറസും സംഖ്യകളും തമ്മിൽ എന്താ ബന്ധം! അദ്ദേഹം ഒരു സിദ്ധാന്തം കണ്ടുപിടിച്ച ആളല്ലേ?"

"അല്ല, നീ ഭയങ്കരമായി തെറ്റിദ്ധരിച്ചിരിക്കയാണ്. പൈതഗോറസിന്റേതെന്ന് അറിയപ്പെടുന്ന സിദ്ധാന്തം അദ്ദേഹം കണ്ടുപിടിച്ചതല്ല. അദ്ദേഹത്തിന്റെ മരണശേഷം അഞ്ഞൂറുവർഷം കഴിഞ്ഞാണ് ആ സിദ്ധാന്തം അദ്ദേഹത്തിന്റെ പേരിൽ അറിയപ്പെടാൻ തുടങ്ങിയത്. പൈതഗോറസ്

ജനിക്കുന്നതിനും നൂറ്റാണ്ടുകൾക്ക് മുമ്പുതന്നെ ഈ സിദ്ധാന്തം ഭാരതീയർക്കും ഈജിപ്തുകാർക്കും ചൈനക്കാർക്കും അറിയാമായിരുന്നു. മറ്റു പല സിദ്ധാന്തങ്ങൾക്കും തെളിവ് നൽകിയതുപോല പൈതഗോറസ് സിദ്ധാന്തത്തിനും ആദ്യമായി ഒരു തെളിവ് നൽകി എന്നതാണ് ആ സിദ്ധാന്തത്തിനുവേണ്ടി പൈതഗോറസ് ചെയ്തത്. ഒടുവിൽ അദ്ദേഹത്തിന്റെ സ്മരണയ്ക്കായി ജ്യാമിതിയിലെ ഒരു പ്രധാന സിദ്ധാന്തത്തിന് അദ്ദേഹത്തിന്റെ പേരിട്ടു."

അതിരിക്കട്ടെ, നാം പറഞ്ഞുവന്നത് സംഖ്യകളെപ്പറ്റിയാണല്ലോ. സംഖ്യകളെപ്പറ്റി ഏറ്റവുമധികം ഗവേഷണം നടത്തിയ പണ്ഡിതന്മാരിലൊരാളായിരുന്നു പൈതഗോറസ്. ഇന്നത്തെ സംഖ്യാ സമ്പ്രദായം (Numer theory) തന്നെ ആവിഷ്കരിച്ചത് അദ്ദേഹമാണ്. അദ്ദേഹം ഒരു രഹസ്യസംഘടനയ്ക്ക് രൂപം നൽകിയിരുന്നു. 'പൈതഗോറിയൻ സഹോദരസംഘം' എന്നറിയപ്പെടുന്ന ഈ സംഘം ലോകത്തിലെ ആദ്യത്തെ കെട്ടുറപ്പുള്ള സംഘടനയായിരുന്നു.

പൈതഗോറസും അനുയായികളും സംഖ്യകളെയാണ് ദൈവങ്ങളായി ആരാധിച്ചിരുന്നത്. ഒന്നുമുതൽ ഒമ്പതുവരെയുള്ള അക്കങ്ങളാണ് ബലിവേദികളിൽ അങ്കനം ചെയ്തിരുന്നത്. അവർ സംഖ്യാ ദൈവങ്ങളോട് ഇങ്ങനെ പ്രാർഥിച്ചിരുന്നു.

'സംഖ്യാദൈവങ്ങളേ, ഞങ്ങളെ അനുഗ്രഹിക്കേണമേ. മനുഷ്യരെയും ദേവന്മാരെയും നിങ്ങളാണ് സൃഷ്ടിക്കുന്നത്. വിശുദ്ധ സംഖ്യകളേ! ആദ്യന്തമില്ലാത്ത ഈ സൃഷ്ടി പ്രവാഹത്തിന്റെ ആധാരവും അന്തഃസത്തയും നിങ്ങളാണെന്ന് ഞങ്ങൾക്കറിയാം.'

സംഖ്യാദൈവങ്ങളോടുള്ള നേരിയ അവഹേളനം പോലും അവർ സഹിച്ചിരുന്നില്ല. അവർ കർശനമായി അച്ചടക്കം പാലിച്ചിരുന്നു. സംഖ്യാദൈവങ്ങളെ ധിക്കരിച്ചവർക്ക് വധശിക്ഷപോലും നൽകിയിരുന്നു. ഒരിക്കൽ ഹിപ്പായുസ് എന്ന സംഘാംഗം അച്ചടക്കം ലംഘിക്കുകയുണ്ടായി. അച്ചടക്കം ലംഘിച്ച ആ മഹാപാപിക്ക് എന്ത് ശിക്ഷ നൽകണമെന്ന് പുരോഹിതന്മാർ സംഖ്യാദൈവങ്ങളോട് പ്രാർഥിച്ചു. അരുളപ്പാടുണ്ടായതോടെ അവർ ഹിപ്പായൂസിനെയും കൂട്ടി ഒരു തോണി യാത്രയ്ക്ക് പുറപ്പെട്ടു. നടുക്കടലിൽ വെച്ച് അവർ ഹിപ്പായുസിനെ വെള്ളത്തിലേക്ക് തള്ളിയിട്ടു. കൂട്ടുകാർ സുരക്ഷിതരായി തിരിച്ചെത്തി സംഖ്യാദൈവങ്ങളോട് ഇപ്രകാരം പ്രാർഥിച്ചു.

'ഹിപ്പായുസ് ഞങ്ങളുടെ സുഹൃത്തായിരുന്നു. പക്ഷേ, അവൻ ഹീനമായി പാപം ചെയ്തു. സംഖ്യാദൈവങ്ങളേ! ഞങ്ങളെ അനുഗ്രഹിക്കണമേ. നിങ്ങൾക്കുവേണ്ടി ഇതിലധികവും ഞങ്ങൾ ചെയ്യും.'

പ്രകൃതിയിലെ ഏത് പ്രതിഭാസത്തെയും സംഖ്യകളുമായി ബന്ധപ്പെടുത്താൻ പൈതഗോറസ് ശ്രമിച്ചിരുന്നു. സംഖ്യകളും സംഗീതവും തമ്മിൽ ആദ്യമായി ബന്ധപ്പെടുത്തിയത് പൈതഗോറസായിരുന്നു. സംഖ്യകൾക്ക് നിഗൂഢശക്തികളുണ്ടെന്ന് അദ്ദേഹം വിശ്വസിച്ചിരുന്നു.

'ഒന്ന്' എന്ന സംഖ്യ യുക്തിയെയും രണ്ട് പുരുഷനെയും മൂന്ന് സ്ത്രീയേയും നാല് നീതിയെയും അഞ്ച് വിവാഹത്തെയും പ്രതിനിധീ കരിക്കുന്നതായി പൈതഗോറസും അനുയായികളും വിശ്വസിച്ചിരുന്നു. ഒറ്റ സംഖ്യകൾ ദൈവത്തിന് പ്രിയപ്പെട്ടതും ഭാഗ്യസംഖ്യയുമാണെത്രെ. എങ്കിലും പതിമൂന്ന് ഏറ്റവും നിർഭാഗ്യകരമായ സംഖ്യയായിട്ടാണ് ഇന്ന് വിശ്വസിക്കപ്പെടുന്നത്."

"അച്ഛാ, ഈ സംഖ്യകൾ ആരാണ് കണ്ടുപിടിച്ചത്."

"സംഖ്യകൾക്ക് മനുഷ്യസംസ്കാരത്തോളം തന്നെ പഴക്കമുണ്ട്. ഇതിന്റെ കണ്ടുപിടിത്തം ഒരു വ്യക്തിയുടെ പേരിൽ ആരോപിക്കാൻ നിവൃത്തിയില്ല. ഓരോ രാജ്യക്കാർക്കും ഓരോ ഭാഷക്കാർക്കും പ്രത്യേകം പ്രത്യേകം സംഖ്യകളുണ്ട്. ഇംഗ്ലീഷുകാരനും മലയാളിക്കും കർണാടക ക്കാരനും തമിഴനും ഹിന്ദിക്കാരനുമെല്ലാം വ്യത്യസ്ത സംഖ്യാസംജ്ഞ കളുണ്ട്. പ്രത്യേക സംഖ്യാചിഹ്നങ്ങളുണ്ട്. ഉദാഹരണമായി മലയാള ത്തിലെ 'അഞ്ചും' ഇംഗ്ലീഷിലെ '(FIVE)' ഉം ഹിന്ദിയിലെ 'പാഞ്ചും' വ്യത്യസ്ത സംഖ്യാസംജ്ഞകളാണ്. അഞ്ചിനെ വ്യത്യസ്ത രീതിയിൽ രേഖപ്പെടുത്തുകയും ചെയ്യാം. ഓരോ രാജ്യത്തിലും ഓരോ രീതിയിലാണ് സംഖ്യാസമ്പ്രദായം വികസിച്ചുവന്നത്. പക്ഷേ, ഇന്ന് ലോകത്തിൽ ഏറ്റവും വ്യാപകമായി ഉപയോഗിച്ചുവരുന്ന സംഖ്യകൾ 0, 1, 2, 3, 4, 5, 6, 7, 8, 9 എന്നീ അക്കങ്ങൾ ഉപയോഗിച്ചുള്ള ദശക്രമസമ്പ്രദായമാണ്. ഇവ കണ്ടുപിടിച്ചത് ഭാരതീയരാണ്. പൂജ്യം മുതൽ 9 വരെയുള്ള അക്കങ്ങളെ ഹിന്ദു അറബ് അക്കങ്ങൾ എന്നാണറിയപ്പെടുന്നത്."

"അതെന്താ ഭാരതീയർ കണ്ടുപിടിച്ചിട്ട് ഹിന്ദു അറബ് അക്കങ്ങൾ എന്നു പേർ വന്നത്."

"ഭാരതത്തിൽ കണ്ടുപിടിച്ച അക്കങ്ങൾ കച്ചവടാവശ്യത്തിന് ഇവി ടെയെത്തിയ അറബികളെ ആകർഷിച്ചു. കണക്കുകൂട്ടലിന് ഏറ്റവും സൗകര്യമായ ഈ രീതി അറബികളിൽ നിന്ന് പാശ്ചാത്യർ മനസിലാക്കി. പാശ്ചാത്യർ ഈ അക്കങ്ങളെ അറബ് അക്കങ്ങളായി പ്രചരിപ്പിച്ചു. ഇവ യുടെ ഉത്ഭവസ്ഥാനം ഭാരതമാണെന്ന് പിന്നീടാണ് പാശ്ചാത്യർ മനസി ലാക്കിയത്. ഈ അക്കങ്ങൾ അങ്ങനെ ഹിന്ദു അറബ് അക്കങ്ങൾ എന്ന് അറിയപ്പെടാൻ തുടങ്ങി."

"അപ്പോൾ സംഖ്യകൾക്കുതന്നെ ഒരു വലിയ കഥയുണ്ടല്ലോ അച്ഛാ"

"തീർച്ചയായും. മനുഷ്യന് സംഖ്യാബോധമുണ്ടായതുമുതൽ സംഖ്യ കളുടെ കഥയാരംഭിക്കുന്നു. സഹസ്രാബ്ദങ്ങളോളം ഇഴഞ്ഞും ഞെര ങ്ങിയുമാണ് അവൻ ഇന്നത്തെ സംഖ്യാസമ്പ്രദായത്തിലെത്തിയത്."

"അച്ഛാ, എനിക്കാ കഥ കേൾക്കണം."

"ശരി, ഹോംവർക്ക് ചെയ്ത് നേരെ എന്റെ മുറിയിലേക്ക് വന്നോ. സന്തോഷിനെയും വിളിച്ചോ. കണക്കിനോടുള്ള അവന്റെ വെറുപ്പ് കുറെ മാറികിട്ടും."

"ശരിയച്ഛാ."

സംഖ്യകളുടെ ഉത്ഭവം

"**മോ**ൾക്കിന്ന് ഭയങ്കര സന്തോഷമാണല്ലോ" ഭക്ഷണം കഴിച്ചു കൊണ്ടിരിക്കുന്നതിനിടയിൽ അമ്മ അഭിപ്രായപ്പെട്ടു.'

"അവൾക്ക് പരീക്ഷയിൽ ഒന്നാം റാങ്ക് കിട്ടി. അത് കാരണം ഒരു ഡിജിറ്റൽ ഡയറി സമ്മാനവും കിട്ടി." അച്ഛന്റെ മറുപടി.

"ഇനി അച്ഛൻ ഒരു നല്ല കഥയും പറഞ്ഞു തരാൻ പോകുന്നു."

"ഓഹോ എന്തു കഥയാ?"

"സംഖ്യകളുടെ കഥ."

"എന്താ സന്തോഷിനൊരു സന്തോഷമില്ലായ്മ? ഒരു മൂഡൗട്ട്?"

അവൻ ചിരിക്കാൻ ശ്രമിച്ചു.

"സംഖ്യ എന്ന് കേട്ടപ്പോഴുണ്ടായ 'അലർജി'യായിരിക്കും." സീനയുടെ പരിഹാസം.

"നീ അവനെ അങ്ങനെ കളിയാക്കുകയൊന്നും വേണ്ട. നീയും ചെറുപ്പകാലത്ത് കണക്കിന് മഹാമോശമായിരുന്നു." അമ്മ സന്തോഷിന്റെ രക്ഷയ്ക്കെത്തി.

സന്തോഷിനൊരുന്മേഷം വന്നു അവൻ സീനയെ ക്രോക്രി കാണിച്ചു.

"സന്തോഷ് നീയും കഥ കേൾക്കാൻ വന്നോ. നീയും നന്നായി കണക്കു പഠിച്ച് നൂറിൽ നൂറ് മാർക്കും വാങ്ങണം. നിനക്കപ്പോൾ അച്ഛൻ ഇതിലും വലിയ സമ്മാനം വാങ്ങിത്തരും."

ഊണുകഴിഞ്ഞ അവൻ അച്ഛന്റെ മുറിയിലെത്തി.

"അച്ഛാ, നമുക്ക് സംഖ്യകളുടെ കഥയാരംഭിക്കാം."

"സന്തോഷിനും ഇഷ്ടമായല്ലോ. ശരി നമുക്ക് ആരംഭിക്കാം."

"എണ്ണാൻ സാധിക്കുക എന്നത് മനുഷ്യന്റെ മാത്രം കഴിവാണ്. മൃഗങ്ങൾക്കും പക്ഷികൾക്കും എണ്ണാൻ കഴിയുന്ന കാര്യം സംശയമാണ്.

കാക്കകൾക്ക് അൽപ്പമൊരു സംഖ്യാബോധം ഉള്ളതായി അഭിപ്രായമുണ്ടെങ്കിലും എണ്ണുന്നതായി അറിവില്ല.

മനുഷ്യന് സംഖ്യാബോധം എപ്പോഴുണ്ടായി എന്നതിനെപ്പറ്റി വ്യക്തമായ തെളിവുകളൊന്നും ലഭിച്ചിട്ടില്ല. സുമാർ അമ്പതിനായിരം വർഷങ്ങൾക്കുമുമ്പുള്ള മനുഷ്യർക്ക് സംഖ്യാബോധം ഉളവാക്കാൻ ആവശ്യമായ ബുദ്ധി വികാസം ഉണ്ടായിരുന്നു എന്ന് അനുമാനിക്കപ്പെടുന്നു. എങ്കിലും അക്കങ്ങൾ ആവിഷ്കരിച്ച് ഒരു സംഖ്യാസമ്പ്രദായം രൂപപ്പെടുത്തിയിട്ട് സുമാർ അയ്യായിരം വർഷങ്ങളായി എന്ന് ഗവേഷകന്മാർ അഭിപ്രായപ്പെടുന്നു. എന്നാൽ, സംഖ്യകളും അക്കങ്ങളും കണ്ടുപിടിക്കുന്നതിന് മുമ്പുതന്നെ പ്രാചീന മനുഷ്യൻ എണ്ണാൻ ആരംഭിച്ചിരുന്നു."

"അച്ഛാ, ഇത് രസകരമായ കാര്യമാണല്ലോ. സംഖ്യയില്ലാതെ എങ്ങനെ എണ്ണാൻ സാധിക്കും?"

"പ്രാചീന മനുഷ്യൻ എണ്ണാനും കണക്കുകൂട്ടാനും കല്ലുകളാണ് ഉപയോഗിച്ചിരുന്നത്. കല്ല് കാടുകളിൽ സുലഭമായിരിക്കുമല്ലോ. കണക്കുകൂട്ടുക എന്നതിന് ഇംഗ്ലീഷിൽ Calculate എന്ന് പറയും. 'കല്ലുകൾ' എന്നർഥമുള്ള ഒരു വാക്കിൽ നിന്നാണ് ഈ വാക്കുണ്ടായത്."

"കല്ലുകൾ ഉപയോഗിച്ച് എങ്ങനെ എണ്ണാൻ കഴിയും."

"തോക്കിൽ കേറി വെടിവെക്കാതെ. അതാണല്ലോ പറഞ്ഞുവരുന്നത്. പ്രാചീന മനുഷ്യൻ കാടുകളിലും ഗുഹകളിലുമാണ് താമസിച്ചിരുന്നതെന്നറിയാമല്ലോ. മൃഗങ്ങളെ വേട്ടയാടുകയാണവരുടെ പ്രധാന ജോലി. ക്രമേണ അവർ സമൂഹ ജീവികളായി മാറി. ആടുമാടുകളെ വളർത്താൻ തുടങ്ങി. കൃഷിയാരംഭിച്ചു. കാടുകളിൽ പുല്ല് തിന്നാൻ വിട്ട എല്ലാ ആടുകളും തിരിച്ചുവന്നോ എന്നറിയാൻ അവർക്ക് ആടുകളെ എണ്ണേണ്ടിവന്നു. നാണയങ്ങൾ ഇല്ലാതിരുന്ന അക്കാലത്ത് വസ്തുക്കളാണ് കൈമാറ്റം ചെയ്തിരുന്നത്. അപ്പോഴും എണ്ണുന്നത് ഒരു പ്രശ്നമായി. ഇത്തരം സന്ദർഭങ്ങളിൽ അവർ ഒരു വിദ്യ പ്രയോഗിച്ചു.

മേയാൻ വിട്ട ആടൊക്കെ തിരിച്ചു വന്നോ എന്നറിയാൻ ഈ വിദ്യ ഫലപ്രദമായി കണ്ടു. എന്താണന്നല്ലേ ആ വിദ്യ. രാവിലെ ഒരോ ആടിനെ പുറത്തുവിടുമ്പോഴും ഓരോ കല്ലെടുത്ത് ഒരു 'സഞ്ചി' യിലിടും. വൈകുന്നേരം ഓരോ ആടും തിരിച്ചുവരുമ്പോൾ ഓരോ കല്ല് മാറ്റിവെക്കും. ഇങ്ങനെ എല്ലാ കല്ലുകളും മാറ്റിവെക്കപ്പെട്ടാൽ എല്ലാ ആടുകളും തിരിച്ചെത്തിയെന്നർഥം. കല്ല് മിച്ചം വന്നാൽ ആടിനെത്തേടി പുറപ്പെടുകയായി.

ഇങ്ങനെ ഓരോ ആടിനെയും ഓരോ കല്ലുമായാണ് അവൻ ബന്ധപ്പെടുത്തിയത്. ഇപ്പോൾ നാം സംഖ്യകൾ ബന്ധപ്പെടുത്തുന്നു എന്നുമാത്രം. ഈ സമ്പ്രദായത്തെ 'ഒന്നിനൊന്ന് പൊരുത്തപ്പെടുക' എന്നുപറയും. കല്ലുകൾക്ക് പകരം ചരടിൽ കെട്ടിടുന്ന രീതിയും നിലവിലുണ്ടായിരുന്നു. ഓരോ ആടിനെ പുറത്തുവിടുമ്പോഴും ഓരോ കെട്ടിടും. വൈകുന്നേരം തിരിച്ചുവരുമ്പോൾ ഓരോ കെട്ടഴിക്കും. എല്ലാ കെട്ടുകളും അഴിച്ചാൽ എല്ലാ ആടുകളും തിരിച്ചെത്തിയെന്നർഥം.

ഇങ്ങനെ 'ഒന്നിനോടൊന്ന് പൊരുത്തപ്പെടുത്തി' എണ്ണുന്ന രീതി മറ്റു പല സ്ഥലത്തും കാണാൻ സാധിച്ചിട്ടുണ്ട്. ഗ്രീസിലെ ജൂപ്പിറ്റർ ദേവാലയത്തിന്റെ വലതുവശത്തെ ചുമരിൽ കുറെ ആണികൾ തറച്ചിരുന്നതായി കാണപ്പെടുന്നുണ്ടത്രെ. ഒരു വർഷം ഒരാണി എന്ന ക്രമത്തിലാണ് ചുവരിൽ ആണി തറച്ചിരുന്നത്. ഒരു വർഷം തീർന്നതായി പ്രഖ്യാപിച്ചിരുന്നത് ഇങ്ങനെ ആണി തറച്ചുകൊണ്ടായിരുന്നുവെന്ന് ചരിത്രകാരന്മാർ അഭിപ്രായപ്പെടുന്നു.

ശ്രീലങ്കയിലെ പെദ്ദ എന്ന ഒരുതരം വർഗക്കാർ തേങ്ങ എണ്ണുന്നതിന് ചെറിയ കമ്പുകൾ ഉപയോഗിച്ചിരുന്നു. തേങ്ങ എണ്ണിക്കിട്ടുമ്പോൾ ഓരോ തേങ്ങായ്ക്കും ഓരോ കമ്പുപ്രകാരം ചെറിയ കമ്പുകൾ ശഖരിച്ചുവെക്കും. പിന്നീട് കൂമ്പാരത്തിൽ നിന്ന് ഓരോ തേങ്ങ എടുക്കുമ്പോഴും ഓരോ കമ്പ് വീതം എടുത്തുകളയും. തേങ്ങയും കമ്പും ഒപ്പം തീർന്നാൽ തേങ്ങ മോഷണം പോയില്ലെന്നുറപ്പിക്കും, കമ്പ് മിച്ചം വന്നാൽ തേങ്ങ പോയതുതന്നെ.

കിളിമഞ്ജാരോ മലകളുടെ താഴ്വാരങ്ങളിൽ താമസിക്കുന്ന ഒരു വർഗമാണ് മസായി. ഇവരുടെ സ്ത്രീകളുടെ ഇടയിൽ രസകരമായ ഒരു ചടങ്ങുണ്ട്. ഓരോ വയസ്സ് കഴിയുമ്പോഴും അവർ ഓരോ പിച്ചളവളയം കഴുത്തിലണിയും. പെണ്ണുങ്ങളുടെ കഴുത്തിലെ വളയങ്ങളെണ്ണിയാൽ വയസറിയാം. പക്ഷേ, വിവാഹം കഴിഞ്ഞാൽ ഈ വളയങ്ങൾ ഊരിക്കളയും."

"ചേച്ചി ഒരു മസായി പെണ്ണാണെങ്കിൽ ചേച്ചിയുടെ കഴുത്തിലിപ്പോൾ പതിനഞ്ച് പിച്ചള വളയങ്ങൾ കാണും. അല്ലേ അച്ഛാ?"

സഹോദരിയെ കളിയാക്കാൻ കിട്ടിയ അവസരം സന്തോഷ് ശരിക്കും ഉപയോഗിച്ചു. സീന അവന്റെ തലയിൽ ഒരു ചെറിയ കിഴുക്കു കൊടുത്തു.

"ഇങ്ങനെ കല്ലുകളും ചരടും വളയവുമൊന്നുമില്ലാതെയും അവൻ എണ്ണിയിരുന്നു. ഉദാഹരണമായി രണ്ടുപേരിൽ ആർക്കാണ് കൂടുതൽ ആടുകൾ ഉള്ളതെന്ന് കണക്കാക്കണമെന്നിരിക്കട്ടെ. ആദ്യം രണ്ടുപേരുടെയും ആടുകളെ ഓരോ കൂട്ടമായി നിർത്തുക. ആദ്യത്തെ കൂട്ടത്തിൽ നിന്ന് ഒരു ആടിനെ മാറ്റിനിർത്തുക, രണ്ടാമത്തെ കൂട്ടത്തിൽ നിന്ന് ഒരു ആടിനെ മാറ്റി നിർത്തുക. ഇങ്ങനെ ഓരോ കൂട്ടത്തിൽ നിന്നും ഓരോ ആടിനെ വീതം ക്രമമായി മാറ്റിക്കൊണ്ടിരിക്കുക. ഇങ്ങനെ മാറ്റി നിർത്തിക്കൊണ്ടിരുന്നാൽ ഈ ക്രിയ മൂന്ന് വിധത്തിൽ അവസാനിപ്പിക്കാം. രണ്ടുപേരുടെയും തുല്യമായി അവസാനിക്കാം. അപ്പോൾ അവരുടെ ആടുകളുടെ എണ്ണം തുല്യമായിരിക്കും. മറ്റു രണ്ടുവിധത്തിൽ സംഭവിച്ചാലും ആർക്കാണ് കൂടുതൽ ആടുകളുള്ളതെന്ന് മനസിലാക്കാം. ഇവിടെയും 'ഒന്നിനൊന്ന് പൊരുത്തം' എന്ന വസ്തുത ഉപയോഗപ്പെടുത്തുന്നുണ്ട്.

ഇന്ന് നാം സംഖ്യകൾ ഉപയോഗിച്ച് എണ്ണുമ്പോഴും ഈ ഒന്നിനൊന്ന് പൊരുത്തം ഉപയോഗിക്കുന്നു. കല്ലുകൾക്ക് ഒരു ക്രമവും വേണമെന്നില്ല. ആടുകളുടെ എണ്ണം കണക്കാക്കുമ്പോൾ ഏത് ആടിനെ ഏത് കല്ലും

പൊരുത്തപ്പെടാം. പക്ഷേ, സംഖ്യകൾ ഉപയോഗിച്ച് എണ്ണുമ്പോൾ (ഒന്നിനൊന്ന് പൊരുത്തപ്പെടുമ്പോൾ) സംഖ്യകളുടെ ക്രമം പാലിക്കണം. അതായത് അവയുടെ ക്രമം 1, 2, 3, 4....... എന്നിങ്ങനെയായിരിക്കണം. ഇതിൽ ഏറ്റവും ഒടുവിൽ പൊരുത്തപ്പെടുത്തിയ സംഖ്യയായിരിക്കും ആടുകളുടെ എണ്ണം. ഒന്നിനൊന്ന് പൊരുത്തപ്പെടുത്തുമ്പോൾ വലിപ്പച്ചെറുപ്പം പരിഗണിക്കാറില്ലെന്നത് പ്രത്യേകം ശ്രദ്ധേയമാണ്. സംഖ്യകൾ തികഞ്ഞ സോഷ്യലിസ്റ്റുകളാണെന്ന് സാരം.

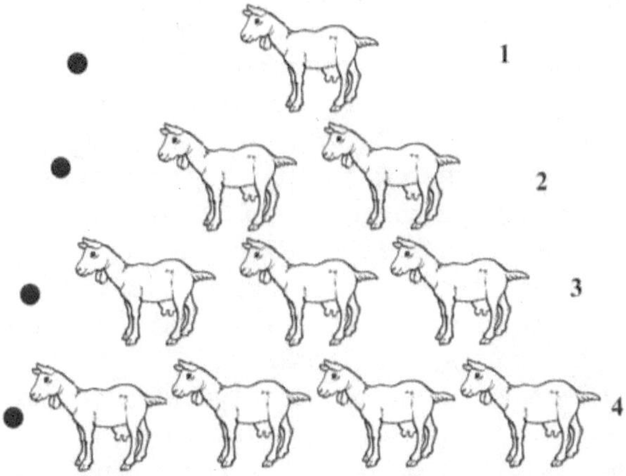

പ്രാചീന മനുഷ്യൻ എണ്ണുന്നതിന് വിരൽ, കല്ല്, ചരടിലുള്ള കെട്ട് എന്നിവ ഉപയോഗിച്ചു എന്നു പറഞ്ഞുവല്ലോ. നാം സംഖ്യകൾ ഉപയോഗിക്കുന്നതിന് പകരമാണ് അവർ വസ്തുക്കൾ ഉപയോഗിച്ചത്. അവർ അന്ന് എളുപ്പത്തിൽ ലഭ്യമായ വസ്തുക്കൾ ഉപയോഗിച്ചു എന്നു മാത്രം.

നാം ഇന്ന് ഉപയോഗിക്കുന്ന സംഖ്യകൾ വസ്തുക്കളിൽ നിന്ന് സ്വതന്ത്രമായ ഒരു ആശയമാണ്. നമുക്ക് 'ഏഴ്' എന്ന സംഖ്യയ്ക്ക് നമ്മുടെ ജീവിതത്തിലെ ഒരു വസ്തുവുമായും പ്രത്യക്ഷമായി ബന്ധമില്ല. പക്ഷേ, പ്രാചീനർക്ക് സംഖ്യകൾ സ്വതന്ത്ര സ്വഭാവമുള്ളതായിരുന്നില്ല. അവരുടെ സംഖ്യകൾ വസ്തുക്കളുമായുള്ള ബന്ധം വിച്ഛേദിച്ചിരുന്നില്ല എന്ന് സാരം."

"ഇത് ഒരു മനസിലാകാത്ത കാര്യമാണല്ലോ അച്ഛാ, അൽപ്പം വിശദീകരണം" സന്തോഷിന്റെ ആവശ്യം.

"പറയാം. നമ്മുടെ കൈയിൽ അഞ്ച് വിരലുകളുണ്ട്. ഈ മുറിയിൽ അഞ്ച് കസേരകളുണ്ട്. ദാ ഇവിടെ അഞ്ച് പുസ്തകങ്ങളുണ്ട്. കൈയിലെ വിരലുകളും മേശപ്പുറത്തെ പുസ്തകങ്ങളും മുറിയിലെ കസേരകളും തമ്മിൽ യാതൊരു ബന്ധവുമില്ല. പക്ഷേ, ഇവയ്ക്കെല്ലാം പൊതുവായ ഒരു വസ്തുതയുണ്ട്. എന്താണത്?"

"അവയുടെ എണ്ണം അഞ്ച്"

“മിടുക്കൻ. ഇവിടെ അഞ്ച് എന്നത് ഒരു ആശയം മാത്രമാണ്. നമുക്ക് വിരലിൽ നിന്ന് അഞ്ച് വേർപെടുത്തി എടുക്കാനാവില്ല. തേൻ മധുരമുള്ളതാണ്. പക്ഷെ, തേനിൽ നിന്ന് നമുക്ക് ‘മധുരം’ മാത്രം വേർതിരിച്ചെടുക്കാൻ പറ്റുമോ? അതേപോലെ അഞ്ച് കസേരകളിൽ നിന്ന് ‘അഞ്ച്’ മാത്രം വേർപെടുത്താനാവില്ല.

മധുരത്തിന് തേനുമായി പ്രത്യക്ഷമായി ബന്ധമൊന്നുമില്ല. മധുരം തേനിൽ മാത്രമല്ല മറ്റു പലതിലും കാണും. അതുപോലെ സംഖ്യകൾക്ക് വസ്തുക്കളുമായി നേരിട്ടു ബന്ധമില്ല. ഇങ്ങനെ വസ്തുക്കൾക്ക് സംഖ്യയുമായുള്ള ബന്ധം വിച്ഛേദിച്ചത് വളരെ കഴിഞ്ഞാണ്. ആദ്യകാലത്ത് ഇവ വളരെ ബന്ധപ്പെട്ടാണ് കഴിഞ്ഞിരുന്നത്.

ഉദാഹരണമായി പ്രാചീന മലയക്കാർ സംഖ്യകളെ കല്ലുമായി ബന്ധപ്പെടുത്തിയാണ് ഉപയോഗിച്ചിരുന്നത്. അവർ എണ്ണുന്നത് ഇങ്ങനെയായിരുന്നു. ഒരു കല്ല്, രണ്ട് കല്ല്, മൂന്ന് കല്ല്....... തെക്കൻ പസഫിക്കിലെ നിവികൾ സംഖ്യകളുമായി ബന്ധപ്പെടുത്തിയത് കല്ലുകളല്ല പഴങ്ങളാണ്.”

“അവിടെ പഴം സുലഭമായിരിക്കും.”

“ആയിരിക്കാം. അവർ ഒരു പഴം, രണ്ടു പഴം, മൂന്ന് പഴം എന്നിങ്ങനെ എണ്ണുകയുണ്ടായി. ജാവന്മാർ ഒരു ഗ്രെയിൻ (നെന്മണി), രണ്ട് ഗ്രെയിൻ എന്നിങ്ങനെ എണ്ണിക്കൊണ്ടിരുന്നു.”

“അച്ഛാ, ഇപ്പോൾ നീളം അളക്കുന്നതിന് ഒരു സെന്റിമീറ്റർ, രണ്ട് സെന്റിമീറ്റർ എന്നിങ്ങനെ എണ്ണുന്നത് പോലെയുണ്ടല്ലോ?”

“അതെ പക്ഷേ, മീറ്റർ, സെന്റീമീറ്റർ എന്നിവയൊക്കെ ഏകകങ്ങളാണ്. ഒരു പെൻസിലിന് പത്ത് നീളമുണ്ടെന്ന് പറഞ്ഞാൽ ആശയം പൂർണമാവുകയില്ല. പത്ത് എന്നത് ഇഞ്ചോ, സെന്റീമീറ്ററോ, മീറ്ററോ നീളത്തിനുള്ള മറ്റ് ഏകകങ്ങളോ ആവാം. പക്ഷേ, ഒരു ക്ലാസിലെ കുട്ടികളുടെ എണ്ണം സൂചിപ്പിക്കാൻ സംഖ്യമാത്രം മതി. ഏകകം വേണ്ട.”

ഇന്ന് ലോകത്തിൽ ഏറ്റവും വ്യാപകമായി ഉപയോഗിക്കുന്ന സംഖ്യാസമ്പ്രദായം ദശക്രമസമ്പ്രദായമാണെന്ന് പറഞ്ഞല്ലോ. ദശക്രമം എന്നാൽ ‘പത്ത്’ അടിസ്ഥാനമാക്കിയുള്ള സംഖ്യാസമ്പ്രദായമെന്നർഥം. അതായത് സംഖ്യകൾക്ക് സ്ഥാനവിലകൾ ഉണ്ടായിരിക്കും. ഇരുന്നൂറ്റിമുപ്പത്താറ് എന്നാൽ, രണ്ട് നൂറ്, മൂന്ന് പത്ത്, ആറ് ഒറ്റ. നൂറ് പത്ത്, ഒറ്റ എന്നിവ പത്തിന്റെ ഗുണിതങ്ങളാണല്ലോ.

പത്ത് അക്കങ്ങൾ മാത്രമുപയോഗിച്ച് എത്ര കോടി സംഖ്യകൾ വേണമെങ്കിലും രേഖപ്പെടുത്താമെന്ന് കണ്ടുപിടിച്ചത് ഭാരതീയരാണ്. പൂജ്യം ഉപയോഗിച്ചാണ് ഇത് സാധിച്ചത്. ഗണിതശാസ്ത്രത്തിൽ ഇതുവരെയുണ്ടായിട്ടുള്ളതിൽവെച്ച് ഏറ്റവും വലിയ കണ്ടുപിടിത്തം പൂജ്യത്തിന്റേതാണ്.

സംഖ്യകൾക്ക് പത്ത് അടിസ്ഥാനമേകാൻ കാരണം മനുഷ്യന്റെ കൈയിലെ വിരലുകളുടെ എണ്ണം പത്തായതുകൊണ്ടാണ്. അക്കം എന്നർഥമുള്ള digit എന്ന വാക്കിന് വിരൽ എന്നും അർഥമുണ്ട്. മനു

ഷ്യൻ ആദ്യമായി എണ്ണാൻ ഉപയോഗിച്ചത് വിരലുകളാണ്. മനുഷ്യന് എപ്പോഴും ലഭ്യമായിട്ടുള്ളതാണല്ലോ അവന്റെ വിരലുകൾ. ഇപ്പോഴും കുട്ടികൾ എണ്ണാൻ വിരലുകൾ ഉപയോഗിക്കുന്നുണ്ട്.

മനുഷ്യൻ ആദ്യമായി കണ്ടുപിടിച്ച സംഖ്യ അഥവാ അക്കം ഒന്നാണ്. പിന്നീട് അവൻ രണ്ട് എന്ന സംഖ്യ കണ്ടെത്തി. ഒന്നിൽനിന്ന് രണ്ടിലെത്താൻ തന്നെ അനേകവർഷങ്ങൾ വേണ്ടിവന്നിരിക്കാം. പിന്നീട് വർഷങ്ങൾക്കുശേഷം അവൻ മൂന്നിലെത്തി. മൂന്നുതന്നെ പലർക്കും 'രണ്ടും ഒന്നും' ആയിരുന്നു. വർഷങ്ങളോളം മനുഷ്യന്റെ ഏറ്റവും വലിയ സംഖ്യ മൂന്നായിരുന്നു.

ആദ്യകാലത്ത് വളരെ ചെറിയ എണ്ണം സംഖ്യകൾ മാത്രമേ അവന് കൈകാര്യം ചെയ്യേണ്ടി വന്നിരുന്നുള്ളു. ഒന്നും രണ്ടും മൂന്നും കഴിഞ്ഞാൽ പിന്നെ 'വളരെ' അഥവാ അനവധി ആയിരിക്കും. മൂന്നിൽ കൂടുതൽ ഏത് സംഖ്യ വന്നാലും അത് 'ധാരാളം' തന്നെ.

'മൂന്ന്' എന്ന സംഖ്യയിലെത്തിയതോടെ അടുത്ത സംഖ്യ കണ്ടുപിടിക്കാനായി അവന്റെ ശ്രമം. അങ്ങനെ അവൻ നാലിൽ എത്തിച്ചേർന്നു. നാല് കണ്ടുപിടിച്ചതോടെ അഞ്ചിലെത്തി. ഒരു കൈയിൽ അഞ്ച് വിരലുകളുള്ളതുകൊണ്ട് കുറെ കാലത്തോളം അവന്റെ ഏറ്റവും വലിയ സംഖ്യ അഞ്ചായിത്തീർന്നു.

ലോകത്തിന്റെ പലഭാഗങ്ങളിലും അഞ്ച് ക്രമമായിട്ടുള്ള സംഖ്യാസമ്പ്രദായങ്ങൾ രൂപപ്പെട്ടിട്ടുണ്ട്. അതിന് കാരണം ഒരു കൈയിലുള്ള വിരലുകളുടെ എണ്ണം അഞ്ചായതു തന്നെ. ആറ് എന്ന സംഖ്യ പലർക്കും 'അഞ്ചും ഒന്നും' ആയിരുന്നു. ഇങ്ങനെ അഞ്ചിന്റെ ഓരോ കൂട്ടമായി സങ്കൽപ്പിച്ച് എണ്ണം തുടർന്നുപോന്നു.

തെക്കെ അമേരിക്കയിലെ ചില വർഗക്കാർക്ക് അഞ്ച് അടിസ്ഥാനമാക്കിയുള്ള സംഖ്യാസമ്പ്രദായമുണ്ട്. അവർ എണ്ണുന്നതിങ്ങനെയാണ്. ഒന്ന്, രണ്ട്, മൂന്ന്, നാല്, ഹസ്തം, ഹസ്തവും ഒന്നും ഹസ്തവും രണ്ടും.... 1800-ാം വർഷംവരെ ജർമൻ കൃഷിക്കാരുടെ പഞ്ചാംഗങ്ങളിൽ അഞ്ച് ആധാരമായിട്ടുള്ള സംഖ്യകളാണ് ഉപയോഗിച്ചിരുന്നത്.

കൈകളിലെ വിരലുകൾ മാത്രമല്ല കാലുകളിലെ വിരലുകളും ചേർത്ത് ഇരുപതുവരെ ഒരു 'കൂട്ടമായി' എണ്ണുന്ന പതിവ് ചില രാജ്യങ്ങളിൽ ഉണ്ടായിരുന്നു. ഇരുപത് എന്ന സംഖ്യയ്ക്ക് 'മനുഷ്യൻ തീർന്നു' എന്ന് വിളിച്ചിരുന്നുവത്രെ. പന്ത്രണ്ട് അടിസ്ഥാനമായും അറുപത് അടിസ്ഥാനമായും സംഖ്യാസമ്പ്രദായങ്ങൾ വിവിധ രാജ്യങ്ങളിൽ നിലവിലുണ്ടായിരുന്നു. ചില ഉദാഹരണങ്ങൾ താഴെ കൊടുക്കുന്നു.

12 മാസം	ഒരു വർഷം
12 മണിക്കൂർ	ഒരു പകൽ
12 ഇഞ്ച്	ഒരു അടി

12 ഔൺസ്	ഒരു പൗണ്ട്
12 പെൻസ്	ഒരു ഷില്ലിംഗ്
60 സെക്കന്റ്	ഒരു മിനിറ്റ്
60 മിനിറ്റ്	ഒരു മണിക്കൂർ

24 മണിക്കൂർ ഒരു ദിവസമെന്നതും 30 ദിവസം ഒരു മാസമെന്നതും പന്ത്രണ്ടും അറുപതും തമ്മിൽ യഥാക്രമം ബന്ധപ്പെട്ടതത്രെ. ഡസൻ (Dozen), ഗ്രോസ് എന്നീ വാക്കുകളും ശ്രദ്ധിക്കുക. ഡസൻ എന്നാൽ പന്ത്രണ്ടും ഗ്രോസ് എന്നാൽ ഡസൻ ഡസൻ അതായത് 144 ഉം ആകുന്നു.

5, 10, 12, 60 തുടങ്ങിയ വ്യത്യസ്ത സംഖ്യകൾ അടിസ്ഥാനമാക്കിയുള്ള സംഖ്യാസമ്പ്രദായങ്ങൾ കൂടാതെ രണ്ട് അടിസ്ഥാനമായും സംഖ്യകൾ രൂപപ്പെട്ടിരിക്കുന്നു. ചൈനയിൽ പാകാ എന്ന രീതി രണ്ട് അടിസ്ഥാനമാക്കിയിട്ടുള്ളതാണ്. ക്വിൻസ്‌ലണ്ടിലെ ചില ആദിവാസികൾ എണ്ണുന്നത് ഇങ്ങനെയാണ്. ഒന്ന്, രണ്ട്, രണ്ടും ഒന്നും, രണ്ടും രണ്ടും വളരെ.... ചിലപ്പോൾ രണ്ടും രണ്ടും ഒന്നും എന്നിങ്ങനെയും തുടരാറുണ്ട്.

ആധുനിക കാലത്ത് രണ്ട് അടിസ്ഥാനമാക്കിയുള്ള ദ്വയാംഗസമ്പ്രദായം വളരെ പ്രചാരത്തിലുണ്ട്. കമ്പ്യൂട്ടറിൽ ഈ സംഖ്യാസമ്പ്രദായമാണ് ഉപയോഗിക്കുന്നത്. ഇതിൽ പൂജ്യം, ഒന്ന് എന്നീ രണ്ട് അക്കങ്ങൾ മാത്രമാണ് ഉപയോഗിക്കുന്നത്. ഈ ദ്വയാംഗസമ്പ്രദായവും പ്രാചീനദ്വയാംഗസമ്പ്രദായവും വ്യത്യസ്തമാണ്. ആധുനികരീതിയിൽ 'രണ്ട്' ഉപയോഗിക്കുന്നില്ല. ഏത് സംഖ്യയെയും ദ്വയക്രമത്തിൽ എഴുതാൻ സാധിക്കും. ചില ഉദാഹരണങ്ങൾ താഴെ കൊടുക്കുന്നു.

ദശക്രമം	ദ്വയക്രമം	ദശക്രമം	ദ്വയക്രമം
1	1	7	111
2	10	8	1000
3	11	9	1001
4	100	10	1010
5	101	11	1011
6	110	12	1100

മനുഷ്യന്റെ സംഖ്യാബോധം വളർന്ന് ഒമ്പതിലെത്തി. സംസ്കൃതത്തിൽ ഒമ്പതിന് 'നവം' എന്നുപേർ. 'നവം' എന്നാൽ 'പുതിയത്' എന്നും അർഥമുണ്ട്. അതുവരെ കണ്ടുപിടിക്കപ്പെട്ടിട്ടില്ലാത്ത ഒരു പുതിയ സംഖ്യ ആയതിനാലായിരിക്കാം 'നവം' എന്ന പേർ നൽകപ്പെട്ടത്.

'ഒമ്പത്' എന്ന മലയാളപദം യഥാർഥത്തിൽ പത്തിൽ ഒന്ന് കുറവ് ആണ് സൂചിപ്പിക്കുന്നത്. പത്ത് കണ്ടുപിടിച്ച ശേഷമാണ് ഒമ്പത് എന്ന

പേർ ലഭിച്ചതെന്ന് വ്യക്തമാണ്. മറ്റു പല ഭാഷകളിലും ഈ പ്രത്യേകത കാണപ്പെടുന്നുണ്ട്. റോമൻ ലിപിയിൽ ഒമ്പതിന്റെ ചിഹ്നം ഇതിന് ഉദാഹരണമാണ്. അത് പിന്നീട് വ്യക്തമാക്കാം.

പത്ത് എന്ന സംഖ്യ കണ്ടെത്തിയതോടെ വീണ്ടും ഒരു 'ഇടവേള അനുഭവപ്പെട്ടു. ഒന്ന്, രണ്ട്, മൂന്ന് എന്നിങ്ങനെ എണ്ണുമ്പോൾ ഓരോ വിരൽ മടക്കിക്കൊണ്ടിരുന്നു. പത്തിലെത്തിയപ്പോൾ സംഗതി കലാശമായി. പിന്നെ മടക്കാൻ അവന്റെ കൈകളിൽ വിരലുകളുണ്ടായില്ല.

പത്തിനുശേഷം 'പത്തും ഒന്നും' എന്ന ഒരാശയം പല രാജ്യക്കാർക്കും പിടികിട്ടിയില്ല. പത്തിനുശേഷമുള്ള സംഖ്യയും പത്തിന്റെ കൂട്ടമാക്കാതെ പ്രത്യേക സംഖ്യയാക്കാനാണ് ചില രാജ്യക്കാർ ശ്രമിച്ചത്. അതിനെ ഇംഗ്ലീഷുകാർ Ten-one, Ten-two എന്നതിനുപകരം Eleven, Twelve എന്നിങ്ങനെ പുതിയ പദങ്ങൾ കണ്ടുപിടിച്ചു. പിന്നീട് ടെൻ + ത്രീ എന്നീ പദങ്ങൾ തേർട്ടീൻ ആക്കി. അതായത് Ten നെ Teen ആക്കി മാറ്റി ഒടുവിൽ ചേർത്ത് അതിനെ Fourteen Fifteen, Sixteen എന്നിങ്ങനെ തുടർന്നു.

പത്തിന്റെ രണ്ട് കൂട്ടമായപ്പോൾ അവർ Twenty യിൽ എത്തി. പിന്നീട് Twenty+one=Twentyone ആയി. സംഖ്യകൾ രേഖപ്പെടുത്തുന്നതിനും പ്രാചീന മനുഷ്യർ വിവിധ രീതികൾ ഉപയോഗിച്ചിരുന്നു. കമ്പുകൾ ചേർത്തു വെക്കുക, കല്ലുകൾ കൂട്ടമായി വെക്കുക, ചരടിൽ കെട്ടിടുക, മരക്കമ്പിൽ കുതകളിടുക, ഇഷ്ടികകളിലും മറ്റും അടയാളങ്ങളിടുക എന്നിവയായിരുന്നു സംഖ്യകൾ രേഖപ്പെടുത്താനുള്ള മാർഗങ്ങൾ. ചിഹ്നങ്ങൾ ഉപയോഗിച്ച് രേഖപ്പെടുത്തുന്ന രീതിയാണ് പിന്നീട് സംഖ്യാചിഹ്നങ്ങളായി രൂപംകൊണ്ടത്.

കമ്പുകൾ ചേർത്തുവെക്കുന്ന രീതിയാണ് ഇവയിൽ ഏറ്റവും പ്രധാനം. ഒന്നിനെ സൂചിപ്പിക്കാൻ ഒരു കമ്പ്. രണ്ടിനെ സൂചിപ്പിക്കാൻ രണ്ട് കമ്പ് എന്നിങ്ങനെ. ഈ രീതിയിൽ സംഖ്യകൾ സൂചിപ്പിക്കുന്നതിനെ സ്റ്റിക് രീതി (Stick method) എന്നുവിളിക്കുന്നു.

കമ്പുകൾ ലംബമായും തിരശ്ചീനമായും ക്രമീകരിച്ചിരുന്നു. I, II, III IIII എന്നിങ്ങനെ ക്രമീകരിക്കുന്നത് ലംബരീതി

– = ≡എന്നിങ്ങനെയുള്ള രീതി തിരശ്ചീനരീതിയാണ്. ലംബരീതിയും തിരശ്ചീനരീതിയും സംയോജിപ്പിച്ചാണ് 6,7,8 എന്നീ സംഖ്യകൾ സൂചിപ്പിച്ചിരുന്നത്. ആറിന് T എന്ന ചിഹ്നവും ഏഴിന് O എന്ന ചിഹ്നവും ഉപയോഗിച്ചിരുന്നു. ഇതുപ്രകാരം എട്ടിനുള്ള ചിഹ്നം III എന്നതാണ് - എന്ന ചിഹ്നം പത്തിനെ സൂചിപ്പിക്കുന്നു.

സ്റ്റിക് രീതിയിലാണ് ഭാരതത്തിൽ രൂപപ്പെട്ട ഇന്തോ അറബ് ന്യൂമറലുകളും ഉണ്ടായിട്ടുള്ളത്. ഒന്ന് എന്നതിനുള്ള ചിഹ്നം ലംബമായി രേഖപ്പെടുത്തിയ ഒരു കമ്പ് ആണ്. തിരശ്ചീനമായി വെച്ചിരിക്കുന്ന രണ്ട് കമ്പുകൾ (=) സൗകര്യമായി ചേർത്താണ് രണ്ടിന്റെ ചിഹ്നം 'Z' രൂപപ്പെട്ടത്. അതായത് ആദ്യത്തെ കമ്പിനെ അവസാനഭാഗത്തെ രണ്ടാമത്തെ

കമ്പിന്റെ ആദ്യഭാഗവുമായി യോജിപ്പിച്ച രണ്ടിനുള്ള ചിഹ്നം കണ്ടെത്തി. മൂന്നിന്റെ കാര്യത്തിൽ തിരശ്ചീനമായി വെച്ചിരിക്കുന്ന മൂന്ന് കമ്പുകളെ പിൻഅഗ്രമായി യോജിപ്പിക്കുകയാണ് ചെയ്തത്.

അങ്ങനെ 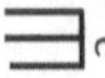 എന്ന ചിഹ്നം രൂപപ്പെട്ടു. നാല് കമ്പുകൾ  എന്ന രീതിയിൽ ചേർത്ത് നാലിനുള്ള ചിഹ്നവുമുണ്ടായി. അഞ്ച്, ആറ് എന്നിവയ്ക്കുള്ള ചിഹ്നങ്ങളും ഈ രീതിയിൽ രൂപപ്പെട്ടത് തന്നെ.

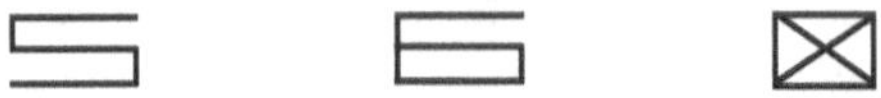

5 6 8

എട്ട് കമ്പുകൾ ചേർത്താണ് എട്ടിനുള്ള ചിഹ്നം കണ്ടെത്തിയത്. ഇവ പിന്നീട് 8 ആയി രൂപപ്പെട്ടു. ഏഴിനും ഒമ്പതിനുമുള്ള ചിഹ്നങ്ങൾ എങ്ങനെ രൂപപ്പെട്ടു എന്ന് വ്യക്തമല്ല. ഏതായാലും സ്റ്റിക് രീതികൾ ഇന്ത്യ, പേർഷ്യ, അറേബ്യ, ചൈന, ജപ്പാൻ എന്നീ രാജ്യങ്ങളിൽ പ്രചാരത്തിലുണ്ടായിരുന്നു.

പ്രാചീന കാലത്ത് സംഖ്യകളെ സൂചിപ്പിക്കാൻ പ്രചാരത്തിലുള്ള മറ്റൊരു രീതിയാണ് വെഡ്ജ് രീതി (Wedge method). ക്രിസ്തുവിന് മുമ്പ് മൂവായിരത്തിനും അയ്യായിരത്തിനും വർഷങ്ങൾക്കിടയിലാണ് ഈ രീതി നിലവിലുണ്ടായിരുന്നത്. വെഡ്ജ് രീതി താഴെ കൊടുത്തിരിക്കുന്ന രീതിയിലാണ് രേഖപ്പെടുത്തിയിരുന്നത്.

1 2 3

4 5 6

ഈ രീതി മറ്റു രാജ്യങ്ങളിൽ അത്ര പ്രചാരത്തിലിരുന്നതായി കാണുന്നില്ല.

അമേരിക്കയിലെ മയന്മാർ എന്നറിയപ്പെടുന്ന വർഗക്കാരുടെ ഇടയിൽ സംഖ്യകൾ രേഖപ്പെടുത്തുന്നതിന് വരയും കുത്തും (Bar and Dot) ചേർന്നുള്ള സങ്കരരീതി കാണപ്പെടുന്നുണ്ട്. ഈ രീതി ചിത്രത്തിൽ കൊടുത്തിരിക്കുന്നു.

ഇരുപതിന് 0 എന്ന പ്രത്യേക ചിഹ്നമാണ് ഉപയോഗിച്ചു കാണുന്നത്.

പ്രാചീന മനുഷ്യരുടെ സംഖ്യാബോധത്തെപ്പറ്റി ഇന്ന് കേൾക്കുമ്പോൾ നമുക്ക് ചിരിവരും. എത്രകോടി സംഖ്യകൾ വേണമെങ്കിലും

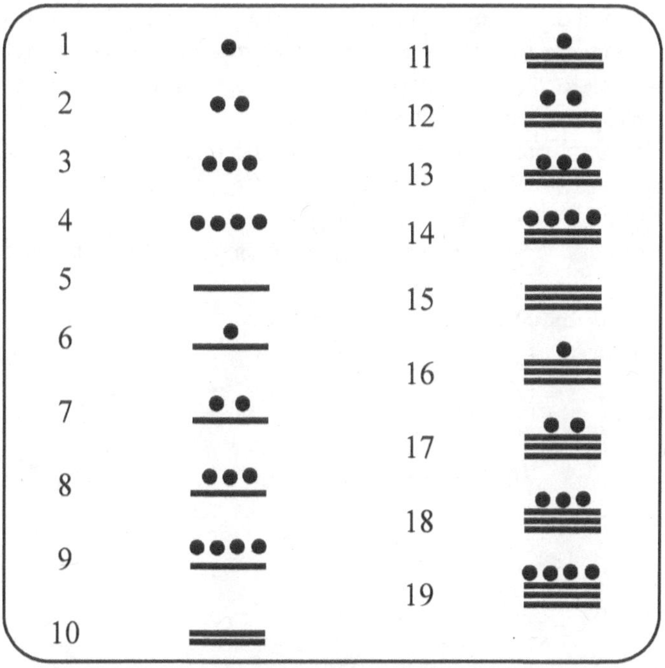

മയന്മാരുടെ സംഖ്യകൾ

സ്റ്റോക്കുള്ള നമുക്ക് അവരുടെ സംഖ്യാരീതിയെപ്പറ്റി അത്ഭുതം തോന്നാം. പക്ഷേ, ഇന്നത്തെ ചെറിയ കുട്ടിക്കുള്ള സംഖ്യാബോധം പോലും അന്ന് അവർക്കുണ്ടായിരുന്നില്ല. ആഫ്രിക്കയിലെ ഹോട്ടൻടോട്ട് വർഗക്കാർക്ക് അവരുടെ ഭാഷയിൽ ഇപ്പോഴും മൂന്നിനേക്കാൾ വലിയ സംഖ്യയില്ലത്രെ. മൂന്ന് കഴിഞ്ഞാൽ പിന്നെ അവന് 'വളരെ' യാണ്. അഞ്ച് മക്കളുള്ള ഒരാളോട് എത്ര മക്കളുണ്ടെന്ന് ചോദിച്ചാൽ അനേകം എന്നായിരിക്കും ഉത്തരം.

ആസ്ത്രേലിയയിലെ ആദിവാസികളിൽ നിന്ന് തെരഞ്ഞെടുത്ത മുപ്പതോളം ഭാഷകളിൽ നാലിനെക്കാൾ വലിയ സംഖ്യകൾക്കു പേരില്ല. പല ഭാഷകളിലും രണ്ടുകഴിഞ്ഞാൽ 'വളരെ' യാണ്. ഇരുപതാം നൂറ്റാണ്ടിൽ ഇതാണ് സ്ഥിതിയെങ്കിൽ ആയിരം വർഷങ്ങൾക്കുമുമ്പുള്ള സ്ഥിതി പറയാനുണ്ടോ?"

"അച്ഛാ, അപ്പോൾ ഓരോ രാജ്യത്തിനും വിവിധ രീതിയിലാണോ സംഖ്യകൾ വികസിച്ചത്?"

"തീർച്ചയായും. അതാണല്ലോ ആഫ്രിക്കക്കാരും ആസ്ട്രേലിയക്കാരും ഇത്രയും പിന്നിലായിപ്പോയത്."

"ഏത് രാജ്യക്കാരാണ് സംഖ്യയുടെ കാര്യത്തിൽ മുൻപിലുണ്ടായിരുന്നത്?"

“ഈജിപ്ത്, ബാബിലോണിയ, ഭാരതം, ചൈന, ഗ്രീസ്, റോം തുടങ്ങിയ രാജ്യങ്ങളിലെല്ലാം വളരെ പ്രാചീനകാലത്തുതന്നെ സംഖ്യാബോധം വളർന്നിരുന്നു. ഓരോ രാജ്യക്കാരും അവകാശപ്പെടുന്നത് അവരുടെ രാജ്യമാണ് മുൻപന്തിയിൽ എന്നാണ്.”

“വിവിധ രാജ്യങ്ങളിലെ സംഖ്യാപുരോഗതിയെപ്പറ്റിയും അച്ഛൻ കുറച്ചു കാര്യങ്ങൾ പറഞ്ഞുതരണം.”

“ശരി, ഇനി ഒരു സിഗരറ്റ് വലിച്ചിട്ടാവട്ടെ.”

“അയ്യോ, അച്ഛൻ സിഗരറ്റ് വലിക്കാൻ തുടങ്ങുമ്പോൾ ഞങ്ങൾ മുറി വിട്ടിറങ്ങും.”

“ശരി. എന്നാൽ നമ്മുടെ കഥ തുടരാം.....”

സംഖ്യകൾ വിവിധ രാജ്യങ്ങളിൽ

അച്ഛൻ കഥ തുടർന്നു:

"പ്രാചീന മനുഷ്യരിൽ സംഖ്യാബോധം ഏറ്റവും വളർന്ന രാജ്യങ്ങളിൽ ഒന്നായിരുന്നു ഈജിപ്ത്. സംഖ്യകൾ എഴുതുന്നതിനെ സംബന്ധിച്ച് ഏറ്റവും പഴക്കമുള്ള ലിഖിതങ്ങളാണ് അവരുടേത്. ഈജിപ്തുകാരുടെ ലിഖിതങ്ങൾ ഹൈറോഗ്ലിഫിക്സ് എന്നാണറിയപ്പെടുന്നത്. ക്രിസ്തുവിന് മുമ്പ് മൂവായിരത്തിമുന്നൂറ് വർഷങ്ങൾക്കുമുമ്പ് ഈ ലിഖിതങ്ങൾ ഉണ്ടായിരുന്നതായി ചരിത്രപണ്ഡിതന്മാർ അഭിപ്രായപ്പെടുന്നു.

സംഖ്യകൾ രേഖപ്പെടുത്തുന്നതിനായി കല്ല്, ഈറ (പപ്പൈറസ്) മരം, മണ്ണ് എന്നിവയും ഉപയോഗിച്ചിരുന്നതായി വ്യക്തമായ തെളിവുകൾ ലഭിച്ചിട്ടുണ്ട്. പത്തുലക്ഷം വരെയുള്ള സംഖ്യകൾ എഴുതാൻ അവർക്ക് സാധിച്ചിരുന്നു. ദശക്രമം അവർ അംഗീകരിച്ചിരുന്നു. എങ്കിലും പൂജ്യത്തിന് ചിഹ്നമുണ്ടായിരുന്നില്ല.

ഒരു ചിഹ്നം മാത്രം ഉപയോഗിച്ച് വളരെ വലിയ സംഖ്യകൾ രേഖപ്പെടുത്താൻ അവർക്ക് സാധിച്ചിരുന്നു. സ്ഥാനവലിപ്പം എന്ന ആശയം അവർക്ക് പരിചയമുണ്ടായിരുന്നില്ല. അതിനാലാണ് വലിയ വലിയ സംഖ്യകൾക്കും പ്രത്യേകം ചിഹ്നങ്ങൾ ഉപയോഗിച്ചത്. ഒന്ന്, രണ്ട്, മൂന്ന് എന്നീ സംഖ്യകൾക്ക് അവർ കുത്തനെ വരകളാണ് ഉപയോഗിച്ചിരുന്നത്. ഒന്നിന് കുത്തനെ ഒരു വര, രണ്ടിന് കുത്തനെ രണ്ടുവര, പത്തിനെ സൂചിപ്പിക്കാൻ 'റ' എന്ന പ്രത്യേക ചിഹ്നം കണക്കാക്കി. പിന്നീട് 'റ1' എന്നത് പതിനൊന്നിനും 'റ11' എന്നത് പന്ത്രണ്ടിനും ചിഹ്നങ്ങളായി. ഇരുപതായപ്പോൾ 'റ്റ' എന്ന ചിഹ്നം ഉപയോഗിച്ചു. നൂറ് എന്ന സംഖ്യയ്ക്ക് ഒരറ്റം അൽപ്പം ചുരുട്ടിയതും മറ്റേ അറ്റം തൂങ്ങിക്കിടക്കുന്നതുമായ കയറിന്റെ ചിത്രമായിരുന്നു.

"കയറും നൂറും തമ്മിലെന്താ അച്ഛാ ഒരു ബന്ധം?" സന്തോഷിന്റെ സംശയം.

"പ്രാചീന മനുഷ്യരല്ലെ മൃഗങ്ങളെ കെണിയിൽ വീഴ്ത്താൻ കയർ ഉപയോഗിച്ചിരിക്കണം. നൂറ് കെണികൾ വെച്ചതിനാലാകാം ചുരുട്ടിയ കയർ നൂറിന്റെ ചിഹ്നമായത്."

"ഇത് കീ എന്നതിന്റെ വള്ളി പോലെയുണ്ട്." സന്തോഷ് അഭിപ്രായപ്പെട്ടു.

"അല്ല നൂറിന്റെ 'നൂ' വിലുള്ള ചിഹ്നമാ." സീന തിരിച്ചടിച്ചു.

"ആയിരത്തിന് താമരയുടെ ചിത്രമായിരുന്നു. അനേകം ഇതളുകളുടെ ഒരു കൂട്ടം, സഹസ്രദളപത്മം, ആയിരം ഇതളുള്ള താമര എന്നോർത്താൽ മതി. ആയിരത്തിന്റെ ചിഹ്നം കിട്ടും."

"പതിനായിരത്തിനോ."

"മടക്കിയ ഒരു ചൂണ്ടുവിരലാണ് പതിനായിരത്തിന്റെ ചിഹ്നം. ഇത് ഫറോവചക്രവർത്തിയുടെ വിരലായിരുന്നുവത്രെ. ഉഗ്രപ്രതാപിയായ അദ്ദേഹം വിരലൊന്നനക്കിയാൽ പതിനായിരങ്ങൾ വിറച്ചുപോകും! അപ്പോൾ പതിനായിരത്തിന് രാജാവിന്റെ വിരൽതന്നെ ഏറ്റവും നല്ല ചിഹ്നം."

"ആയിരവും പതിനായിരവുമായി. ഇനി ലക്ഷത്തിന്റെ ചിഹ്നമോ?"

"ലക്ഷത്തിന് മത്സ്യം. ഈജിപ്തിലെ നൈൽനദിയിൽ ലക്ഷക്കണക്കിന് മത്സ്യങ്ങൾ ഉണ്ടായിരുന്നിരിക്കണം. അതായിരിക്കും ലക്ഷത്തിന് മത്സ്യചിഹ്നം ഉപയോഗപ്പെടുത്തിയത്. പത്ത് ലക്ഷത്തിന് വാൽമാക്രിയാണ് ചിഹ്നം. നൈൽനദിയിൽ മത്സ്യങ്ങളേക്കാളേറെ വാൽമാക്രികൾ ഉണ്ടെന്നിരിക്കാം.

ഇനി റോമാക്കാരുടെ കാര്യം നോക്കാം.

റോമാക്കാരുടെ സംഖ്യാസമ്പ്രദായം നൂറ്റാണ്ടുകളോളം ലോകത്തിന്റെ വിവിധഭാഗങ്ങളിൽ പ്രചാരത്തിലുണ്ടായിരുന്നു. ഭാരതത്തിന്റെ ദശക്രമസമ്പ്രദായം ലോകമെങ്ങും വ്യാപിക്കുന്നതിന് മുമ്പ് ആധിപത്യം റോമൻ സമ്പ്രദായത്തിനായിരുന്നു. റോമൻ അക്കങ്ങൾ ഇപ്പോഴും ചെറിയ തോതിൽ ഉപയോഗിക്കുന്നുണ്ട്. ഇപ്പോഴുള്ള ചില ക്ലോക്കുകളുടെ ഡയലുകൾ ഈ രീതിയിൽ അങ്കനം ചെയ്തിരിക്കുന്നത് കാണാം. ചോദ്യക്കടലാസിൽ ചിലപ്പോൾ ചോദ്യത്തിന് നമ്പർ ഇടുന്നത് റോമൻ രീതിയിലാണ്. ചില പുസ്തകങ്ങളിൽ അധ്യായത്തിന് നമ്പറിടാനും ഇവ ഉപയോഗിക്കുന്നുണ്ട്.

റോമാക്കാരന്റെ സംഖ്യാസമ്പ്രദായത്തിന് സ്ഥാനവിലയില്ല. പൂജ്യവുമില്ല. ഈജിപ്തുകാരന്റെ ചിഹ്നംപോലെ വലിയ സംഖ്യകൾക്ക് പ്രത്യേക ചിഹ്നങ്ങളുണ്ട്. അക്കങ്ങൾക്ക് പൊതുവെ ഇംഗ്ലീഷ് അക്ഷരങ്ങളാണ് ഉപയോഗിക്കുന്നത്. V, X, M, L, C എന്നിവയെല്ലാം റോമൻ അക്കങ്ങളുമാണ്.

മറ്റ് പല രാജ്യക്കാരെപ്പോലെയും റോമക്കാരും ഒന്നുമുതൽ മൂന്നുവ

രെയുള്ള സംഖ്യകൾക്ക് കുത്തനെയുള്ള വരകളാണ് ഉപയോഗിക്കുന്നത്. ഒന്നിന് ഒരു വര, രണ്ടിന് രണ്ടു വര, മൂന്നിന് മൂന്നുവര, അഞ്ചിന് V എന്ന ചിഹ്നം ഉപയോഗിക്കുന്നു. V എന്ന ചിഹ്നമുണ്ടായത് മനുഷ്യന്റെ കൈയുടെ ചിത്രം ലോപിച്ചതാണെന്നാണ് പണ്ഡിതമതം. നിവർത്തിപ്പിടിച്ച ഒരു കൈയിൽ അഞ്ച് വിരലുകളാണല്ലോ ഉള്ളത്. ഇടതുഭാഗത്ത് ഒന്ന് ചേർത്ത് നാലിനുള്ള ചിഹ്നം കണ്ടെത്തി. ഒരു അക്കത്തിന്റെ ഇടതുഭാഗത്ത് മറ്റൊരു ചെറിയ അക്കം ചേർത്താൽ കുറയ്ക്കുക എന്നും, വലതു ഭാഗത്ത് ചേർത്താൽ കൂട്ടുക എന്നതുമാണ് അംഗീകരിക്കപ്പെട്ട തത്വം. ഇതുപ്രകാരമാണ് ഒമ്പതിന്റെ ചിഹ്നവും രൂപപ്പെട്ടത്. റോമക്കാരന് പത്തിന്റെ ചിഹ്നം 'X' ആകുന്നു. രണ്ട് 'V' ചിഹ്നങ്ങൾ ചേർന്നതാണ് 'X'എന്ന ചിഹ്നം. 'v' രണ്ട് ചിഹ്നങ്ങൾ പല രീതിയിൽ ചേർത്തിരുന്നുവത്രെ. ഒടുവിലാണ് ഒന്ന് മുകളിലും ഒന്ന് താഴെയുമാക്കി 'X' എന്ന രൂപം അംഗീകരിക്കപ്പെട്ടത്.

നൂറിന് 'C' എന്ന അക്ഷരമാണ് റോമാക്കാർ ഉപയോഗിക്കുന്നത്. 100 എന്നർഥമുള്ള ലാറ്റിൻപദം 'Centum' എന്നാകുന്നു. ഇതിന്റെ ആദ്യാക്ഷരമായാണ് നൂറിനെ സൂചിപ്പിക്കാൻ 'C' ഉപയോഗിച്ചത്. സെന്റീമീറ്റർ എന്ന പദം നിങ്ങൾ ഓർക്കുന്നുവല്ലോ. നൂറിനുള്ള 'C' നെടുകെ ഛേദിച്ചാണ് അമ്പതിനുള്ള ചിഹ്നമുണ്ടാക്കിയത്. അതിന് അൽപ്പമൊരു ഭംഗി കൂട്ടി 'L' രൂപത്തിലാക്കി. അപ്പോൾ 'L' എന്നാൽ അമ്പതെന്നർഥം.

'Mille' എന്ന ലാറ്റിൻ പദത്തിന് ആയിരം എന്നർഥം. അതിനാൽ ആയിരത്തിനുള്ള ചിഹ്നം 'M' ആയി തീർച്ചപ്പെടുത്തി. 500ന് 'D' യും ഉപയോഗിക്കുന്നു. നേരത്തെ പറഞ്ഞതുപോലെ ചെറിയ അക്കം ഇടത്തായാൽ കുറയ്ക്കുക. വലത്തായാൽ കൂട്ടുക എന്ന തത്വം ഉപയോഗിച്ച് റോമക്കാർ വിവിധ സംഖ്യകൾ എഴുതുന്നു.

അതായത്:

XL = 50 - 10 = 40 LX = 50 + 10 = 60

XC = 100 - 10 = 90CX = 100 + 10 = 110

സാധാരണയായി റോമൻ സംഖ്യകളിൽ I, V, X, L എന്നിവ മൂന്നിൽ കൂടുതൽ ആവർത്തനങ്ങൾ ഉണ്ടാകാറില്ല. വലിയ സംഖ്യകൾ എഴുതേണ്ടിവരുമ്പോൾ മുകളിൽ ഒരു വരയിടുന്ന പതിവുമുണ്ട്. ഏതെങ്കിലും ഒരു അക്കത്തിന്റെ മുകളിൽ ഒരു വരയിട്ടാൽ ആയിരംകൊണ്ട് ഗുണിക്കണം എന്നാണ് ചട്ടം.

അതായത്:

V = 5000 X = 10000

L = 50,000 C = 100000

ഈ രീതിയിൽ സാമാന്യം വലിപ്പമുള്ള സംഖ്യകൾ എഴുതാൻ സാധിച്ചിരുന്നു.

റോമൻ സംഖ്യകൾ ഉപയോഗിച്ചുള്ള ഗണിതക്രിയകൾക്ക് മണിച്ചട്ടം (Abacus) ആണ് ഉപയോഗിച്ചിരുന്നത്. സംഖ്യകൾ തമ്മിൽ കൂട്ടുന്നതിനും

കുറയ്ക്കുന്നതിനും നമ്മുടെ സംഖ്യാരീതി വളരെ എളുപ്പമാണ്. എന്നാൽ, റോമൻ രീതിയിലുള്ള അക്കങ്ങൾ സങ്കലന വ്യവകലന ക്രിയകൾക്ക് വേഗം വഴങ്ങിക്കൊടുക്കുന്നതല്ല! ഭാരതീയരീതി ലോകത്തിലാകമാനം ഏറ്റവും വ്യാപകമായി പ്രചരിക്കാനുള്ള കാരണം അതിന്റെ ഗണിതക്രിയകൾക്കുള്ള മേന്മയും സൗകര്യവുമാണ്.

ബാബിലോണിയക്കാർക്കും ഗണിതത്തിൽ മഹത്തായ ഒരു പാരമ്പര്യം അവകാശപ്പെടാനുണ്ട്. ഏഷ്യാഭൂഖണ്ഡത്തിലെ ഒരു പ്രദേശമാണ് ബാബിലോണിയ. നാലായിരം വർഷങ്ങൾക്കു മുമ്പുള്ള അവിടത്തെ ഏതാനും ലിഖിതങ്ങൾ നമുക്ക് ലഭിച്ചിട്ടുണ്ട്. നാലായിരം വർഷമെന്നുപറഞ്ഞാൽ ക്രിസ്തുവിനും സുമാർ രണ്ടായിരം വർഷങ്ങൾക്ക് മുമ്പെന്നർഥം. ഒരറ്റം കൂർത്ത ഒരു കോൽകൊണ്ട് അവൻ കളിമണ്ണിൽ എഴുതിയിരുന്നു. എഴുത്തുകോൽ 'സ്റ്റൈലസ്' എന്നാണ് അറിയപ്പെടുന്നത്. സൂക്ഷിക്കേണ്ടവ എഴുതിയ ശേഷം ഉണക്കിവേവിച്ച് ഇഷ്ടികകളാക്കി

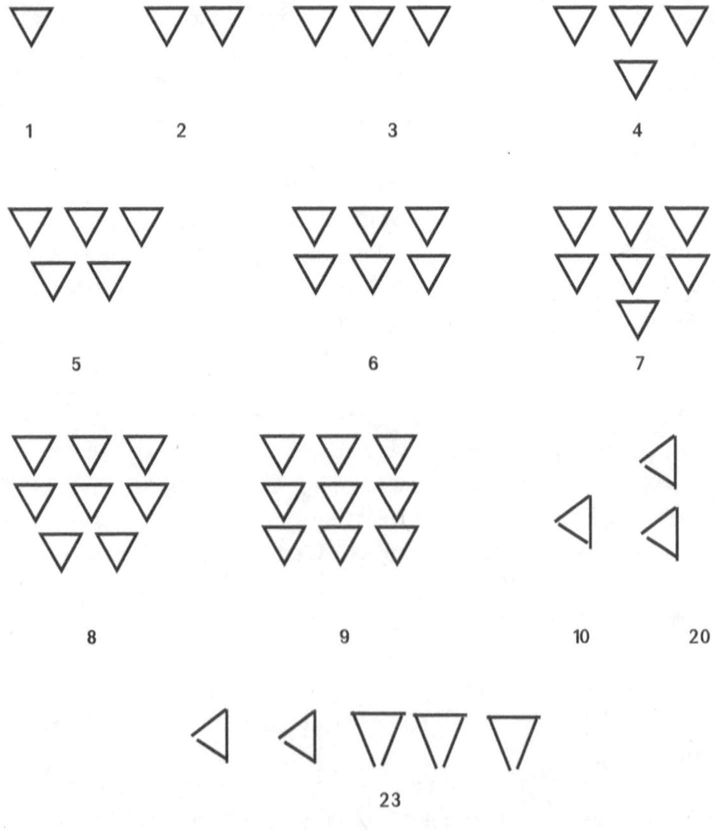

മാറ്റിയിരുന്നു. ഭംഗിയായി വെട്ടിയെടുത്ത് ചുട്ടെടുത്ത ഇത്തരം ലിഖിതങ്ങൾ സൂക്ഷിക്കാൻ എളുപ്പമായിരുന്നു. സംഖ്യകൾ എഴുതാൻ ത്രികോണാകൃതിയാണ് ഉപയോഗിച്ചിരുന്നത്. 'ക്യൂനിഫോം' എന്നാണ് അവരുടെ എഴുത്തിനുള്ള പേർ. മുമ്പ് സൂചിപ്പിച്ച വെഡ്ജ് ആകൃതിയാണ് ഇവയ്ക്കുള്ളത്. അവരുടെ സംഖ്യകൾ താഴെ കൊടുക്കുന്നു.

ഇവരുടെ ലിഖിതങ്ങളിൽ 10, 60 എന്നീ രണ്ട് സംഖ്യാക്രമങ്ങൾ കാണുന്നു. പൂജ്യത്തിന് ചിഹ്നം കാണപ്പെടുന്നില്ല. V എന്ന ചിഹ്നം ഒന്നിനെ മാത്രമല്ല 60 നെയും 3600 നെയും സൂചിപ്പിച്ചിരുന്നു. 60 ന്റെ ഏതു പൂർണ ഘാതങ്ങൾക്കും V എന്ന ചിഹ്നം തന്നെയാണ് ഉപയോഗിക്കുന്നത്. അതായത് 'n' ഒരു പോസിറ്റീവ് പൂർണസംഖ്യയായാൽ '60n' എന്ന ഏത് സംഖ്യയ്ക്കും V എന്ന ചിഹ്നം ഉപയോഗിക്കും. അതിനാൽ V യുടെ വില നിർണയിക്കുന്നത് സന്ദർഭത്തിനനുസരിച്ചാണ്.

1854 ൽ ബ്രിട്ടീഷ് ഭൗമശാസ്ത്രജ്ഞനായ ഡബ്ല്യു കെ ലോഫ്റ്റസിന് (W K Loftus) സെൻ കേർച്ചിൽ (Sen kerch) വെച്ച് രണ്ട് ലിഖിതങ്ങൾ ലഭിക്കുകയുണ്ടായി. ഈ ലിഖിതങ്ങളിൽ നിന്ന് ബാബിലോണിയക്കാരുടെ സംഖ്യകളെപ്പറ്റി നമുക്ക് കൂടുതൽ വിവരങ്ങൾ ലഭിക്കുന്നുണ്ട്. ഇവയിൽ ഒന്നുമുതൽ അറുപതുവരെയുള്ള സംഖ്യകളുടെ ഘനവർഗങ്ങളും കാണുന്നു. ഈ ലിഖിതങ്ങളുടെ കാലം നാലായിരത്തി ഒരുനൂറ് വർഷം മുമ്പായിരുന്നുവെന്ന് അനുമാനിക്കപ്പെടുന്നു.

തെക്കെ അമേരിക്കയിലെ മയന്മാർക്കും സാമാന്യം ബൃഹത്തായൊരു ഗണിതപാരമ്പര്യമുണ്ട്. സുമാർ മൂവായിരത്തി അഞ്ഞൂറ് വർഷങ്ങൾക്കു മുമ്പാണ് അവർ സാംസ്കാരികമായി പുരോഗമിച്ചത്. ക്രിസ്തു വർഷം ആയിരത്തി എഴുന്നൂറ് വരെയുള്ള മൂവായിരത്തിലധികം വർഷം നീണ്ടുനിന്ന സാംസ്കാരിക കാലഘട്ടത്തിൽ ഗണിതത്തിനും നല്ല വളർച്ച അനുഭവപ്പെട്ടിരുന്നു. മയന്മാർ രണ്ട് വിധത്തിലുള്ള സംഖ്യാസമ്പ്രദായങ്ങൾ ഉപയോഗിച്ചിരുന്നു. ഒരു സംഖ്യാസമ്പ്രദായം പുരോഹിത വർഗത്തിനും മറ്റൊന്ന് സാധാരണക്കാർക്കും വേണ്ടിയായിരുന്നു. ഇവ അധിഷ്ഠാനത്തിലും ചിഹ്നത്തിലും വളരെ വ്യത്യസ്തമായിരുന്നു.

പുരോഹിത വർഗത്തിനുള്ള സംഖ്യാസമ്പ്രദായം മതപരമായ ആവശ്യങ്ങൾക്കാണ് കൂടുതൽ ഉപയോഗിച്ചിരുന്നത്. ഇവയിലെ സംഖ്യാചിഹ്നങ്ങൾക്ക് ദൈവികത്വമുണ്ടായിരുന്നു. സാധാരണക്കാർക്ക് മനസിലാക്കാൻ പ്രയാസമായ രീതിയിലുള്ള സങ്കേതങ്ങൾ ഈ സംഖ്യാസമ്പ്രദായത്തിൽ ഉൾപ്പെട്ടിരുന്നു. ഇതിൽ 20 ഉം 360 ഉം അധിഷ്ഠാന സംഖ്യയായി സ്വീകരിച്ചിരുന്നു.

സാധാരണക്കാരന്റെ സംഖ്യാസമ്പ്രദായത്തിൽ 20 ആണ് അധിഷ്ഠാനമായിട്ടുള്ളത്. ഇരുപതുവരെ അഞ്ച് ഉപയോഗിച്ച് എണ്ണുന്നു. 400 വരെ എണ്ണുന്നത് 20 ഉപയോഗിച്ചാണ്. ഈ രീതിയിൽ 20, 400, 8000, 160000 എന്നിവയാണ് സ്ഥാനവില. ഇവർ ഉപയോഗിച്ചിരുന്ന സംഖ്യകളുടെ ചിഹ്നങ്ങൾ നാം മുമ്പ് പഠിച്ചല്ലോ. 1 നെ ഹൻ (Hun) എന്നും 20 നെ കൽ

(Kal) എന്നും 400 നെ (Bak) എന്നുമാണ് വിളിച്ചിരുന്നത്. ഇരുപതിന്റെ ഗുണിതങ്ങളായി അവരുടെ പട്ടിക നീളുന്നു. ഇതുപ്രകാരം

400 X20 = 8000 - പിക് (Pic).

8000 X 20=160000- കബൽ (Cabal)

160000 X 20= 3200000 (കിഞ്ചിൽ) Kinchil

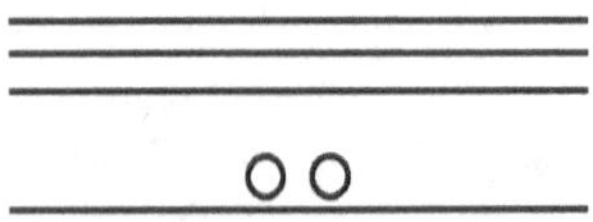

3200000 X20= 64000000 - അലാൻ (Alan)

64000000 X 20 = 1280000000 - ഹബ്ലറ്റ് (Hablat)

ഈ രീതിയിൽ മുകളിൽനിന്ന് താഴോട്ടാണ് സംഖ്യകൾ എഴുതുന്നത്, ഉദാഹരണമായി.

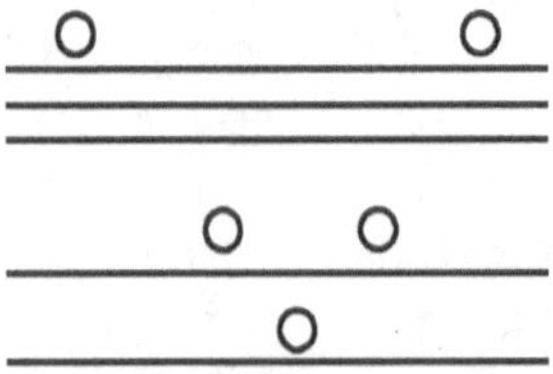

എന്നത് രണ്ട് സ്ഥാനമുള്ള ഒരു സംഖ്യയെ സൂചിപ്പിക്കുന്നു. ആദ്യത്തെ സ്ഥാനത്ത് 15 ഉം രണ്ടാമത്തെ സ്ഥാനത്ത് 7 ഉം ആണുള്ളത്. അതായത്, സംഖ്യ 15 കൽ 7 ഹൻ ആകുന്നു.

15 കൽ 7 ഹൻ = 15 ത 20 + 7= 307 മൂന്നക്കമുള്ള ഒരു സംഖ്യയാണ്.

ഇത് 17 ബക്ക്, 7 കൽ, 6 ഹൻ എന്ന് സൂചിപ്പിക്കുന്നു. സ്ഥാനവില 20 ന്റെ ഗുണിതങ്ങളാണല്ലോ അപ്പോൾ.

15 ബക്ക് 7 കൽ 6 ഹൻ = 17 (400) + 7 (20) + 6 = 6946

നമ്മുടെ സമ്പ്രദായത്തെക്കാൾ കുറഞ്ഞ എണ്ണം അക്കങ്ങൾകൊണ്ട് വലിയ സംഖ്യകൾ രേഖപ്പെടുത്താമെന്നത് ഈ സമ്പ്രദായത്തിന്റെ പ്രത്യേകതയാണ്. പക്ഷേ, ഇടത്തുനിന്ന് വലത്തോട്ടല്ല മുകളിൽ നിന്ന് താഴേക്കാണ് എഴുതുന്നത് എന്ന കാര്യം ശ്രദ്ധിക്കണം.

പ്രാചീന ഗണിതശാസ്ത്ര ചരിത്രത്തിൽ ഗ്രീക്കുകാർക്ക് അതുല്യമായ സ്ഥാനമാണുള്ളത്. സംഖ്യകളെപ്പറ്റി ഏറ്റവുമധികം പഠനം നടത്തിയ പ്രാചീന ഗണിതശാസ്ത്രജ്ഞനായ പൈഥഗോറസും ഗ്രഹണം ആദ്യമായി പ്രവചിച്ച ഥെയ്സും അപ്പോളോണിയസും പ്ലാറ്റോവും ഗ്രീക്കുകാരത്രെ.

ഗ്രീക്കുകാർ സംഖ്യകൾ എഴുതാൻ പല സമ്പ്രദായങ്ങളും ഉപയോഗിച്ചിരുന്നു. സംഖ്യകളുടെ പേരിന്റെ ആദ്യാക്ഷരം ചിഹ്നമായി സ്വീകരി

ക്കുകയാണ് ഒരു രീതി.

"അപ്പോൾ ഈ രീതി നമ്മൾ സ്വീകരിച്ചാൽ ആയിരത്തിന് 'ആ' എന്നും ലക്ഷത്തിന് 'ല' എന്നും മതിയാകുമല്ലോ." സന്തോഷിന്റെ അഭിപ്രായംകേട്ട് പുഞ്ചിരിച്ചുകൊണ്ട് അച്ഛൻ തുടർന്നു. "പിന്നീട് ഈ സമ്പ്രദായത്തിന് അൽപ്പം പരിഷ്കാരം നൽകി. രണ്ടായിരത്തിയഞ്ഞൂറ് വർഷങ്ങൾക്കുമുമ്പാണ് ഒരു പുതിയ പരിഷ്കാരം ഏർപ്പെടുത്തിയത്. അവരുടെ അക്ഷരമാലയിലെ ഓരോ അക്ഷരത്തിനും ഓരോ സംഖ്യകൾ. അവർക്ക് 24 അക്ഷരങ്ങളാണ് പ്രചാരത്തിലുണ്ടായിരുന്നത്. അത്ര പ്രചാരത്തിലില്ലാതിരുന്ന മൂന്ന് അക്ഷരങ്ങളും ചേർത്ത് 27 അക്ഷരങ്ങൾക്ക് ഓരോ സംഖ്യ വീതിച്ചുകൊടുത്തു. അതുപ്രകാരം ആദ്യത്തെ അക്ഷരമായ ആൽഫ എന്നാൽ ഒന്നാകുന്നു. ബീറ്റ = രണ്ട്, ഗാമ= മൂന്ന് എന്നിങ്ങനെ പോകുന്നു പേരുകൾ. പത്തു കഴിഞ്ഞാൽ പിന്നീട് 20, 30, 40.... എന്നിങ്ങനെയാണ് വിലകൾ.

ഗ്രീക്കുകാരുടെ മറ്റൊരു സംഖ്യാ സമ്പ്രദായത്തിൽ 'മിറിയഡ്' എന്ന് ഉപയോഗിച്ചുകാണുന്നു. പതിനായിരത്തിന് തുല്യമായ ഈ സംഖ്യയാണ് പുരാതന ഗ്രീക്കുകാരുടെ ഏറ്റവും വലിയ സംഖ്യാനാമം. ക്രിസ്തുവിന് മുമ്പ് മൂന്നാം നൂറ്റാണ്ടിൽ ജീവിച്ചിരുന്ന ആർക്കിമിഡീസ് വലിയ സംഖ്യകൾ സങ്കൽപ്പിക്കാനും എഴുതാനും താൽപ്പര്യം പ്രകടിപ്പിച്ചിരുന്നു. ഏറ്റവും വലിയ സംഖ്യയായ മിറിയഡിൽ നിന്നാണ് ആർക്കിമിഡീസ് പുതിയ സംഖ്യകൾ കണ്ടെത്തിയത്. 'പതിനായിരം പതിനായിരം' എന്ന ഒരു വലിയ സംഖ്യ അവതരിപ്പിക്കുകയും അതിന് ഒക്റ്റാഡ് എന്ന് പേരിടുകയും ചെയ്തു. ഒരു ഒക്റ്റാഡ് പത്ത് കോടിയാകുന്നു. പിന്നീട് അതിലും വലിയ ഒരു സംഖ്യ 'പത്തുകോടി പത്തുകോടി' സങ്കൽപ്പിച്ചു. ഈ വിധത്തിൽ എത്ര വലിയ സംഖ്യയേയും സങ്കൽപ്പിക്കാമെന്ന് ആർക്കിമിഡീസ് സ്ഥാപിച്ചു.

ഗ്രീക്കുകാർ വിവിധ സംഖ്യാസമ്പ്രദായങ്ങൾ ആവിഷ്കരിച്ചെങ്കിലും അവയൊന്നും ഗണിതക്രിയകൾക്ക് അനുയോജ്യമായിരുന്നില്ല."

സംഖ്യകൾ ഭാരതത്തിൽ

പ്രാചീനകാലത്ത് ഗണിതശാസ്ത്രത്തിൽ ഏറ്റവും പുരോഗമിച്ച രാജ്യങ്ങളിലൊന്ന് ഭാരതമാണെന്ന് പറഞ്ഞല്ലോ. ഭാരതീയർക്ക് സംഖ്യാ ബോധം എപ്പോൾ ആരംഭിച്ചു എന്നതിനെപ്പറ്റി വ്യക്തമായ സൂചനകളൊന്നും നമുക്ക് ലഭിച്ചിട്ടില്ല. സിന്ധുനദീതട സംസ്കാരകാലത്തെ ഏതാനും തെളിവുകൾ നമുക്ക് ലഭിച്ചിട്ടുണ്ട്. ഇവയാണ് നമുക്ക് ലഭിച്ചിട്ടുള്ള ഏറ്റവും പഴയ രേഖകൾ. സുമാർ ക്രിസ്തുവിന് മുമ്പ് 3250 നും 2750നും ഇടയ്ക്കാണ് സിന്ധുനദീതട സംസ്കാരത്തിന്റെ കാലമായി നിർണയിക്കപ്പെട്ടിട്ടുള്ളത്. അതായത്, സിന്ധുനദീതട സംസ്കാരത്തിന് അയ്യായിരത്തിലേറെ വർഷങ്ങൾ പഴക്കമുണ്ട്.

മോഹൻജൊദാരോവിൽ നിന്ന് ലഭിച്ചിട്ടുള്ള രേഖകളിൽ സംഖ്യകളെ സൂചിപ്പിക്കാൻ അടുത്തടുത്തായി നിരത്തിയ ലംബരേഖാഖണ്ഡങ്ങൾ ഉപയോഗിച്ചതായി കാണുന്നുണ്ട്. ഒന്നുമുതൽ ഒമ്പതുവരെയുള്ള സംഖ്യകൾ താഴെ കൊടുത്തിരിക്കുന്ന വിധത്തിൽ രേഖപ്പെടുത്തിയിട്ടുണ്ട്.

I	II	III	IIII	IIIII	IIIIII	IIIIIII	IIIIIIII	IIIIIIIII
1	2	3	4	5	6	7	8	9

10, 20, 30, ... 100, 200 മുതലായ വലിയ സംഖ്യകളെ എങ്ങനെ പ്രതിനിധീകരിച്ചുവെന്നതിന് നമുക്ക് തെളിവുകൾ ലഭിച്ചിട്ടില്ല.

"ഭാരതത്തിലെ പിന്നീടുള്ള സംഖ്യകളെപ്പറ്റി ആധികാരികമായി

തെളിവുകൾ ലഭിച്ചത് വേദകാലം മുതൽക്കാണ്. നമുക്ക് പ്രധാനമായി 4 വേദങ്ങളാണുള്ളത്. ഏതെല്ലാമെന്ന് സീനയ്ക്കറിയാമോ?”

“എനിക്കറിയാം. ഋഗ്വേദം, യജുർവേദം, അഥർവവേദം, സാമവേദം.”

“ശരിയാണ്. ഇവ രചിക്കപ്പെട്ടത് സുമാർ മൂവായിരം വർഷങ്ങൾക്ക് മുമ്പാണ്. മനുഷ്യന്റെ ഭൗതികവും ആത്മീയവുമായ പുരോഗതിക്ക് ആവശ്യമായ വിജ്ഞാനശേഖരമാണ് വേദങ്ങൾ. ഈ വേദങ്ങളിലും വേദകാലത്തുള്ള മറ്റു വിജ്ഞാനഗ്രന്ഥങ്ങളിലും ഗണിതത്തെപ്പറ്റി വിശദീകരിക്കുന്നുണ്ട്. പുതിയ സംഖ്യകൾ കണ്ടുപിടിക്കുന്നതും അവയ്ക്ക് പേർ നൽകുന്നതും പുരാതന ഭാരതീയരുടെ ഇഷ്ടവിനോദമായിരുന്നു. പന്ത്രണ്ട് സ്ഥാനം വരെയുള്ള സംഖ്യകൾക്ക് അക്കാലത്ത് പേർ നൽകികാണുന്നു. സംഖ്യകൾ പത്തിന്റെ ഗുണിതങ്ങളായി ദശക്രമത്തിൽ ഉള്ളവയാണ്. യജുർവേദസംഹിതയിൽ സംഖ്യകൾക്ക് നൽകിയ പേരുകൾ താഴെ കൊടുക്കുന്നു.

1	10^0	ഏക
10	10^1	ദശ
100	10^2	ശത
1000	10^3	സഹസ്ര
10000	10^4	അയുത
100000	10^5	നിയുത
1000000	10^6	പ്രയുത
10000000	10^7	അർബുദ
1000000000	10^8	സർബുദ
1000000000	10^9	സമുദ്ര
10000000000	10^{10}	മധ്യ
100000000000	10^{11}	അന്ത
1000000000000	10^{12}	പരാർധ

ദശക്രമസമ്പ്രദായത്തിലല്ലാതെയുള്ള സംഖ്യാസമ്പ്രദായങ്ങളും ഭാരതത്തിൽ പ്രചാരത്തിലുണ്ടായിരുന്നു. ഭാരതത്തിലെ വിവിധ പ്രദേശങ്ങളിൽ വിവിധ രീതികളിലുള്ള സംഖ്യാസമ്പ്രദായങ്ങൾ പ്രചാരത്തിലുണ്ടായിരുന്നു. പക്ഷേ, പത്ത് അല്ലാതെ മറ്റു സംഖ്യകൾ ആധാരമായിട്ടുള്ള സംഖ്യാസമ്പ്രദായങ്ങൾ വളർച്ച പ്രാപിച്ചിട്ടില്ല.

പുരാതന ഭാരതത്തിൽ പ്രധാനമായി രണ്ടു രീതിയിലുള്ള ലിപികൾ പ്രചാരത്തിലുണ്ടായിരുന്നു. ബ്രാഹ്മി, ഖരോഷ്ടി എന്നിവയാണ് ഈ ലിപികൾ. ക്രിസ്തുവിന് മുമ്പ് മൂന്നാം നൂറ്റാണ്ടിൽ അശോകചക്രവർത്തിയുടെ കാലത്തുണ്ടായിരുന്ന ചില ലിഖിതങ്ങൾ നമുക്ക് ലഭിച്ചിട്ടുണ്ട്. ഇവയിൽ ഖരോഷ്ടി ലിപിയിൽ I, II, III, IIII എന്നീ നാല് സംഖ്യാ ചിഹ്നങ്ങൾ കാണുന്നുണ്ട്. അശോകചക്രവർത്തിയുടെ ഭരണകാലത്തിന് ഒരു നൂറ്റാ

ണ്ടിനുശേഷം രചിക്കപ്പെട്ടിട്ടുള്ളവയാണ് നാനാഘട്ട് ശിലാലിഖിതങ്ങൾ. പൂനയിൽ നിന്ന് സുമാർ 120 കിലോമീറ്റർ അകലെയുള്ള മലകളാണ് നാനാഘട്ട് മലകൾ. ഇവയുടെ മേൽഭാഗത്തുള്ള ഗുഹയിലെ ചുവരുകളിൽ സംഖ്യകൾ ഉൾപ്പെടെയുള്ള ലിഖിതങ്ങൾ രേഖപ്പെടുത്തിയിട്ടുണ്ട്. നാസിക് ഗുഹകളിലും പ്രാചീന ലിഖിതങ്ങൾ കണ്ടെത്തിയിട്ടുണ്ട്.

ഭാരതത്തിൽ കൂടുതൽ പ്രചാരത്തിലുള്ള ലിപിയായിരുന്നു ബ്രാഹ്മി ലിപി. ഇത് ഭാരതത്തിന്റെ ദേശീയലിപിയായിരുന്നു. ഇത് വലത്തുനിന്ന് ഇടത്തോട്ടാണ് എഴുതിയിരുന്നത്. മൂവായിരം വർഷങ്ങൾക്കുമുമ്പുതന്നെ ഇവ പരിഷ്കരിക്കപ്പെട്ടിരുന്നു.

പ്രാചീന കാലത്ത് സംഖ്യകളെ രേഖപ്പെടുത്താൻ ഭാരതീയർ ചിഹ്നങ്ങൾ മാത്രമല്ല, രസകരമായ മറ്റു പല രീതികളും ആവിഷ്കരിച്ചതായി കാണുന്നു. ശബ്ദസംഖ്യകൾ, പരൽപേരുകൾ, അക്ഷരപല്ലികൾ എന്നിവയാണ് അവരുടെ സംഖ്യാസൂചകരീതികൾ. വേദങ്ങളും കാവ്യങ്ങളും പോലെ ഗണിതശാസ്ത്രവും ശ്ലോകരൂപത്തിൽ എഴുതുന്നത് സാധാരണയായിരുന്നു. അച്ചടിവിദ്യ പ്രചാരത്തിലില്ലാതിരുന്ന കാലത്ത് പഠിക്കാനും ഓർക്കാനും സൗകര്യം വൃത്തനിബദ്ധമായ ശ്ലോകങ്ങളായിരുന്നു. ഭാരതത്തിലെ പ്രമുഖ ഗണിതശാസ്ത്രഗ്രന്ഥങ്ങളും ശ്ലോകരൂപത്തിലാണ് എഴുതിയിട്ടുള്ളത്. ഇത്തരം ശ്ലോകങ്ങളിലെ നാമപദങ്ങൾ സംഖ്യകളെ സൂചിപ്പിച്ചിരുന്നു. അഥവാ സംഖ്യകളെ സൂചിപ്പിക്കാൻ നാമപദങ്ങൾ ഉപയോഗിച്ചിരുന്നു.

ഒരു നാമപദവും അതിന്റെ പര്യായങ്ങളും ഒരു നിശ്ചിതസംഖ്യയെ സൂചിപ്പിക്കുകയാണ് ഈ രീതിയിൽ ചെയ്യുന്നത്. ഇത്തരം സംഖ്യകളെ ശബ്ദസംഖ്യകൾ എന്നുവിളിക്കുന്നു. ആകാശം ശൂന്യമാണ് എന്ന സങ്കൽപ്പത്തിൽ ആകാശവും അതിന്റെ പര്യായങ്ങളും പൂജ്യത്തെ സൂചിപ്പിക്കുന്നു. അതായത്, വ്യോമം, ഗഗനം, നഭസ്സ്, വാനം തുടങ്ങിയ പദങ്ങളെല്ലാം പൂജ്യത്തെ സൂചിപ്പിക്കുന്നു.

ഭൂമിയും ചന്ദ്രനും ഒന്നിനെ സൂചിപ്പിക്കുന്നു. ഇവ ഒന്നേ ഉള്ളൂ എന്നതുതന്നെ ഇതിന് കാരണം. ഭൂമിയുടെയും ചന്ദ്രന്റെയും പര്യായങ്ങളെല്ലാം 'ഒന്ന്' തന്നെ മാത്രമല്ല, ദേവേന്ദ്രന്റെ ആന (ഐരാവതം) കുതിര (ഉച്ചൈശ്രവസ്സ്), ഗണപതിയുടെ കൊമ്പ്, ആദിത്യന്റെ തേരുകൾ ശുക്രമുനിയുടെ കണ്ണ് എന്നിവയെല്ലാം 'ഒന്നി' നെ സൂചിപ്പിക്കുന്നു. ഇത് ഓർക്കാനുള്ള ശ്ലോകമിതാ,

ഇന്ദ്രവാരണമതിന്ദ്രവാജിയും
ചന്ദ്രശേഖരതനുജ ദന്തവും
അർക്കദേവരഥ ചക്രശുക്രനേ-
ത്രങ്ങളെന്നിവകളേകമായ് വരും."

"അപ്പോൾ രണ്ടിനെ സൂചിപ്പിക്കുന്ന പദങ്ങളേതൊക്കെയാണച്ഛാ?" സന്തോഷിന് ധൃതിയായി.

"ചിറകും പുഴയുടെ കരയും
തരുണീകുചവും മൃഗങ്ങൾതൻ കൊമ്പും
സാധാരണ കൺ, കാതെ-
ന്നിവ പറയാം രണ്ടുകൊണ്ടെന്നും"

മാത്രമല്ല ഇവയുടെ പര്യായങ്ങളും രണ്ടിനെ സൂചിപ്പിക്കും. ഇനി മൂന്നിനെ സൂചിപ്പിക്കാനുള്ള പദങ്ങൾ കേൾക്കൂ.

കാലാഗ്നി ദോഷാദികളും ഗുണങ്ങൾ
കാലാരിതൻ കൺമധു മൂർത്തിയേവം
ശൂലാഗ്രവും ജാഹ്നി തന്റെ മാർഗം
ഭൂലോക കോണങ്ങളുമത്ര മൂന്നാം"

"ഇത് രണ്ടിന്റേതുപോലെ അത്ര എളുപ്പമല്ലല്ലോ. ഇത് അച്ഛൻ അൽപ്പം വിശദീകരിച്ചു തരണം" സന്തോഷ് അച്ഛനോടാവശ്യപ്പെട്ടു.

"ശരി, ആദ്യത്തേത് കാലം. മൂന്ന് കാലത്തെപ്പറ്റി നിങ്ങൾ പഠിച്ചിരിക്കുമല്ലോ. ഭൂതം, വർത്തമാനം, ഭാവി. അപ്പോൾ കാലം മൂന്നിനെ സൂചിപ്പിക്കുന്നു. അതേപോലെ മൂന്നഗ്നികളുണ്ട്. ദക്ഷിണാഗ്നി, ഗാർഹപത്യം, ആഹാവലീയം."

"അയ്യോ, ഇത് ഞങ്ങൾ പഠിച്ചിട്ടില്ല."

"വൈദ്യശാസ്ത്രപ്രകാരമുള്ള ത്രിദോഷങ്ങൾ നിങ്ങൾ കേട്ടിരിക്കും — വാതം, പിത്തം, കഫം."

"ങാ, കേട്ടിട്ടുണ്ട്. അമ്മൂമ്മയ്ക്കിപ്പോൾ വാതത്തിന്റെ ഉപദ്രവമാണല്ലോ."

"ഗുണങ്ങളും മൂന്നെണ്ണമുണ്ട്- സത്വം, രജസ്സ്, തമസ്സ് എന്നിവ. മധുവും മൂന്നെണ്ണം — നെയ്യ്, പഞ്ചസാര, തേൻ."

"കണ്ടോ പഞ്ചസാര എന്നു കേട്ടപ്പോൾ ചേച്ചിയുടെ വായിൽ കപ്പലോടാൻ വെള്ളം."

"പോ ഞാനല്ലല്ലോ എന്നും പഞ്ചസാര കാണാതെ തിന്നുന്നത്. മൂർത്തി മൂന്നെണ്ണമേതാണച്ഛാ?"

"ബ്രഹ്മാവ്, വിഷ്ണു, ശിവൻ — ത്രിമൂർത്തികൾ, കേട്ടിട്ടില്ലേ?"

"ഉവ്വ്. ഇപ്പോഴോർമ്മ കിട്ടി. ഇനി നാലിന്റേത്?"

"ബ്രഹ്മാവുമുതൽ മുഖമുപായവുമിന്ദ്രിദന്തി
ദന്തം യുഗം ഹരികരം പുരുഷാർഥമേവം
സേനാംഗവും മൃഗപദം; ശ്രുതി, ജാതിദേഹം
നാലൊന്നിതാശ്രമവുമശ്രമമത്ര ചൊല്ലാം.

ഇതു മുഴുവൻ വിശദീകരിച്ചാൽ സമയം കുറെപ്പോകും. ഇത് മറ്റൊരു സമയത്താകാം."

"ഇതുപ്രകാരം മഴവില്ല് എന്നു പറഞ്ഞാൽ ഏഴായിരിക്കും അല്ലേ അച്ഛാ?" സീനയുടെ സംശയം.

"അതെ സപ്തർഷികളും സപ്തധാതുക്കളും സപ്തസ്വരങ്ങളും ഏഴുതന്നെ. നവരത്നങ്ങൾ, നവഗ്രഹങ്ങൾ, നവരസങ്ങൾ എന്നിവ ഒമ്പ

തിനെ സൂചിപ്പിക്കും. വിഷ്ണുവിന്റെ അവതാരങ്ങൾ പത്തിനെയും രാശികൾ പന്ത്രണ്ടിനെയും നക്ഷത്രങ്ങൾ ഇരുപത്തിയേഴിനെയും ദേവേന്ദ്രന്റെ യാഗം നൂറിനെയും ദേവേന്ദ്രന്റെ കണ്ണുകൾ ആയിരത്തെയും സൂചിപ്പിക്കും. ഇനി നമുക്ക് പരൽപേരുകളെപ്പറ്റി അൽപ്പം മനസിലാക്കാം.

പരൽപേരുകൾ, അക്ഷരസംഖ്യകൾ കടപയാദി എന്നീ പേരുകളിലും അറിയപ്പെടുന്നുണ്ട്. ഗ്രീക്കുകാർ അവരുടെ ഓരോ അക്ഷരത്തിനും ഓരോ സംഖ്യകൾ വിലകളായി നൽകിയിരുന്നല്ലോ. ഏതാണ്ട് ഇതേ രീതിയിലുള്ള ഒരു സമ്പ്രദായമാണ് ഭാരതത്തിലെ അക്ഷരസംഖ്യകൾ. ആര്യഭടൻ നൽകിയിരുന്ന അക്ഷരസംഖ്യാക്രമം താഴെ കൊടുക്കുന്നു.

		അ		ഇ		ഉ
		1		100		100^2
ഋ	ങ	ഏ	ഐ	ഓ	ഔ	
100^3		100^4	100^5	100^6	100^7	100^8
ക	ഖ	ഗ	ഘ	ങ	ച	ഛ
1	2	3	4	5	6	7
ജ	ഝ	ഞ	ട	ഠ	ഡ	ഢ
8	9	10	11	12	13	14
ണ	ത	ഥ	ദ	ധ	ന	പ
15	16	17	18	19	20	21
ഫ	ബ	ഭ	മ	യ	ര	ല
22	23	24	25	30	40	50
		വ	ശ	ഷ	സ	ഹ
		60	70	80	90	100

"ഇതുപ്രകാരം സീന എന്നാൽ എത്രയാകുമച്ഛാ?"

സ = 90 ഇ = 100 ന = 20

അപ്പോൾ സീന = 90 X 100 X 20 = 180000. വലിയ സംഖ്യകളെ സൂചിപ്പിക്കാൻ ഈ രീതി സഹായകമാണ്. കേരളത്തിലെ പരൽപേര് ഇതിലും ലഘുവാണ്. പരൽപേരിന്റെ വ്യവസ്ഥ താഴെ കൊടുക്കുന്നു.

1	2	3	4	5	6	7	8	9	0
ക	ഖ	ഗ	ഘ	ങ	ച	ഛ	ജ	ഝ	ഞ
ട	ഠ	ഡ	ഢ	ണ	ത	ഥ	ദ	ധ	ന
പ	ഫ	ബ	ഭ	മ	യ	സ	ഹ	ള	ഴ,റ
യ	ര	ല	വ	ശ	ഷ				

ഒന്നുമുതൽ 5 വരെ അക്കങ്ങൾക്ക് നാലക്ഷരങ്ങൾ വീതമുണ്ട്. 6 മുതൽ 9 വരെ മൂന്നക്ഷരങ്ങളേയുള്ളു. 16 സ്വരങ്ങളും ഞ,ന,ഴ,റ എന്നീ 4 വ്യഞ്ജനങ്ങളും പൂജ്യത്തെ സൂചിപ്പിക്കുന്നു. ഒന്നിനെ ക,ട,പ,യ എന്നീ അക്ഷരങ്ങൾ കൊണ്ട് സൂചിപ്പിക്കുന്നു. അതിനാൽ ഈ സമ്പ്രദായം കട പയാദി എന്നും അറിയപ്പെടുന്നു. ഈ സമ്പ്രദായത്തിൽ സംഖ്യ വായി ക്കുന്നത് വലത്തുനിന്ന് ഇടത്തോട്ടായിരിക്കണം.

ഗ = 3 ണി = 5 തം = 6

ഗണിതം = 356, അക്കങ്ങൾ വലതുനിന്ന് ഇടത്തേക്ക് പരിഗണിക്കു ന്നതിനാൽ ഗണിതം 653 നെ സൂചിപ്പിക്കുന്നു."

"ഇതിൽ പൂജ്യത്തെ സൂചിപ്പിക്കാൻ 20 അക്ഷരങ്ങളുണ്ടല്ലോ."

"പൂജ്യം ഭാരതത്തിന്റെ ഏറ്റവും മഹത്തായ കണ്ടുപിടിത്തമാണെന്ന് പറഞ്ഞല്ലോ. പൂജ്യത്തെപ്പറ്റി അച്ഛൻ ഇതുവരെ ഒന്നും പറഞ്ഞില്ലല്ലോ."

"ശരി, ഇനി അൽപ്പം പൂജ്യത്തെപ്പറ്റിയാകാം."

അനന്തത്തിന്റെ കഥ

പൂജ്യം

ഗണിതക്രിയകൾക്ക് തീരെ അനുയോജ്യമല്ലാത്ത സംഖ്യാസമ്പ്രദായങ്ങൾകൊണ്ട് പതിനാറാം നൂറ്റാണ്ടുവരെ ഗണിതശാസ്ത്രം ഇഴഞ്ഞും ഞെരങ്ങിയും നീങ്ങുകയായിരുന്നു. ഭാരതീയർ പൂജ്യം ആവിഷ്കരിച്ചതോടെ ഗണിതക്രിയകൾ വളരെ എളുപ്പമായി. മഹത്തായ പൂജ്യത്തിന്റെ കണ്ടുപിടിത്തത്തെപ്പറ്റി വിദേശീയരായ രണ്ടു പണ്ഡിതന്മാരുടെ അഭിപ്രായങ്ങൾ പൂജ്യത്തിന്റെ മഹാത്മ്യത്തെ വ്യക്തമാക്കാൻ സഹായിക്കും. നെപ്പോളിയൻ ചക്രവർത്തിയുടെ കാലത്ത് ജീവിച്ചിരുന്ന ലാപ്ലസ് പറയുന്നതിങ്ങനെയാണ്: എല്ലാ സംഖ്യകളും പത്ത് അക്കങ്ങളെക്കൊണ്ട് കുറിക്കുന്ന സൂത്രം നമുക്ക് നൽകിയത് ഇന്ത്യയാണ്. ഓരോ അക്കത്തിനും ഒരു സ്ഥാനവിലയും കേവലമായ മറ്റൊരു വിലയുമുണ്ട്. അത്യന്തം അഗാധവും സുപ്രധാനവുമായ ആശയമാണിത്. അതിന്റെ യഥാർഥ യോഗ്യതയെ നാം അവഗണിച്ചുകളയാൻ തക്കവണ്ണം ഇന്ന് അത്രമേൽ സരളമായി തോന്നുന്നുവെങ്കിലും അതിന്റെ സാരള്യം ഏതുതരം കണക്കുകൂട്ടുന്നതിനും അതുണ്ടാക്കിത്തീർക്കുന്ന എളുപ്പം നമ്മുടെ സംഖ്യാവിദ്യയെ പ്രയോജനകരമായ കണ്ടുപിടിത്തങ്ങളുടെ മുന്നണിയിൽ നിർത്തുന്നു. പുരാതന കാലത്തുണ്ടായിരുന്ന ഏറ്റവും വലിയ മഹാന്മാരായ ആർക്കിമിഡീസിന്റെയും അപ്പോളോണിയസിന്റെയും പിടിയിൽ പോലും അത് പെട്ടില്ലെന്നോർക്കുമ്പോൾ ആ നേട്ടത്തിന്റെ മഹനീയതയെ നാം ആദരിക്കും.

പ്രൊഫസർ ഹാൽസ്റ്റേഡിന്റെ അഭിപ്രായം ഇതാണ്. ശൂന്യചിഹ്നത്തിന്റെ സൃഷ്ടിയുടെ പ്രാധാന്യത്തെക്കുറിച്ച് എത്ര പറഞ്ഞാലും അധികമാവില്ല. ബുദ്ബുദ പ്രായമായ ഈ ശൂന്യത്തിന് ഇങ്ങനെ ഒരു വീടും

പേരും ചിത്രവും ചിഹ്നവും മാത്രമല്ല, ഉപകാരപ്രദമായ ശക്തിയും നൽകിയത് അതിന്റെ പ്രഭവസ്ഥാനമായ ഹിന്ദുവംശത്തിനും സഹജസ്വഭാവവിശേഷണത്തിനും അനുയോജ്യം തന്നെ. നിർവാണത്തെ ശക്തിസംഭരണയന്ത്രങ്ങളാക്കി അടിച്ചിറക്കുന്നതുപോലെയാണിത്. ഒറ്റയ്ക്കെടുത്തു നോക്കിയാൽ ഗണിതശാസ്ത്രപരമായ യാതൊരു സൃഷ്ടിയും ബുദ്ധിയുടെ ഉദ്ഗതിക്ക് ഇതിനെക്കാൾ കഴിവ് ഉൾക്കൊണ്ടിട്ടില്ല.

"ഇത്രയും പൂജ്യനാണോ അച്ഛാ ഈ പൂജ്യം?"

"തീർച്ചയായും പൂജ്യത്തിന് വിലയില്ല എന്നാണ് നമ്മിൽ പലരും ധരിച്ചുവെച്ചിരിക്കുന്നത്. ഒന്നുമില്ല എന്നർഥത്തിൽ ചിലർ പൂജ്യത്തെ ഉപയോഗിക്കാറുണ്ട്. ഇത് എല്ലായ്പ്പോഴും ശരിയല്ല. ഒരു വസ്തുവിന്റെ ഊഷ്മാവ്. 0^0 C എന്നുപറഞ്ഞാൽ ഊഷ്മാവ് ഇല്ല എന്നല്ല അർഥം. 0^0 C എന്നത് ഒരു നിശ്ചിത ഊഷ്മാവിനെയാണ് സൂചിപ്പിക്കുന്നത്. 0^0C നെക്കാളും കുറഞ്ഞ താപനില ഉണ്ടല്ലോ.

മറ്റുപല സംഖ്യകൾക്കുമില്ലാത്ത ധാരാളം പ്രത്യേകതകൾ പൂജ്യത്തിനുണ്ട്. പോസിറ്റീവും നെഗറ്റീവുമല്ലാത്ത ഏക രേഖീയ സംഖ്യപൂജ്യമാണ്. 0 മുതൽ 9 വരെ ഇന്നറിയപ്പെടുന്ന ഹിന്ദു-അറബ് അക്കങ്ങളിൽ ഏറ്റവും ഒടുവിൽ കണ്ടെത്തിയ അക്കമാണ് പൂജ്യം. സങ്കലനത്തിൽ നിഷ്ക്രിയനായ പൂജ്യം ഗുണനത്തിൽ സർവവിനാശകാരിയാണ്.

"അച്ഛാ, ഈ പൂജ്യം ആരാണ് കണ്ടുപിടിച്ചത്?"

"പൂജ്യം ആര്, എപ്പോൾ, എവിടെവെച്ച് കണ്ടുപിടിച്ചു എന്നതിന് വ്യക്തമായ ഒരു ഉത്തരം ഇനിയും ലഭിച്ചിട്ടില്ല. ഭാരതീയർ കണ്ടുപിടിച്ചു എന്നു മാത്രമേ ഖണ്ഡിതമായി പറയാൻ സാധിക്കുകയുള്ളൂ. ഒരു സംഖ്യയിൽ നിന്ന് അതേ സംഖ്യ കുറച്ചാലുള്ള ഫലമെന്ന ആശയം പല രാജ്യക്കാർക്കും അറിയാമായിരുന്നു. പക്ഷേ, അവരൊന്നും തന്നെ പൂജ്യത്തെ ഒരു സംഖ്യയായി അംഗീകരിച്ചിരുന്നില്ല. ഭാരതീയരാണ് ആദ്യമായി പൂജ്യത്തിന് സംഖ്യാപദവിയും ചിഹ്നവും നൽകി ആദരിച്ചത്.

കൗടില്യൻ തന്റെ കൃതികളിൽ പലതവണ പൂജ്യത്തെപ്പറ്റി പരാമർശിക്കുന്നുണ്ട്. ആര്യഭടന് മുമ്പുതന്നെ ഭാരതത്തിൽ പൂജ്യം ഉപയോഗിച്ചിരുന്നതിന്റെ തെളിവാണിത്. ക്രിസ്ത്വബ്ദം 86 ലെ ഗ്വാളിയോർ ശിലാലിഖിതങ്ങളിൽ പൂജ്യം ഉപയോഗിച്ചിട്ടുണ്ട്.

ഭാരതത്തിൽ രൂപംപൂണ്ട 'ശൂന്യ'ത്തെ ഇവിടെ കച്ചവടത്തിന് വന്ന അറബികൾ ബാഗ്ദാദിലേക്ക് കൊണ്ടുപോയി. 'പൂജ്യം' മാത്രമല്ല, ഇന്ത്യയിൽ പ്രചാരത്തിലുള്ള 1 മുതൽ 9 വരെയുള്ള അക്കങ്ങളും അവർ ബാഗ്ദാദിൽ എത്തിച്ചു. ഈ അക്കങ്ങൾക്ക് അവർ 'ഹിന്ദ്സാ' എന്നാണ് പറയുന്നത്. 'ഹിന്ദുസ്ഥാനിൽ നിന്ന്' എന്നാണ് ഇതിനർഥം. അറബികൾ വഴി ഇവ പാശ്ചാത്യർക്ക് ലഭിച്ചു."

"അച്ഛാ എപ്പോഴാണ് പൂജ്യം അറബിനാട്ടിലെത്തിയത്?

ക്രിസ്തുവർഷം എട്ടാം ശതകത്തിൽ ജീവിച്ചിരുന്ന ഖലീഫ് മൻസൂറിന്റെ കാലത്ത് ഇന്ത്യയിൽ നിന്ന് ധാരാളം പണ്ഡിതന്മാർ ബാഗ്ദാദിലേക്ക്

പോയിരുന്നു. അവർ തങ്ങളുടെകൂടെ ഇവിടെയുള്ള ജ്യോതിശാസ്ത്രം, ഗണിതശാസ്ത്രം തുടങ്ങിയവയിലെ പ്രമുഖ ഗ്രന്ഥങ്ങൾകൂടി കൊണ്ടു പോയിരുന്നു. അവയിൽ ആര്യഭടന്റെ പ്രസിദ്ധ ഗ്രന്ഥമായ *ആര്യഭടീയ*വും ഉൾപ്പെട്ടിരുന്നു. ഈ ഗ്രന്ഥങ്ങൾ പിന്നീട് അറബിയിലേക്ക് തർജമ ചെയ്യപ്പെട്ടു. അങ്ങനെ പൂജ്യവും മറ്റ് അക്കങ്ങളും അവിടെ പ്രചരിക്കാനിടയായി.

അറബിനാട്ടിലെത്തിയ ഭാരതീയപണ്ഡിതന്മാർ അവിടെ പഠനകേന്ദ്രങ്ങൾ ആരംഭിച്ചു. യൂറോപ്യന്മാരും പഠനകേന്ദ്രത്തിലെത്തിയിരുന്നു. അങ്ങനെ ഈ സംഖ്യാസമ്പ്രദായം യൂറോപ്യൻ രാജ്യങ്ങളിലും പ്രചരിക്കാനിടയായി.

പൂജ്യം പ്രചരിപ്പിക്കാൻ നിസ്തുലമായ പങ്കുവഹിച്ച മറ്റൊരു പണ്ഡിതനാണ് അൽഖൊറാസ്മി. പ്രസിദ്ധ അറബി ഗണിതശാസ്ത്രജ്ഞനായ ഇദ്ദേഹം ഭാരതം സന്ദർശിക്കുന്നതിനിടയിലാണ് പൂജ്യം ഉൾപ്പെടെയുള്ള സംഖ്യാസമ്പ്രദായം ശ്രദ്ധയിൽപ്പെട്ടത്. അദ്ദേഹം ബാഗ്ദാദിലെത്തിയ ഉടനെ ഈ നൂതനസമ്പ്രദായത്തെപ്പറ്റി *കിതാബ്- അൽജബർ വാ- അൽ മുഖാബല* എന്ന ഗ്രന്ഥമെഴുതി. ഈ ഗ്രന്ഥം അറബി നാട്ടിൽ പ്രചരിച്ചു. പിന്നീട് ഇത് ലാറ്റിനിൽ തർജമ ചെയ്തതോടെ പാശ്ചാത്യരാജ്യങ്ങളിലും പ്രചരിക്കുകയുണ്ടായി.

അറബികൾ മാത്രമല്ല, മറ്റു പല പണ്ഡിതന്മാരും പൂജ്യത്തെയും നമ്മുടെ മറ്റ് അക്കങ്ങളെയും വിദേശരാജ്യങ്ങളിൽ എത്തിച്ചിട്ടുണ്ട്. ക്രിസ്തുവർഷം 662 ൽ സെവേറസ് സെബോക്ക് ഭാരതീയ ഗണിതസമ്പ്രദായം മനസിലാക്കുകയും പ്രചരിപ്പിക്കുകയും ചെയ്തു. ഗർബർട്ട് എന്ന പണ്ഡിതൻ തന്റെ യാത്രക്കിടയിൽ പൂജ്യം ഉൾപ്പെടെയുള്ള സംഖ്യാസമ്പ്രദായം പഠിക്കാനിടയായി. അദ്ദേഹവും ഇവ പ്രചരിപ്പിക്കുന്നതിൽ വളരെ ശ്രമിച്ചിട്ടുണ്ട്. മറ്റൊരു സഞ്ചാരപ്രിയനായിരുന്ന ഗണിതശാസ്ത്രജ്ഞൻ ഫിബ്നാച്ചി തന്റെ പ്രസിദ്ധ ഗ്രന്ഥമായ *ലിബർ അബാസി*യിൽ ഭാരതീയ ഗണിതക്രിയാരീതി വിശദീകരിച്ച് എഴുതുകയുണ്ടായി. വളരെ എളുപ്പമായ ഈ ഗണിതക്രിയാരീതി യൂറോപ്പിലാകമാനം ഉപയോഗിക്കണമെന്ന് നിഷ്കർഷിച്ചു. രണ്ട് നൂറ്റാണ്ട് കാലത്തോളം ഈ ഗ്രന്ഥം യൂറോപ്പിൽ പാഠപുസ്തകമായിരുന്നു.

ഭാരതത്തിലെ ശൂന്യം അറബിയിലെത്തിയപ്പോൾ സിഫറം ആയി പേർ മാറ്റപ്പെട്ടു. പിന്നീട് പൂജ്യം തന്റെ സഞ്ചാരത്തിനിടയിൽ ധാരാളം പേരുകൾ സ്വീകരിക്കുകയുണ്ടായി. സിഫ്രാ, സയൂറോ, സിയോറോ, സിപോസ്, സിഫ്രോൺ, ഒമിക്രോൺ, സെനറോ ഇസിഫ്രാനൾ എന്നിവയെല്ലാം പൂജ്യത്തിന്റെ പേരുകളാണ്. ഇപ്പോൾ അംഗീകരിക്കപ്പെട്ട പേര് സീറോ (Zero) എന്നാകുന്നു. യാത്രയ്ക്കിടയിൽ വിവിധ ചിഹ്നങ്ങൾ ഉണ്ടായെങ്കിലും ഇപ്പോൾ അംഗീകരിക്കപ്പെട്ട ചിഹ്നം '0' ആകുന്നു. ഇത് ഒമിക്രോൺ (Omicron) എന്ന പദത്തിന്റെ ആദ്യാക്ഷരമാണ്. ബിന്ദുരൂപം (.) വിപുലീകരിച്ചതാണെന്നും വിശ്വസിക്കപ്പെടുന്നു.

അനന്തം

സഹസ്രാബ്ദങ്ങളോളം ഗണിതശാസ്ത്രപണ്ഡിതന്മാരെ കുഴക്കിയ ഒരു സമസ്യയാണ് അനന്തം. സങ്കലനക്രിയയിലൂടെ മുന്നോട്ട് നീങ്ങിയ എണ്ണൽ സംഖ്യകൾ എത്രവരെ മുന്നോട്ട് പോകാമെന്നായി പണ്ഡിതന്മാരുടെ ചിന്ത. ഭാരതീയ ശാസ്ത്രജ്ഞന്മാർ പത്തിന്റെ ഗുണിതങ്ങളുമായി മേൽപ്പോട്ടുപോയി. ഗ്രീക്ക് പണ്ഡിതന്മാരും വലിയ സംഖ്യകൾ പരിഗണിച്ചു. എണ്ണൽ സംഖ്യകൾക്ക് പരിധിയില്ല എന്ന അനുമാനത്തിൽ അവർ എത്തിച്ചേർന്നു. ഗ്രീക്കുകാർ അനന്തത്തെ 'ആപെരിയോൺ' (Aperion) എന്നാണ് വിളിച്ചിരുന്നത്. 'മുഷിഞ്ഞു കീറിയ ഒരു ടവൽ' എന്നാണ് ഈ വാക്കിനർഥം. നിന്ദയുടെ ഒരുതരം തരംതാഴ്ത്തിക്കെട്ടലും ഈ വാക്കിൽ പ്രകടമായിരുന്നു.

പ്രസിദ്ധ ഗ്രീക്ക് ചിന്തകനായിരുന്ന അരിസ്റ്റോട്ടിൽ അനന്തത്തെപ്പറ്റി പറഞ്ഞതിങ്ങനെയാണ്. : "അനന്തമാകുക എന്നാൽ, ഒരുതരം രഹസ്യ സ്വഭാവം നേടലാണ്. പൂർണതയല്ല. ഒരു പരിധി ഇല്ലാതിരിക്കുകയാണ്." കാലം അഥവാ സമയം അവസാനിക്കുകയില്ലെന്നും അനന്തമായി മുന്നോട്ട് നീങ്ങുമെന്നും ഇത് അനന്തത്തിന് നല്ലൊരുദാഹരണമാണെന്നും അദ്ദേഹം അഭിപ്രായപ്പെടുന്നു.

ഗ്രീക്ക് ഗണിതശാസ്ത്രജ്ഞനായിരുന്ന പൈഥഗോറസും പ്ലേറ്റോയും അനന്തതയെ അംഗീകരിച്ചിരുന്നില്ല. സംഖ്യകൾ അവർക്ക് ദൈവങ്ങളായിരുന്നു. പ്രപഞ്ച സൃഷ്ടിയുടെ ഹേതു സംഖ്യകളായിരുന്നു. ദൈവത്തിന് അനന്തമാകാൻ കഴിയാത്തതുകൊണ്ട് സംഖ്യകളും അനന്തമാവുകയില്ലെന്ന് അവർ വിശ്വസിച്ചു. ഏതായാലും ഗ്രീസിലെ മറ്റു പല പണ്ഡിതന്മാരും പൈഥഗോറസിന്റെ അഭിപ്രായത്തെ അംഗീകരിച്ചിരുന്നില്ല.

ഒരു സംഖ്യയെ പൂജ്യം കൊണ്ട് ഹരിച്ചാലുള്ള ഫലം പൂജ്യമായിരിക്കുമെന്ന് ബ്രഹ്മഗുപ്തൻ തന്റെ ബ്രഹ്മസ്ഫുട സിദ്ധാന്തത്തിൽ പ്രസ്താവിച്ചിട്ടുണ്ട്. പൂജ്യത്തിന്റെ ഹരണ കാര്യത്തിൽ ബ്രഹ്മഗുപ്തന് പറ്റിയ തെറ്റ് പിൽക്കാലത്ത് ഭാസ്കരാചാര്യർ തിരുത്തുകയുണ്ടായി. അദ്ദേഹം തന്റെ *ലീലാവതി*യിൽ ഇങ്ങനെ പറയുന്നു: "ഒരു സംഖ്യയെ പൂജ്യം കൊണ്ട് ഹരിച്ചാൽ ഫലം അനന്തമായി വലുതായിരിക്കും. പ്രപഞ്ചം സൃഷ്ടിക്കപ്പെട്ടാലും നശിപ്പിക്കപ്പെട്ടാലും ഇതിന് മാറ്റമുണ്ടാവുകയില്ല." ആധുനിക ഗണിത ശാസ്ത്രജ്ഞന്മാർ പൂജ്യംകൊണ്ടുള്ള ഹരണം അംഗീകരിക്കുന്നില്ല.

അനന്തത്തെപ്പറ്റി ധാരാളം പണ്ഡിതന്മാർ ഗവേഷണം നടത്തുകയുണ്ടായിട്ടുണ്ട്. അനന്തത ഇന്നും ഒരു സമസ്യയായിത്തന്നെ തുടരുന്നു. ജോർജ് കാന്റർ എന്ന ആധുനിക ഗണിതശാസ്ത്രജ്ഞൻ അഭിപ്രായപ്പെടുന്നത് അനന്തം തന്നെ അനന്തമാണെന്നാണ്.

ഗലീലിയോവിന്റേതായി അറിയപ്പെടുന്ന ഒരു സമസ്യ രസകരമാണ്. എണ്ണൽ സംഖ്യകൾ അനന്തമാണെന്ന് നമുക്കറിയാം. അതിലെ പൂർണ വർഗങ്ങൾ എണ്ണൽ സംഖ്യകളെ അപേക്ഷിച്ച് എണ്ണം വളരെ കുറവാണ്.

100 എണ്ണൽ സംഖ്യകളിൽ പത്തെണ്ണമേ പൂർണവർഗങ്ങളായുള്ളൂ. താഴെ ക്കൊടുത്തിരിക്കുന്ന ഉദാഹരണം ശ്രദ്ധിക്കുക.

1	2	3	4	5	6	7	8	9
1	4	9	16	25	36	49	64	81

ഓരോ എണ്ണൽ സംഖ്യയ്ക്കും നമുക്ക് ഓരോ പൂർണവർഗം കണ്ടു പിടിക്കാൻ കഴിയും. അപ്പോൾ എണ്ണൽസംഖ്യകളുടെയും പൂർണവർഗ ങ്ങളുടെയും എണ്ണം തുല്യമായിരിക്കും! ഇരട്ടസംഖ്യകൾ, ഒറ്റ സംഖ്യ കൾ, അഭാജ്യസംഖ്യകൾ, 3ന്റെ ഗുണിതങ്ങൾ, 4ന്റെ ഗുണിതങ്ങൾ ഇവ യെല്ലാം അനന്തമാണ്. ഇവയെല്ലാം എണ്ണത്തിൽ തുല്യമായിരിക്കും എന്നു പറഞ്ഞാൽ എത്ര ശരിയായിരിക്കും?

അനന്തതയെ ∞ എന്ന ചിഹ്നം ഉപയോഗിച്ച് സൂചിപ്പിക്കുന്നു. ഇത്

ഒരു സംവൃതക്രമാണ്. ഈ വക്രത്തിലൂടെ അനന്തമായി സഞ്ചരി ക്കാൻ കഴിയും.

പൂർണസംഖ്യകൾ

വിവിധ രാജ്യങ്ങളിൽ വിവിധ രീതികളിലുള്ള സംഖ്യാസമ്പ്രദായ ങ്ങൾ വികസിച്ചതായി നാം കണ്ടു. എല്ലാ സംഖ്യാസമ്പ്രദായങ്ങളിലും ആദ്യമായി കണ്ടെത്തിയ സംഖ്യ 'ഒന്ന്' ആകുന്നു. 'ഒന്ന്' എന്ന സംഖ്യ യ്ക്ക് വിവിധ ഭാഷകളിൽ വ്യത്യസ്ത പേരുകളുണ്ട്, ചിഹ്നങ്ങളുണ്ട്. പക്ഷേ അവ സൂചിപ്പിക്കുന്നത് 'ഒന്ന്' എന്ന സംഖ്യയാണ്.

ആദ്യത്തെ എണ്ണൽ സംഖ്യയായ ഒന്നിന് ധാരാളം പ്രത്യേകതക ളുണ്ട്. ഒന്നാമനാകാനാണ് എല്ലാവർക്കും താൽപ്പര്യം. സീന ക്ലാസിൽ ഒന്നാം റാങ്ക് വാങ്ങിയപ്പോൾ എന്ത് സന്തോഷം! എസ് എസ് എൽ സി പരീക്ഷയ്ക്കും ബി എ യ്ക്കുമെല്ലാം ഒന്നാം റാങ്ക് കിട്ടിയാൽ എത്ര നന്നാ യിരിക്കും! സ്വർണമെഡൽ, പത്രത്തിൽ ഫോട്ടോ, അഭിനന്ദനങ്ങൾ, സ്വീകരണം, റാങ്ക് ലിസ്റ്റിൽ ഒന്നാമന് ജോലി ഉറപ്പ്. ലോട്ടറിയിൽ ഒന്നാം സമ്മാനം കിട്ടിയിലോ?

പരീക്ഷയിൽ ഒന്നാം റാങ്കിന് പകരം ഒരു മാർക്കാണ് കിട്ടിയതെ ങ്കിലോ? അപ്പോൾ സ്ഥിതി ആകെ മാറും. പൊക്കി നടന്നവർ തൂക്കിയെ റിയും. ഒന്നിന്റെ ഒരു പ്രത്യേകത മനസിലായില്ലേ? എങ്കിലും ഒന്ന് അത്ര തമാശക്കാരനൊന്നുമല്ല. 'ഒന്ന്' എന്ന സംഖ്യയെ അവതരിപ്പിക്കാൻ മാത്രം ഒരു പുസ്തകത്തിൽ ഇരുനൂറ് പേജുകൾ ഉപയോഗിച്ചിട്ടുണ്ട്.

"ഏതാണച്ഛാ ആ പുസ്തകം?"

"ഒരു കൂട്ടം ഫ്രഞ്ച് ശാസ്ത്രജ്ഞന്മാർ (നിക്കോളസ് ബുർബാക്കി) എഴുതിയ ഒരു ഗണിത വിജ്ഞാനകോശ (എലിമെന്റ്സ് ഓഫ് മാത്തമാ റ്റിക്സ്) ത്തിലാണ് ഒന്നിനെപ്പറ്റി ഇത്രയേറെ വിവരങ്ങൾ നൽകിയിട്ടു ള്ളത്. എങ്കിലും ഒന്നിന് ആധുനിക കാലം വരെ പല രാജ്യക്കാരും സംഖ്യാപദവി നൽകിയിരുന്നില്ല. അഥവാ ഒന്നിനെ സംഖ്യയായി പരിഗ ണിച്ചിരുന്നില്ല.

ഏതൊരു സംഖ്യയോടും 'ഒന്ന് കൂട്ടിയാൽ അടുത്ത വലിയ സംഖ്യ കിട്ടും. അതായത് ഒന്നിനെ സംഖ്യകളുടെ ഒരു സ്രഷ്ടാവായാണ് ശാസ്ത്രജ്ഞന്മാർ കണക്കാക്കിയിരുന്നത്. പ്രസിദ്ധ ഗ്രീക്ക് ചിന്തകനായിരുന്ന അരിസ്റ്റോട്ടിൽ ഒരു ഗണിതശാസ്ത്രജ്ഞൻ കൂടിയായിരുന്നു. അദ്ദേഹം ഒന്നിന് സംഖ്യാപദവി നൽകിയിരുന്നില്ല.

ഒന്നിന് സംഖ്യാപദവി നൽകാത്തതിന് ഉന്നയിച്ച ചില കാരണങ്ങൾ രസകരമാണ്. മുട്ടയിൽ നിന്ന് കോഴിയുണ്ടാകുന്നു. മുട്ടയെ കോഴികളുടെ കൂട്ടത്തിൽപ്പെടുത്താമോ? ഇതായിരുന്നു ഒരു വാദം. പതിനാറാം നൂറ്റാണ്ടിലെ ചില പണ്ഡിതന്മാർ 'ഒന്നിന്' സംഖ്യാപദവി നൽകണമെന്ന് വാദിച്ചു. 1585 ലെ സ്റ്റെവിൻ എന്ന ഗണിതശാസ്ത്രജ്ഞൻ വാദിച്ചതിങ്ങനെയാണ്. ഒരേപോലുള്ള കുറെ വസ്തുക്കൾ ചേർന്ന് ഒരു വലിയ വസ്തു ഉണ്ടായാൽ അതിന്റെ ഓരോ ഭാഗത്തിനും വസ്തുവിന്റെ ഗുണമുണ്ടായിരിക്കും. കുറെ 'ഒന്നുകൾ' ചേർന്നുണ്ടായ സംഖ്യകളുടെ കൂട്ടത്തിൽ ഒന്ന് ഒരു സംഖ്യയാണ്. ആന്റോയിൻ ആർനോൾഡ് (1612 1694) ഈ വാദത്തെ ഇങ്ങനെ പുച്ഛിച്ചുതള്ളി – വിഡ്ഢിത്തം! ഒരു അർധവൃത്തം, വൃത്തമല്ല. ആധുനിക കാലത്ത് മാത്രമാണ് ഒന്നിന് സാർവത്രികമായ സംഖ്യാപദവി ലഭിച്ചത്.

സംഖ്യകൾക്ക് ആദ്യമായി ഒരു നിർവചനം നൽകിയത് യൂക്ലിഡാണ്. 'ഒന്നുകൾകൊണ്ടുണ്ടാക്കിയ കൂട്ടം' (Collection made up of units) എന്നാണദ്ദേഹം സംഖ്യകളെ നിർവചിച്ചത്. സങ്കലനക്രിയയിലൂടെ എത്ര സംഖ്യകൾ വേണമെങ്കിലും നിർമിക്കാം.

ആദ്യകാലത്ത് മനുഷ്യൻ സംഖ്യകൾ ഉപയോഗിച്ച് സങ്കലനക്രിയകൾ മാത്രമേ ചെയ്തിരുന്നുള്ളു. ക്രമേണ നിത്യജീവിതത്തിലെ ആവശ്യങ്ങൾക്കനുസരിച്ച് വ്യവകലന ക്രിയകൾ ചെയ്യാനും അവൻ നിർബന്ധിതനായി. ഉദാഹരണമായി, ഒരാൾക്ക് 10 ആടുകൾ ഉണ്ടായിരുന്നു. അവയിൽ 3 എണ്ണം നൽകി പകരം ഒരു പശുവിനെ വാങ്ങി. ഇനി തന്റെ കൈയിൽ എത്ര ആടുകൾ ശേഷിക്കുന്നു എന്നറിയാൻ വ്യവകലനക്രിയ ആവശ്യമായി വന്നു. ഒരു വലിയ സംഖ്യയിൽ നിന്ന് ഒരു ചെറിയ സംഖ്യ കുറയ്ക്കേണ്ട ആവശ്യമേ അവന് ആദ്യകാലത്ത് നേരിട്ടിരുന്നുള്ളൂ. ഇതിന് ഉത്തരം അവൻ കണ്ടുപിടിച്ച സംഖ്യകളിൽ തന്നെ ഉണ്ടായിരുന്നു. ഒരു പുതിയ സംഖ്യ കണ്ടുപിടിക്കേണ്ട ആവശ്യം അവന് നേരിട്ടില്ല. കാരണം, ഉത്തരം എല്ലായ്പ്പോഴും ഒരു ചെറിയ സംഖ്യയെ സൂചിപ്പിച്ചിരുന്നു.

ഒരു സംഖ്യയിൽ നിന്ന് അതേ സംഖ്യ കുറയ്ക്കുമ്പോഴും പ്രശ്നമുണ്ടായില്ല. പൂജ്യം കണ്ടെത്തിയെങ്കിലും ഓർക്കാനോ സൂക്ഷിക്കാനോ ആവശ്യമില്ലാത്ത ഒരവസ്ഥയിലാണ് ഇത്തരം ക്രിയകൾ എത്തിച്ചത്. ഉദാഹരണമായി ഒരാൾക്ക് 12 ആടുകളുണ്ടായിരുന്നു. അത് മുഴുവൻ കൊടുത്ത് പകരം 4 പശുക്കളെ വാങ്ങി. ഇനി എത്ര ആടുകൾ കൈയിലുണ്ട് എന്ന് ചിന്തിക്കേണ്ട ആവശ്യമില്ലല്ലോ.

ഒരു ചെറിയ സംഖ്യയിൽ നിന്ന് വലിയ സംഖ്യ കുറയ്ക്കേണ്ട

പ്രശ്നവും നിത്യജീവിതത്തിൽ സംഭവിക്കാം. ആടിന്റെ ഉദാഹരണം തന്നെയാവട്ടെ. ഒരാൾക്ക് രണ്ട് ആടുകളുണ്ട്. നല്ല ഒരു പശുവിന് മാറ്റത്തിന് സൗകര്യപ്പെട്ടു. പക്ഷേ, പകരം നൽകാൻ മൂന്ന് ആടുകളെ വേണം. പശുവിന്റെ ഉടമസ്ഥൻ സുഹൃത്താണ്. പശുവിനെ തൽക്കാലം കൊടുത്തു. ഇനി കൈയിൽ എത്ര ആടുകൾ അവശേഷിക്കുന്നു എന്നതിന് ഉത്തരം ആട് ഇല്ല എന്നുതന്നെ. അയാൾക്ക് ഇനി അഞ്ച് ലഭിച്ചാൽ തന്നെ നാലെണ്ണമേ സ്വന്തമായി കൈയിൽ വെക്കാൻ പറ്റൂ. ഇത്തരം സന്ദർഭത്തിലാണ് നെഗറ്റീവ് സംഖ്യകളുടെ ആശയമുദിച്ചത്. നിത്യജീവിതത്തിൽ ഇത്തരം സന്ദർഭങ്ങൾ നേരിട്ടുവെങ്കിലും 'നെഗറ്റീവ് സംഖ്യകൾ' ആടുകൾ വളരെക്കാലം കഴിഞ്ഞാണ് ആവിഷ്കരിക്കപ്പെട്ടത്.

വ്യവകലനക്രിയയുടെ കാര്യത്തിൽ മുൻപന്തിയിലുള്ളവർ ചൈനക്കാരായിരുന്നു. കണക്കുകൂട്ടാൻ അവർ ചെറിയ ദണ്ഡുകൾ (rods) ഉപയോഗിച്ചിരുന്നു. സങ്കലനത്തിനുള്ള സംഖ്യകളെ കാണിക്കാൻ ചുവന്ന നിറത്തിലുള്ള ദണ്ഡുകളാണ് ഉപയോഗിച്ചിരുന്നത്. വ്യവകലനത്തിനുള്ള സംഖ്യകൾ സൂചിപ്പിക്കാൻ കറുത്ത ദണ്ഡുകളും ഉപയോഗിച്ചിരുന്നു.

നെഗറ്റീവ് സംഖ്യകളെപ്പറ്റി ആദ്യമായി പരാമർശിച്ചുകാണുന്നത് ക്രിസ്തുവിന് മുമ്പ് 2000 ൽ *ക്യൂ ചാങ് സുയാൻ -ഷൂ* (Kiu Chang suanshu) എന്ന ചൈനീസ് ഗ്രന്ഥത്തിലാണ്. എ ഡി 275 ൽ ഡയോഫാന്റ്സ് (Diphantus) 4X+20=4 എന്ന സമവാക്യം 'നിരർഥകമാ'ണെന്ന് പ്രസ്താവിക്കുകയുണ്ടായി. അതിന്റെ നിർധാരണമൂല്യം x =-4 എന്ന് നൽകിക്കാണുന്നില്ല. 1299 വരെ ചൈനയിൽ വ്യവകലന നിയമത്തെപ്പറ്റി ഒരു പ്രസ്താവനയും ഉണ്ടായിട്ടില്ല. 1299 ൽ ചു-ഷീ-കിൽ (Chu-Shi-kill) തന്റെ *എലിമെന്ററി ആൾജിബ്ര* എന്ന ഗ്രന്ഥത്തിൽ നെഗറ്റീവ് സംഖ്യകളെപ്പറ്റി ആദ്യമായി പ്രസ്താവിച്ചു കാണുന്നു.

ഭാരതത്തിൽ നെഗറ്റീവ് സംഖ്യകളെപ്പറ്റി ആദ്യമായി പരാമർശിച്ചു കാണുന്നത് AD 628 ൽ ബ്രഹ്മഗുപ്തന്റെ കൃതികളിലാണ്. 850 ൽ മഹാവീരനും നെഗറ്റീവ് സംഖ്യകളെപ്പറ്റി പരാമർശിച്ചിട്ടുണ്ട്. അതിനുശേഷമുള്ള മിക്ക ഭാരതീയ ഗണിതശാസ്ത്ര ഗ്രന്ഥങ്ങളിലും ഇവ കൈകാര്യം ചെയ്തതായി കാണുന്നു.

AD 1202 ൽ പ്രസിദ്ധീകരിച്ച *ഫ്ചോസ്* എന്ന ഗ്രന്ഥത്തിൽ പണത്തിന്റെ ഒരു പ്രശ്നത്തിൽ നഷ്ടത്തെ സൂചിപ്പിക്കാൻ നെഗറ്റീവ് സംഖ്യയെപ്പറ്റി പരാമർശിക്കുകയുണ്ടായി. മധ്യകാലത്തെ ഗണിതശാസ്ത്രജ്ഞന്മാർ നെഗറ്റീവ് സംഖ്യകളെപ്പറ്റി പരാമർശങ്ങൾ മാത്രമേ നടത്തിക്കാണുന്നുള്ളൂ. പതിനാറാം നൂറ്റാണ്ടിൽ കാർഡൻ തന്റെ *ആർസ്മാഗ* എന്ന ഗ്രന്ഥത്തിൽ ഇത്തരം സംഖ്യകളെപ്പറ്റി സാമാന്യം വലിയ തോതിൽ വിശദീകരിക്കുകയുണ്ടായി. ഇദ്ദേഹം ഇവയ്ക്ക് 'മൈനസ് സംഖ്യകൾ' എന്ന് പേരിട്ടു. ഇവയെ സൂചിപ്പിക്കാൻ 'm' എന്നാണ് സൂചിപ്പിച്ചിരുന്നത്. 1544 ൽ സ്റ്റിഫെൽ (Stifel) ഇത്തരം സംഖ്യകളെ നിരർഥക സംഖ്യകൾ (Absurd Numbers) എന്നുവിളിച്ചു. 3 നെ അദ്ദേഹം 03 എന്നാണ് രേഖപ്പെടു

ത്തിയിരുന്നത്. 1572 ൽ ബോംബെല്ലി (Bombelli)-3നെ 'm3' എന്നും +3 നെ p3 എന്നും രേഖപ്പെടുത്തുകയുണ്ടായി.

കാർഡനുശേഷം ഫെർമ, ദക്കാർത്തെ, വീറ്റ തുടങ്ങിയ ഗണിതശാസ്ത്രജ്ഞന്മാർ ഇത്തരം സംഖ്യകളെപ്പറ്റി വിശദമായ പഠനങ്ങൾ നടത്തിയതോടെ ഇവയ്ക്ക് നല്ല പ്രചാരം കിട്ടി. 1551ൽ ഷെൻബെൽ (Schenbel) ഇവയെ നെഗറ്റീവ് സംഖ്യകൾ എന്നും മറ്റുള്ള സംഖ്യകളെ പോസിറ്റീവ് സംഖ്യകൾ എന്നും വിളിക്കുകയുണ്ടായി. '+' എന്ന സങ്കലനചിഹ്നവും '-' എന്ന വ്യവകലന ചിഹ്നവും ആദ്യമായി ഉപയോഗിച്ചത് 1489 ൽ ജോൺവിഡ്മാൻ (John Widman) പ്രസിദ്ധീകരിച്ച *അങ്കഗണിതം* എന്ന ഗ്രന്ഥത്തിലാണ്.

പോസിറ്റീവ് പൂർണസംഖ്യകളും നെഗറ്റീവ് പൂർണസംഖ്യകളും ഉൾപ്പെടുന്ന സംഖ്യകളെ പൂർണസംഖ്യകൾ എന്നുപറയുന്നു. പൂജ്യവും ഈ സംഖ്യകളിൽ ഉൾപ്പെടുന്നു.

സംഖ്യകൾ വികസിക്കുന്നു

എണ്ണൽ സംഖ്യകൾക്ക് ഓരോന്നിനും തുല്യവും വിപരീതവുമായ നെഗറ്റീവ് സംഖ്യകൾ കണ്ടെത്തിയതോടെ സംഖ്യാപ്രപഞ്ചം ഒരു വലിയ വികാസം നേടിയെന്ന് പറയാം. നെഗറ്റീവും പോസിറ്റീവും സംഖ്യകൾ ഉൾപ്പെടുന്ന പൂർണസംഖ്യകളെക്കൂടാതെ മറ്റു രീതിയിലുള്ള സംഖ്യകളും പല ഭാഗങ്ങളിൽ വികാസം പ്രാപിച്ചുകൊണ്ടിരുന്നു. ഇവയിൽ പ്രധാനമാണ് ഭിന്നിതങ്ങൾ. വ്യവകലനക്രിയയിലൂടെ നെഗറ്റീവ് സംഖ്യകൾ ആവിഷ്കരിക്കപ്പെട്ടു. ഗുണനക്രിയ ഈ രണ്ടുതരം സംഖ്യകളുടെയും വികസനത്തിന് സഹായകമായി. ഹരണം ഒരു പുതിയ തരത്തിലുള്ള സംഖ്യകൾ ആവിഷ്കരിക്കാനും പര്യാപ്തമായി.

ഭിന്നിതങ്ങൾ എപ്പോൾ, എവിടെ രൂപപ്പെട്ടു എന്നതിനെപ്പറ്റി വ്യക്തമായ തെളിവുകൾ ഇനിയും ലഭിച്ചിട്ടില്ല. ഭാഗിക്കപ്പെടുന്നതിലൂടെയാണ് ഭിന്നിതത്തിന്റെ ആരംഭമുണ്ടായത്. പക്ഷേ, എല്ലാ ഭാഗവും ഭിന്നിതത്തിലേക്ക് നയിച്ചില്ല. ചില ഭാഗത്തിനുള്ള ഉത്തരം പൂർണസംഖ്യകൾ തന്നെയായിരുന്നു.

മനുഷ്യൻ ആദ്യം കണ്ടെത്തിയ ഭിന്നിതം പകുതി അഥവാ 1/2 ആകുന്നു. പക്ഷേ, ആദ്യകാലത്ത് പകുതി എന്നാൽ, തുല്യമായ നേർപ്പകുതി എന്ന അർഥമുണ്ടായിരുന്നില്ല. ഒരപ്പത്തിന്റെ കഷണം മുറിച്ചാൽ പകുതിയായി! രണ്ടു ഭാഗത്തിൽ ഒരു ഭാഗം എന്ന നിലയിൽ പകുതി സ്വീകരിച്ചെങ്കിലും തുല്യഭാഗങ്ങൾ വേണമെന്നില്ല എന്നുമാത്രം.

'പകുതി'ക്കുശേഷം പിന്നീട് രൂപപ്പെട്ട ഭിന്നിതം കാൽ അഥവാ 1/4 ആകുന്നു. 'അര' എന്ന പദവും 'കാൽ' എന്ന പദവും നമ്മുടെ ശരീരവുമായി ബന്ധപ്പെട്ടിരിക്കുന്നു എന്നതാണ് രസകരമായ വസ്തുത. പുഴയിൽ അരയോളം വെള്ളമുണ്ട്. എന്നാൽ, ഒരു മനുഷ്യന്റെ പകുതി ഉയരത്തിൽ വെള്ളമുണ്ട് എന്നാണർഥമാകുന്നത്. അരഭാഗത്തിന്റെയും പകുതി

കാൽഭാഗം മനുഷ്യശരീരത്തിനും കാൽഭാഗമാണല്ലോ.

എണ്ണൽ സംഖ്യകൾ പരിഗണിച്ചാൽ 1/2 നുശേഷം ഉണ്ടാകുന്ന ഭിന്നിതം 1/3 ആകുന്നു. പക്ഷേ, 1/2 നുശേഷം കണ്ടുപിടിക്കപ്പെട്ട ഭിന്നിതം 1/4 ആകാനുള്ള കാരണം പകുതിയാക്കുക എന്ന ക്രിയയുടെ ആവർത്തനം കൊണ്ട് സംഭവിച്ചതാണ്. സ്വാഭാവികമായും 1/4 നുശേഷം വികസിച്ച ഭിന്നിതം 1/8 അത്രെ. പിന്നീട് 1/16 ഉം രൂപപ്പെട്ടു. മുൻകാലങ്ങളിൽ ഒരു രൂപയ്ക്ക് 16 അണയായിരുന്നു. എട്ടണ എന്നാൽ, അരരൂപ. അതായത് അമ്പത് പൈസ. 25 പൈസയ്ക്ക് (കാൽരൂപയ്ക്ക്) നേരെ പകുതിയായ ഒരു നാണയമുണ്ടായിരുന്നു. അത് അരയ്ക്കാൽ. അതിന്റെയും പകുതിയാണ് ഒരണ. ഒരണ എന്നാൽ ആറേകാൽ പൈസയാണ്. പക്ഷേ, അന്ന് ആറേകാൽ പൈസയ്ക്ക് ഇന്ന് ഒരു രൂപയ്ക്ക് കിട്ടുന്നതിനെക്കാൾ സാധനം കിട്ടുമായിരുന്നു. അതുപോകട്ടെ. നമ്മുടെ ഭിന്നിതത്തിന്റെ കാര്യം തന്നെയെടുക്കാം. 1/2, 1/4, 1/8, 1/16 എന്നിവയ്ക്ക് പ്രത്യേക പേരുകൾ ഉണ്ടായിരുന്നു. അര, കാൽ, അരയ്ക്കാൽ, മുണ്ടാണി. മിക്ക ഭാഷകൾക്കും ഇത്തരം ഭിന്നിതങ്ങൾക്ക് പ്രത്യേക പേരുകളുണ്ട്. സാധാരണ ഭിന്നിതങ്ങൾക്കൊക്കെ സംഖ്യാനാമങ്ങളുമായി ബന്ധപ്പെട്ട പേരുകളാണുള്ളത്. 1/3 എന്നാൽ മൂന്നിലൊന്ന്. 1/5 എന്നാൽ അഞ്ചിൽ ഒന്ന്, 3/8 എന്നാൽ എട്ടിൽ മൂന്ന് എന്നീ പേരുകൾ. ഈ പേരുകളെല്ലാം സംഖ്യകളുമായി ബന്ധപ്പെട്ടിരിക്കുന്നു. പക്ഷേ, 'പകുതി' അഥവാ 'അര' എന്ന പദത്തിൽ 'രണ്ട്' എന്ന സംഖ്യാനാമം ഉപയോഗപ്പെട്ടിരുന്നില്ല.

ഇംഗ്ലീഷ് ഭാഷയിലും ഈ പ്രത്യേകത നമുക്ക് കണ്ടെത്താൻ കഴിയും. 'പകുതി' യെ അവർ 'Half' എന്നു വിളിക്കുന്നു. ഈ പദത്തിന് Two എന്ന പദവുമായി സാമ്യതയില്ല. പക്ഷേ 1/3 എന്ന ഭിന്നിതത്തിന് One third എന്നുവിളിക്കുന്നു. ഇതിൽ thrid-ഉം One ഉം സംഖ്യാപദങ്ങളാണ്.

"അച്ഛാ, ഭിന്നിതത്തിന് ഇംഗ്ലീഷിൽ എന്തുപറയും?"

"Fraction എന്നുപറയും. To break എന്നർഥമുള്ള Frangere എന്ന ലാറ്റിൻ വാക്കിൽ നിന്നാണ് ഈ പദമുണ്ടായത്. ഛേദിക്കപ്പെട്ടത്, ഖണ്ഡിക്കപ്പെട്ടത് എന്നീ അർഥങ്ങൾ ഇതിന് ചേരും."

"അംശം, ഛേദം എന്നീ വാക്കുകൾക്കോ?"

അംശത്തിന് Numerator എന്നും ഛേദത്തിന് Denominator എന്നും പറയുന്നു. അറബികളാണ് ഈ പേർ നൽകിയത്. അംശത്തിനെ അവർ Numbator എന്നുവിളിച്ചു. Number എന്നാണ് ഈ വാക്കിനർഥം. ഇത് ഒടുവിൽ Numerator ആയി. ഛേദത്തിന് അവർ നൽകിയ പേർ Denominator എന്നു തന്നെ. ഇതിന്റെ അർഥം Namer എന്നാണ്. ലാറ്റിൻകാർ Numerator:denominator എന്നീ വാക്കുകൾ തന്നെ ഉപയോഗിച്ചു. പിന്നീടവ പ്രചാരത്തിലായി.

ഭിന്നിതത്തെ പല രാജ്യക്കാരും പല രീതിയിലാണ് കൈകാര്യം ചെയ്തിരുന്നത്. റോമാക്കാർ അവരുടെ ഭിന്നിതത്തെ 'as' എന്നാണ് വിളിച്ചിരുന്നത്. ഓരോ ഭിന്നിതത്തിനും പ്രത്യേകം പേരുകളും ചിഹ്നങ്ങളും ഉണ്ടായിരുന്നു. അവരുടെ നീളം, തൂക്കം മുതലായവയുടെ ഏകകങ്ങളെ പന്ത്രണ്ട് തുല്യഭാഗങ്ങളായി ഭാഗിച്ചിരുന്നു. അപ്പോൾ ഒരു ഭാഗം 1/12

ആയിരിക്കുമല്ലോ. ഈ ഭിന്നിതത്തിന് അവർ നൽകിയ പേര് 'Unica' എന്നായിരുന്നു. പകുതിക്ക് (6/12) semis എന്നുപേർ. ഇതിന് S, C എന്നീ ചിഹ്നങ്ങൾ ഉപയോഗിച്ചിരുന്നു.

ഈജിപ്തുകാർ ഏകാംശഭിന്നിതങ്ങളിൽ തൽപ്പരരായിരുന്നു. ഒന്ന് അംശമായിട്ടുള്ള ഭിന്നിതമാണ് ഏകാംശഭിന്നിതം. 1/2, 1/3, 1/4 എന്നിവ ഉദാഹരണങ്ങൾ. ഇത്തരം ഭിന്നിതങ്ങളിൽ അംശം ഒന്നായതിനാൽ അംശത്തെ ഒഴിവാക്കുന്ന രീതി നിലവിലുണ്ടായിരുന്നു. പതിനെട്ടാം നൂറ്റാണ്ടിലെ ചില ഇംഗ്ലീഷ് പുസ്തകങ്ങളിൽ 1/2 ന് പകരം 2 എന്നും 1/4ന് പകരം 4 എന്നും രേഖപ്പെടുത്തുന്നുണ്ട്.

ഏതു ഭിന്നിതത്തെയും ഏകാംശഭിന്നിതങ്ങളുടെ തുകയായി എഴുതാനുള്ള മാർഗം അവർക്ക് അറിയാമായിരുന്നു. ഉദാഹരണമായി 2/3നെ 1/3+1/3 എന്ന് എഴുതാമല്ലോ. ഇങ്ങനെ തുകയുടെ രൂപത്തിൽ എഴുതുന്നതിന് പ്രത്യേക പട്ടികകൾ തയാറാക്കിയിരുന്നു.

ചൈനക്കാരും ഏകാംശഭിന്നിതങ്ങൾ ഉപയോഗിച്ചിരുന്നു. ഇന്നത്തെ രീതിയിലുള്ള ഭിന്നിതങ്ങളുടെ പല സങ്കീർണപ്രശ്നങ്ങളും അവർ വളരെക്കാലം മുമ്പുതന്നെ കൈകാര്യം ചെയ്തിരുന്നു.

ഗ്രീക്കുകാർ രണ്ടുതരം ഭിന്നിതങ്ങൾ ഉപയോഗിച്ചിരുന്നു. ദൈനംദിനാവശ്യങ്ങൾക്കുള്ള ഭിന്നിതങ്ങൾ ലളിതവും സാധാരണ ജനങ്ങൾ ഉപയോഗിക്കുന്നതുമാകുന്നു. 1/2, 1/3, 1/4 തരത്തിലുള്ള ഭിന്നിതങ്ങൾ സാധാരണ ജീവിതത്തിൽ അത്യാവശ്യവുമായിരുന്നു. ഇവയ്ക്ക് പ്രത്യേകം ചിഹ്നങ്ങൾ ഉണ്ടായിരുന്നു. 1/2നെ 'C' 1/3-നെ എന്നും 1/4-നെ എന്നും രേഖപ്പെടുത്തിയിരിക്കുന്നു.

പണ്ഡിതന്മാരുടെ ഭിന്നിതങ്ങളിൽ ഛേദം 60 ആയിരുന്നു. നാമിപ്പോൾ കോണുകൾ അളക്കുന്നത് ഡിഗ്രിയിലാണല്ലോ? ഈ ഡിഗ്രിയെ അവർ 60 തുല്യഭാഗങ്ങളായി ഭാഗിച്ചിരുന്നു. അപ്പോൾ ഒരു ഭാഗം 1/60 ആണല്ലോ. ഈ ഭാഗം ഒരു മിനിറ്റാകുന്നു. ഈ മിനിറ്റിനെയും 60 ഭാഗങ്ങളായി ഭാഗിച്ചിരുന്നു. ഇത്തരം ഒരു ഭാഗത്തിന് സെക്കന്റ് എന്നുപേർ.

ഇന്നത്തെ രീതിയിലുള്ള ഭിന്നിതങ്ങൾ ആവിഷ്കരിച്ചത് ഭാരതീയരാണ്. അംശവും ഛേദവും വേർതിരിക്കാൻ '–' എന്ന ചിഹ്നം പുരാതന ഭാരതീയർ ഉപയോഗിച്ചിരുന്നില്ല. ഛേദം അടിയിലും അംശം മുകളിലും എഴുതുകയായിരുന്നു പതിവ്. അറബികളാണ് ഇവയ്ക്കിടയിൽ വരയിടൽ ആരംഭിച്ചത്.

മൂവായിരം വർഷങ്ങൾ പഴക്കമുള്ള *ഋഗ്വേദ*ത്തിൽ അർധ (1/2) ത്രിപാദ (3/4), മൈത്രായിനിസംഹിതാപാദ (1/7), സാഫ (1/8), കുസുതം (1/12), കാലാ (1/16), എന്നീ ഭിന്നസംഖ്യകളെപ്പറ്റി പ്രസ്താവിച്ചിട്ടുണ്ട്. ഭാരതീയരുടെ പ്രധാന ഗണിതഗ്രന്ഥങ്ങളായ *ശുൽബ സൂത്രങ്ങ*ളിൽ ഭിന്നിതങ്ങൾ ധാരാളമായി കൈകാര്യം ചെയ്തിട്ടുണ്ട്. ഛേദത്തിനുപകരം ഭാഗം എന്ന പദമാണ് ഉപയോഗിച്ചുകാണുന്നത്. വിഷമഭിന്നങ്ങളെപ്പറ്റിയും അക്കാലത്ത് പരാമർശിച്ചു കാണുന്നുണ്ട്. 7 1/2യെ അർധാഷ്ടമ എന്നും 8 1/2യെ അർധനവമ എന്നും വിളിച്ചു കാണുന്നു.

2, 3 എന്നിവയുടെ വില കാത്യായനൻ തന്റെ *ശുൽബസൂത്ര*ത്തിൽ

ഇങ്ങനെ നൽകിക്കാണുന്നു.

'പ്രമാണം തൃതീയേന വർധയെത്തച്ച ചതുർഥേനാത്മ-
ചതുസ്ത്രീം സവിശേഷ
കരണീം തൃതീയേന വർധയേത്യച്ച സചതുർഥേനാത്മ-
ചതുശ്സത്രീംശേന സവിശേഷ ഇതി വിശേഷ.'
ഇതുപ്രകാരം

$\sqrt{2}$ = 1+1/3 + 1/3.4 1/3.4.34 = 14142156

$\sqrt{3}$ = 1+ 2/3 + 1/3.5 = 1/3.5.52 = 1.7320513

എന്നിങ്ങനെ വില നൽകിക്കാണുന്നു. ഈ രണ്ട് ഉദാഹരണങ്ങളിൽ നിന്നും ഭാരതീയ ഗണിതശാസ്ത്രജ്ഞന്മാർ വേദകാലത്തുതന്നെ ഗണിതത്തിൽ വളരെ പ്രാവീണ്യം നേടിയിരുന്നു എന്ന് മനസിലാക്കാം

പുരാതന ഭാരതീയർ 12 സ്ഥാനങ്ങൾവരെയുള്ള സംഖ്യകൾക്ക് പേര് നൽകിയതായി മുമ്പ് സൂചിപ്പിച്ചുവല്ലോ. പിന്നീട് പത്തിന്റെ ഗുണിതങ്ങളായി 17 പടവുകൾ മേൽപ്പോട്ട് കയറിയതായി നമുക്ക് കാണാം. ഇതേ പോലെ 17 പടവുകൾ താഴോട്ടും പുരാതന ഭാരതീയർ ഇറങ്ങിയതായി കാണുന്നു. പക്ഷേ, 10 ന്റെ ഗുണിതങ്ങളായല്ല, പലതും 2 ന്റെ ഗുണിതങ്ങളാണ്. ഒന്നിന്റെ പകുതി (1/2), അതിന്റെ പകുതി കാൽ (1/4), അതിന്റെ പകുതി (1/8), (അരയ്ക്കാൽ) അതിന്റെ പകുതി (1/16), മാകാണി എന്നിങ്ങനെ കീഴ്പ്പോട്ടിറങ്ങി ചതിരണുവിലെത്തുന്നു.

51 ചതിരണു	=	1 തലവര
21 തലവര	=	1 തിമിരിമ
22 തിമിരിമ	=	1 അണു
21 അണു	=	1 ഇമ്മി
21 ഇമ്മി	=	1 കീഴ്മുന്തിരിക
4 കീഴ്മുന്തിരിക	=	1 കീഴ്കാണി
4 കീഴ്കാണി	=	1 കീഴ്മാവ്
5 കീഴ്മാവ്	=	1 കീഴ്ക്കാൽ
4 കീഴ്ക്കാൽ	=	1 മേൽമുന്തിരിക
4 മേൽമുന്തിരിക	=	1 കാണി
4 കാണി	=	1 മാവ്
20 മാവ്	=	ഒന്ന്

ഇവ കൂടാതെ മാകാണി (1/16), അരയ്ക്കാൽ (1/8), കാൽ (1/4), അര (1/2), മുക്കാൽ (3/4) എന്നീ ഭിന്നിതങ്ങളും അക്കാലത്ത് തന്നെ പ്രചാരത്തിലുണ്ടായിരുന്നു. ഭിന്നിതത്തിന്റെ കാര്യത്തിലും ഏറ്റവും പുരോഗമിച്ചിരുന്നത് ഭാരതീയരായിരുന്നുവെന്ന് മേൽ ഉദാഹരണങ്ങളിൽ നിന്ന് നമുക്ക് മനസിലാക്കാം.

ദശാംശസംഖ്യകൾ

പുരാതന ഭാരതീയർ സംഖ്യകളെ പത്തിന്റെ ഗുണിതങ്ങളാക്കി ഒന്നുമുതൽ മേൽപ്പോട്ട് പേരുകൾ നൽകിയെങ്കിലും ഭിന്നിതത്തിന്റെ കാര്യത്തിൽ ഈ സമ്പ്രദായം സ്വീകരിച്ചിട്ടില്ല. പൂജ്യത്തിന്റെ ആവിർഭാവത്തോടെ ദശാംശഭിന്നിതങ്ങളും രൂപംകൊണ്ടു എന്ന് വിശ്വസിക്കപ്പെടുന്നു. ഭിന്നിതങ്ങളിൽ ഛേദം പത്തിന്റെ ഗുണിതങ്ങളായെഴുതുന്ന രീതി ഭാരതീയർക്ക് അറിവുണ്ടായിരുന്നില്ല. വിദേശത്ത് എവിടെയോ ആണ് ദശാംശഭിന്നിതങ്ങൾ രൂപംകൊണ്ടത്.

ദശാംശഭിന്നിതങ്ങളെപ്പറ്റിയും അതിന്റെ ഗണിതക്രിയകളെപ്പറ്റിയും വിശദമായ പഠനം ആദ്യമായി കാണുന്നത് 1185 ൽ സ്റ്റെവിൻ പ്രസിദ്ധീകരിച്ച *ലാഡിസ്മെ* എന്ന ഗ്രന്ഥത്തിലാണ്. സാധാരണയായി പൂർണസംഖ്യകൾ എഴുതുന്ന രീതിയിൽത്തന്നെയാണ് സ്റ്റെവിൻ ദശാംശസംഖ്യകളെയും രേഖപ്പെടുത്തിയത്. പൂർണസംഖ്യയുടെയും ദശാംശസംഖ്യയുടെയും ഇടയിൽ (0) ചേർത്തിരുന്നു. 2.438 നെ അദ്ദേഹം 2(0) (4), (3), (8) എന്നിങ്ങനെയാണ് രേഖപ്പെടുത്തിയത്.

സ്റ്റെവിൻ നിർദേശിച്ച രീതിയാണ് യൂറോപ്പിൽ എങ്ങും ഉപയോഗിച്ചത്. ലോഗരിതം കണ്ടുപിടിച്ച ജോൺനാപ്പിയർ ബ്രായ്ക്കറ്റിന് പകരം കോമ ഉപയോഗിക്കാൻ തുടങ്ങി. അതായത് 2.438 നെ 2(0) 4,3,8....... എന്നിങ്ങനെ രേഖപ്പെടുത്തി. ബേയർ എന്ന ഗണിതശാസ്ത്രജ്ഞൻ ഇതിനെ 2,4,3,8 എന്ന രീതിയിൽ രേഖപ്പെടുത്തി കാണുന്നു.

1540 ൽ റഡോൾഫ് ആണ് ഈ രീതിക്ക് ഒരു പരിഷ്കാരം ഏർപ്പെടുത്തിയത്. പൂർണസംഖ്യയെയും ദശാംശസംഖ്യയെയും രേഖപ്പെടുത്താൻ ഒരു വര മാത്രം മതിയെന്ന് തീരുമാനിച്ചു. പക്ഷേ ഈ രീതിക്ക് വേണ്ടത്ര പ്രചാരം ലഭിച്ചില്ല. കാരണം ഈ വര വ്യവകലനചിഹ്നമായി തെറ്റിദ്ധരിക്കാൻ ഇടയാക്കിയിരുന്നു.

റൈറ്റസ് എന്ന ശാസ്ത്രജ്ഞൻ നേപ്പിയർ ഉപയോഗിച്ച കോമയ്ക്ക് പകരം ഒരു ബിന്ദു മാത്രം ഉപയോഗിച്ചു. ഇത് 'ദശാംശബിന്ദു' എന്നറിയപ്പെടുന്നു. ഇത് പിന്നീട് വളരെ പ്രചാരത്തിലായി.

"സംഖ്യകളെപ്പറ്റി ഇത്രയേറെ കഥകളുണ്ടോ അച്ഛാ?" സന്തോഷിന് അത്ഭുതം.

"ഇവ ഏതാനും ഭാഗങ്ങളേ ആകുന്നുള്ളൂ. ഒറ്റ സംഖ്യകൾ, ഇരട്ട സംഖ്യകൾ, അഭാജ്യസംഖ്യകൾ, അതീത സംഖ്യകൾ തുടങ്ങി അനേകം തരത്തിലുള്ള സംഖ്യകളുണ്ട്. ഇവയ്ക്കെല്ലാം പ്രത്യേകം കഥകളുമുണ്ട്. സംഖ്യകളുടെ കഥകൾക്ക് മനുഷ്യസംസ്കാരത്തോളം പഴക്കമുണ്ട്. സംഖ്യകളുടെ അത്ഭുതപ്രപഞ്ചം ഇന്ന് വളരെയേറെ വികസിച്ചിരിക്കുന്നു. നമുക്ക് പോസിറ്റീവ് എണ്ണൽസംഖ്യകളും എണ്ണൽ സംഖ്യകളുമായി കോടാനുകോടി സംഖ്യകളുണ്ട്. സംഖ്യകൾ അനന്തമാണെന്ന് മുമ്പ് പറഞ്ഞല്ലോ. ഇത്തരം ഏത് രണ്ട് സംഖ്യകൾക്ക് ഇടയിലും അനേകം കോടി സംഖ്യകൾ ഉണ്ടായിരിക്കും. നാം പരിഗണിക്കുന്ന രണ്ട് വ്യത്യസ്ത സംഖ്യകൾ എത്രതന്നെ ചെറുതായാലും അവയ്ക്കിടയിലും അനേക കോടി സംഖ്യകളുണ്ടായിരിക്കും. ഈ സംഖ്യയുടേയെല്ലാം ഗുണനഫലം ശൂന്യമായിരിക്കുമെന്നതാണ് മറ്റൊരു രസകരമായ വസ്തുത. മാത്രമല്ല തുകയും പൂജ്യമായിരിക്കും."

ണിം...... ണിം.....

"അച്ഛാ, സമയം പതിനൊന്നായിരിക്കുന്നു." സീന ഓർമിപ്പിച്ചു.

"അവിടെയും സംഖ്യതന്നെ അല്ലേ, അച്ഛാ?" സന്തോഷിന്റെ അഭിപ്രായം.

"അപ്പോൾ സന്തോഷിന് കണക്കിനോടുള്ള വെറുപ്പെല്ലാം തീർന്നോ?"

"കണക്ക് ഇത്രയും രസകരമാണെന്ന് ഞാനറിഞ്ഞില്ല. ഇനിയും കഥകളുണ്ടോ അച്ഛാ?"

"ഇനി മക്കൾ പോയുറങ്ങ്. കഥ മറ്റൊരവസരത്തിലാകാം."

"ഗുഡ് നൈറ്റ്."

"ഗുഡ് നൈറ്റ്."

ഗണിതകഥകൾ

ത്രികോണമിതിയുടെ കഥ

പോളിഗൺ (Polygon) അഥവാ ബഹുഭുജം എന്ന വാക്ക് നിങ്ങൾ കേട്ടിരിക്കും. ഒരു നിശ്ചിത എണ്ണം വശങ്ങളെക്കൊണ്ട് ഒരു സമതലം ആവരണം ചെയ്യപ്പെട്ട ലഘുസംവൃത രൂപമാണ് ബഹുഭുജം. ബഹുഭുജത്തിന് എത്ര വശങ്ങളും ആകാം. ഏറ്റവും കുറഞ്ഞത് മൂന്ന് വശങ്ങൾ ഉണ്ടായിരിക്കും. ഇതാണ് ത്രികോണം (Triangle). നാലുവശങ്ങളുള്ള ബഹുഭുജത്തിന് ചതുർഭുജം അഥവാ Quadrilateral എന്നുവിളിക്കുന്നു. നാലിൽ കൂടുതൽ ഉള്ളവയ്ക്ക് 'gon' ചേർത്ത് പെന്റഗൺ, ഹെക്സഗൺ, സപ്റ്റഗൺ എന്നിങ്ങനെ പേരുകൾ വിളിക്കുന്നു. മൂന്നു വശങ്ങളുള്ള ത്രികോണത്തിന് Trigon എന്നും പറയാം.

Trigon, metry എന്നീ പദങ്ങളിൽ നിന്നാണ് ത്രികോണമിതി (Trigonometry) എന്ന പദമുണ്ടായിട്ടുള്ളത്. Metry എന്ന പദത്തിന് അളവ് എന്നർഥം. അപ്പോൾ ത്രികോണമിതി എന്നത് ത്രികോണങ്ങളുടെ അളവുകളെ സംബന്ധിച്ച ശാസ്ത്രശാഖ എന്നു വരുന്നു.

ഒരു ഗണിതശാസ്ത്രശാഖ എന്ന നിലയിൽ ത്രികോണമിതി ആരംഭിച്ചത് പതിനേഴാം നൂറ്റാണ്ടിൽ മാത്രമാണ്. പക്ഷേ, ത്രികോണങ്ങളെ സംബന്ധിച്ച പഠനം എന്ന നിലയിൽ ഇതിന് മൂവായിരത്തിലേറെ വർഷങ്ങളുടെ പഴക്കം അവകാശപ്പെടാം. ക്രിസ്തുവിന് സുമാർ രണ്ട് നൂറ്റാണ്ട് മുമ്പ് ഗ്രീസിൽ ജീവിച്ചിരുന്ന ഹിപ്പാർക്കസ് ആണ് ത്രികോണമിതിയുടെ പിതാവ് എന്നറിയപ്പെടുന്നത്.

ഗ്രീസ് മാത്രമല്ല ബാബിലോണിയ, ചൈന, ഈജിപ്ത്, ഭാരതം എന്നീരാജ്യങ്ങളെല്ലാം വളരെ പുരാതന കാലം മുതൽക്കുതന്നെ ത്രികോണവുമായി ബന്ധപ്പെട്ട പ്രശ്നങ്ങൾ കൈകാര്യം ചെയ്തിരുന്നു. മൂവായിരത്തഞ്ഞൂറു വർഷങ്ങൾക്കു മുമ്പുള്ള ഈജിപ്തിലെ *അഹ്മസ് പപ്പൈറസിൽ* പിരമിഡിനെപ്പറ്റിയുള്ള അഞ്ചു ചോദ്യങ്ങൾ കാണുന്നുണ്ട്.

ഈചോദ്യങ്ങളിൽ ഒരു മട്ടത്രികോണത്തിന്റെ രണ്ട് വശങ്ങളുമായി ബന്ധപ്പെട്ട ചോദ്യങ്ങളുണ്ട്. ത്രികോണമിതിയിൽ വശങ്ങളുടെ അംശബന്ധങ്ങളെപ്പറ്റിയാണ് പ്രധാനമായും വിവരിക്കപ്പെടുന്നത്. ഗ്രീസ്, ഈജിപ്ത്, ബാബിലോണിയ തുടങ്ങിയ രാജ്യക്കാർ തങ്ങളുടെ വിജ്ഞാന ശേഖരങ്ങൾ പരസ്പരം കൈമാറിയിരുന്നതിനാൽ ഈ ശാസ്ത്രശാഖ വേഗത്തിൽ വളരാനിടയായി.

മട്ടത്രികോണങ്ങളുടെ വശങ്ങളുടെ ബന്ധത്തെപ്പറ്റി കാര്യമായ പഠനം നടത്താൻ സഹായിച്ചത് ഗ്രീക്കുകാരുടെ നോമൺ എന്ന ഉപകരണമാണ്. സമയം കണക്കാക്കാൻ നിലത്ത് ലംബമായി കുഴിച്ചിടുന്ന ഒരു വടിയാണ് നോമൺ. വാച്ചും ക്ലോക്കും മറ്റും ഇല്ലാതിരുന്ന കാലത്ത് നിഴലിന്റെ നീളം അളന്ന് സമയം കണക്കാക്കിയിരുന്നു. ലംബമായി കുഴിച്ചിട്ട വടിയും ഭൂമിയും ചേർന്ന് മട്ടകോൺ ഉണ്ടാക്കുന്നു. വടിയുണ്ടാക്കുന്ന നിഴലും വടിയും ചേർന്നുള്ള കോണും മട്ടകോണായിരിക്കും. അപ്പോൾ വടിയുടെ നീളവും നിഴലിന്റെ നീളവും തമ്മിലുള്ള അംശബന്ധം എടുക്കുമ്പോൾ ത്രികോണമിതിയിലെ ആശയങ്ങൾ ഉപയോഗിക്കപ്പെടുന്നു.

ഭാരതത്തിലെ ആര്യഭടൻ, ബ്രഹ്മഗുപ്തൻ, ഭാസ്കരാചാര്യർ, വരാഹമിഹിരൻ എന്നിവർ ത്രികോണമിതിയുടെ വളർച്ചയിൽ അമൂല്യമായ സംഭാവന നൽകിയവരാണ്. ത്രകോണമിതിയിലെ അംശബന്ധത്തിന് ആദ്യമായി പേർ നൽകിയത് ആര്യഭടനായിരുന്നു. മട്ടത്രികോണത്തിന്റെ ഒരു ന്യൂനകോണിന്റെ എതിർ വശവും കർണവും തമ്മിലുള്ള അംശബന്ധത്തിന് ആര്യഭടൻ 'ജ്യാ' എന്ന പേർ നൽകി. 'ജ്യാ' എന്ന പദം അറബിയിൽ എത്തിയപ്പോൾ 'ജിബാ' എന്നായി മാറി. 'ജിബാ' എന്ന പദത്തിന് പ്രത്യേകിച്ച് അർഥമൊന്നും ഉണ്ടായിരുന്നില്ല. ഈ പദം പിന്നീട് 'ജെയ്ബ്' എന്നായിമാറി. ഉൾക്കടൽ, വക്രം, മാറിടം എന്നൊക്കെയാണ് ഇതിന്റെ അർഥം. ഈ പദം ലാറ്റിനിലേക്ക് തർജുമ ചെയ്തപ്പോൾ ഇതേ അർഥത്തിലുള്ള സൈനസ് എന്ന വാക്ക് ലഭിച്ചു. സൈനസാണ് പിന്നീട് സൈൻ (Sine) ആയിമാറിയത്.

ത്രികോണമിതിയുടെ വളർച്ചയ്ക്ക് ഏറ്റവും കൂടുതൽ സംഭവന നൽകിയിട്ടുള്ളത് അറബികളാണ്. കച്ചവടാവശ്യത്തിന് ഇന്ത്യയിൽ വന്ന അറബികൾ വിജ്ഞാന സമ്പാദനത്തിനും വളരെയേറെ താൽപ്പര്യം പ്രകടിപ്പിച്ചിരുന്നു. ഭാരതത്തിലെ പ്രമുഖ ഗണിത ഗ്രന്ഥങ്ങളായ *ആര്യഭടീയം*, *ലീലാവതി* തുടങ്ങിയ ഗ്രന്ഥങ്ങൾ കൊണ്ടുപോവുകയും അവരുടെ ഭാഷയിൽ തർജുമചെയ്ത് പ്രസിദ്ധീകരിക്കുകയും ചെയ്തു. ത്രികോണമിതിയിലെ സിദ്ധാന്തങ്ങൾ ശാസ്ത്രീയമായി ക്രമീകരിച്ച് തെളിവുകൾ നൽകി ഒരു സ്വതന്ത്രശാഖയാക്കി മാറ്റുന്നതിൽ അബ്ദുൾ വെഫ വലിയ പങ്കുവഹിക്കുകയുണ്ടായി. നസീർ എഡ്-ഡിൻ-അൽ ടാസി എന്ന ഗണിതശാസ്ത്ര പണ്ഡിതനും ത്രികോണമിതിയെ പരിപോഷിപ്പിക്കുന്നതിൽ വലിയ പങ്കുവഹിച്ചു.

ഭാരതീയർ കണ്ടുപിടിച്ച ദശാംശ സംഖ്യാരീതി വിദേശങ്ങളിൽ പ്രച

രിപ്പിക്കാൻ അക്ഷീണം പ്രയത്നിച്ച ഫിബിനാച്ചി 1220 ൽ അറബികളുടെ ത്രികോണമിതി പഠിക്കുകയും തന്റെ ജ്യാമിതി പുസ്തകത്തിൽ ഉൾപ്പെടുത്തുകയും ചെയ്തു. പതിനാലാം നൂറ്റാണ്ടോടെ അറബികളുടെ ത്രികോണമിതി ഇംഗ്ലണ്ടിൽ പ്രചരിപ്പിക്കപ്പെട്ടു. നേരിട്ട് അളന്നു കണ്ടുപിടിക്കാൻ പ്രയാസമായവ കണക്കു കൂട്ടാനുള്ള എളുപ്പവഴി എന്ന നിലയിൽ ശാഖയ്ക്ക് നല്ല സ്വീകരണമാണ് ലഭിച്ചത്.

ത്രികോണമിതിയുടെ ഇംഗ്ലീഷ് പദമായ Trigonometry ആദ്യമായി ഉപയോഗിച്ചത് 1595 ൽ പിറ്റ്സസ് എന്ന ഗണിത ശാസ്ത്രജ്ഞനാണ്. ജോൺ ന്യൂട്ടൺ, ജോൺ വില്ലിസ്, ഔട്രഡ്, സർ ഐസക് ന്യൂട്ടൺ എന്നിവരെല്ലാം ത്രികോണമിതി വളർത്തുന്നതിൽ മികച്ച സംഭാവനകൾ നൽകിയവരാണ്.

രണ്ട് കോണളവുകളുടെ തുക 90^0 ആയാൽ അവയെ പൂരക കോണുകൾ (Complement Angles) എന്നു പറയും. ഒരു മട്ട ത്രികോണത്തിന്റെ മട്ടകോണൊഴികെയുള്ള കോണുകൾ പൂരകകോണുകൾ ആയിരിക്കും. ആര്യഭടൻ ജ്യാവിന്റെ പൂരകമായി കോടിജ്യാ ഉപയോഗിച്ചു. 1620 ൽ എഡ്മണ്ട് ഗണ്ടർ സൈനിന്റെ 'കോംപ്ലിമെന്റായി' കോ-സൈനസ് എന്ന വാക്ക് ഉപയോഗിച്ചു. 1674 ൽ ജോനസ് മൂ ഈ വാക്കിനെ ചുരുക്കി കോസ് എന്നുപയോഗിച്ചു. ഇത് സമീപവശവും കർണവും തമ്മിലുള്ള അംശബന്ധത്തെ സൂചിപ്പിക്കുന്നു.

ടാൻജന്റ് (സ്പർശരേഖ) എന്ന വാക്കിൽ നിന്നാണ് ടാൻജന്റ് എന്ന അംശബന്ധവും ഉണ്ടായിട്ടുള്ളത്. ചിത്രത്തിൽ A കേന്ദ്രമായ വൃത്തത്തിന്റെ ഒരു ആരരേഖാഖണ്ഡമാണ്.

AP = 1 ആകട്ടെ. P എന്ന ബിന്ദുവിൽ കൂടിയുള്ള സ്പർശരേഖ (Tangent) ആണ് PQ∠A യുടെ എതിർവശം PQ ഉം സമീപവശം APയുമാണ്. ഇവിടെ എതിർവശം ÷ സമീപവശം എന്ന അംശബന്ധം PQ÷AP=PQ÷1=PQ ആയിരിക്കും. ∠A വർധിക്കുമ്പോൾ PQ ഉം വർധിക്കുന്നു. PQഎന്നത് സ്പർശരേഖ (Tan-gent)-യുടെ നീളമാണ്. അതിനാൽ ഈ അംശബന്ധത്തിന് 1583 ൽ തോമസ് ഫിൻകെ Tangent എന്ന പേർ നൽകി. ഇതിന്റെ Complement ആണ് Cota-ngent അഥവാ Cot എന്ന അംശബന്ധം. 1620 ൽ എഡ്മണ്ട് ഗണ്ടറാണ് ഈ പേർ നൽകിയത്.

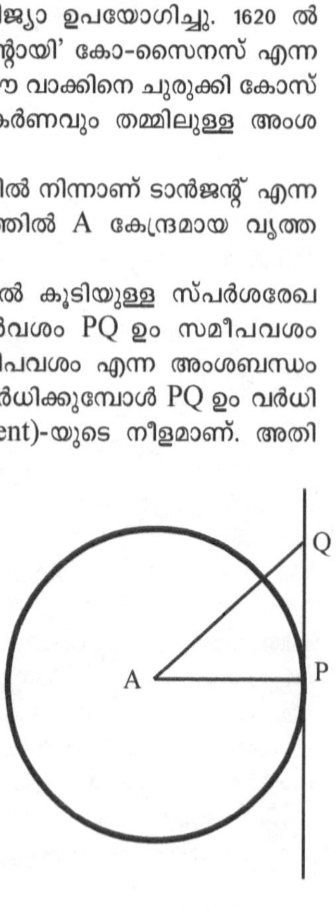

ആദ്യകാലത്ത് സീക്കന്റ്, കൊസീക്കന്റ് എന്നീ അംശബന്ധങ്ങളുടെ ആവശ്യം കാര്യമായുണ്ടായില്ല. അതിനാൽ മറ്റ് അംശബന്ധങ്ങളെ അപേക്ഷിച്ച് വളരെ വൈകിയാണ് ഇവ വികസിച്ചത്. ക്രിസ്തുവർഷം 860 ൽ അൽബർവാസി

'സീക്കന്റ്' അംശബന്ധം ഉപയോഗിച്ചെങ്കിലും പ്രത്യേക പേർ നൽകുകയുണ്ടായില്ല. 1542 ൽ കോപ്പർനിക്കസ് ഇതിന് 'ഹൈപ്പോട്ട് ന്യൂസ്' എന്ന പദം ഉപയോഗിച്ചു.

അദ്ദേഹത്തിന്റെ ശിഷ്യൻ റീറ്റിക്കസ് 1596 ൽ തന്റെ *ഓപ്പസ് പലാറ്റിനം* എന്ന ഗ്രന്ഥത്തിൽ സീക്ക്, കൊസീക്ക് അംശബന്ധങ്ങളെപ്പറ്റി എഴുതുകയുണ്ടായി. പക്ഷേ സീക്ക് എന്ന പേർ ആദ്യമായി ഉപയോഗിച്ചത് 1583 ൽ ഫിൻകെ എന്ന ശാസ്ത്രജ്ഞനാണ്. ഛേദകരേഖ എന്നർഥമുള്ള Secant എന്ന പദം തന്നെയാണ് അംശബന്ധത്തിലും ഉപയോഗിക്കുന്നത്.

ആറ് ത്രികോണമിതി അംശബന്ധങ്ങളും ഉൾപ്പെടുന്ന ആദ്യത്തെ പുസ്തകം 1551 ൽ ലീപിഗ് പ്രസിദ്ധീകരിച്ചു. ഇതിന്റെ പേർ *കാനൻ ഡോക്ട്രിനെ ട്രയാങ്കുലോറം ഓഫ് റീറ്റിക്കസ്* എന്നായിരുന്നു. പക്ഷേ ഇതിൽ Sine, Cos, Cosec എന്നീ പേരുകൾ ഉണ്ടായിരുന്നില്ല. പെർപെന്റിക്കുലം ബെയ്സിസ്, ഹൈപോട്ട്ന്യൂസ എന്നിങ്ങനെ ആയിരുന്നു യഥാക്രമം പേരുകൾ. 1580 ൽ വീറ്റ 6 ത്രികോണമിതി അംശബന്ധങ്ങളും ഉപയോഗിച്ച് *അനലറ്റിക് ട്രീറ്റ്മെന്റ് ഓഫ് ട്രിഗണോമെട്രി* പ്രസിദ്ധീകരിച്ചു.

ത്രികോണമിതി അംശബന്ധങ്ങളെപ്പോലെ ഒരു നീണ്ട ചരിത്രം ത്രികോണമിതി പട്ടികകൾക്കുമുണ്ട്. ത്രികോണമിതിയുടെ പിതാവായി അറിയപ്പെടുന്ന ഹിപ്പാർക്കസ് ആണ് ആദ്യമായി ത്രികോണമിതി പട്ടിക തയാറാക്കിയതെന്ന് വിശ്വസിക്കപ്പെടുന്നു. പക്ഷേ അന്നത്തെ പട്ടിക ഇന്നത്തെതുപോലെ കൃത്യമായിരുന്നില്ല. ക്രിസ്തുവർഷം 150 ൽ ടോളമി ത്രികോണമിതിപ്പട്ടിക തയാറാക്കിയിട്ടുണ്ട്. ക്രിസ്തുവർഷം 400 ൽ ഭാരതത്തിൽ പ്രസിദ്ധീകരിച്ച സൂര്യസിദ്ധാന്തത്തിൽ ഒരുവിധം തൃപ്തികരമായ പട്ടിക കാണാം. 510 ൽ ആര്യഭടൻ സൈനിന്റെയും കോസൈനിന്റെയും പട്ടിക കണക്കുകൂട്ടിയിട്ടുണ്ട്. വരാഹമിഹിരന്റെ പഞ്ചസിദ്ധാന്തികയിലും ഭാസ്കരാചാര്യരുടെ സിദ്ധാന്ത ശിരോമണിയിലും ത്രികോണമിതി പട്ടികകൾ കാണാം. ഏതു ഡിഗ്രിക്കുമുള്ള സൈനിന്റെ പട്ടിക കാണുന്നതിനുള്ള ഒരു രീതി ഭാസ്കരാചാര്യരുടെ സിദ്ധാന്ത ശിരോമണിയിൽ കാണാം. ആദ്യകാലത്ത് അറബികൾ ഹിന്ദുക്കളുടെ പട്ടികകളാണ് ഉപയോഗിച്ചിരിക്കുന്നത്. പക്ഷേ പിന്നീട് അവർ സ്വന്തമായി പരിഷ്കരിച്ച പട്ടികകൾ ഉപയോഗിച്ചു.

ആദ്യകാലത്തെ പട്ടികകളൊന്നും സൂക്ഷ്മമായിരുന്നില്ല. പിൽക്കാലത്ത് വളരെ സൂക്ഷ്മമായ പട്ടികകൾ നിർമിക്കപ്പെട്ടു. ഈ പട്ടികകൾ ഉപയോഗിച്ചുള്ള കണക്കുകൂട്ടലുകൾ വളരെ സൂക്ഷ്മതയുള്ളതായിരിക്കും.

കമ്പ്യൂട്ടറിന്റെ കഥ

ആധുനികലോകത്ത് ഏറ്റവും കൂടുതൽ സ്വാധീനം ചെലുത്തുന്ന ഒരു അത്ഭുതയന്ത്രമാണ് കമ്പ്യൂട്ടർ. ആധുനിക മനുഷ്യന്റെ മിക്കവാറു മെല്ലാ ജീവിതമേഖലകളിലും കമ്പ്യൂട്ടർ ആധിപത്യം സ്ഥാപിച്ചുകഴിഞ്ഞു. എന്നുമാത്രമല്ല അനുദിനം ഇതിന്റെ സ്വാധീനം വർധിച്ചുവരികയുമാണ്.

ബുദ്ധിയുള്ള യന്ത്രമെന്നുപോലും വിശേഷിക്കപ്പെടാവുന്ന കമ്പ്യൂട്ടർ, ഗണിതശാസ്ത്രത്തിന്റെ സംഭാവനയാണ്. കണക്കുകൂട്ടാനുള്ള യന്ത്രങ്ങൾ വികസിപ്പിച്ചാണ് കമ്പ്യൂട്ടറിൽ എത്തിച്ചേർന്നത്. മാത്രമല്ല 0, 1 എന്നീ അക്കങ്ങൾ മാത്രം ഉപയോഗിക്കുന്ന 'ദ്വയാംഗ' സമ്പ്രദായമാണ് കമ്പ്യൂട്ടറിൽ ഉപയോഗിക്കുന്നത്.

കമ്പ്യൂട്ടറിന് കഷ്ടിച്ച് രണ്ട് നൂറ്റാണ്ടിന്റെ ചരിത്രം മാത്രമേ അവകാശപ്പെടാനുള്ളുവെങ്കിലും കമ്പ്യൂട്ടറിന്റെ കണ്ടുപിടിത്തത്തിലേക്ക് എത്തിച്ചത് മനുഷ്യന്റെ കണക്കുകൂട്ടുവാനുള്ള ശ്രമങ്ങളിൽ നിന്നാണ്. അപ്പോൾ കമ്പ്യൂട്ടറിന്റെ ചരിത്രം മനുഷ്യൻ കണക്കുകൂട്ടാൻ ആരംഭിച്ചതുമുതൽ ആരംഭിക്കുന്നു. മനുഷ്യന് സംഖ്യാബോധമുണ്ടായതുമുതൽ കണക്കുകൂട്ടാൻ ആരംഭിച്ചു എന്നുപറയാം. കണക്കുകൂട്ടാൻ മനുഷ്യൻ ആദ്യമായി ഉപയോഗിച്ചത് അവന്റെ വിരലുകൾ തന്നെ. വിരൽ എന്നർഥമുള്ള Digit എന്ന ഗ്രീക്കുപദത്തിൽ നിന്നാണ് അക്കം എന്ന അർഥമുള്ള പദം ഉണ്ടായത്. ഒരു ഉപകരണമെന്ന നിലയിൽ മനുഷ്യൻ കണക്കുകൂട്ടാൻ ആദ്യമായി ഉപയോഗിച്ചത് മണിച്ചട്ടം (Abacus) ആണ്.

ക്രിസ്തുവിന് മുമ്പ് അയ്യായിരത്തിനും രണ്ടായിരത്തിനും ഇടയിലുള്ള വർഷങ്ങളിലാണ് മണിച്ചട്ടം ഉപയോഗിക്കാൻ തുടങ്ങിയതെന്ന് ചരിത്രകാരൻമാർ അഭിപ്രായപ്പെടുന്നു. പലരീതിയിലുള്ള മണിച്ചട്ടങ്ങൾ പല രാജ്യക്കാരും ഉപയോഗിച്ചിരുന്നു. ചതുരാകൃതിയിൽ ഒരു ചട്ടയും ഗോളാകൃതിയിലുള്ള ചെറിയ വസ്തുക്കളുമാണ് മണിച്ചട്ടത്തിന്റെ പ്രധാന ഭാഗങ്ങൾ. ഒരു കമ്പിയോ നൂലൊ ഉപയോഗിച്ച് ചലിപ്പിക്കാവുന്ന വിധത്തിൽ ഗോളങ്ങൾ ഉറപ്പിച്ചിരിക്കും. പ്രൈമറി ക്ലാസിലെ കുട്ടികൾ ഇപ്പോഴും മണിച്ചട്ടം ഉപയോഗിക്കുന്നുണ്ട്.

ചൈനക്കാരും ജപ്പാൻകാരും കണക്കുകൂട്ടാൻ ഉപയോഗിച്ചിരുന്ന മണിച്ചട്ടത്തിന്റെ പേര് 'CALCLI' എന്നായിരുന്നു. ഈ വാക്കിൽ നിന്നാണ് കണക്കുകൂട്ടൽ യന്ത്രങ്ങൾക്ക് Calculator എന്ന പേരുണ്ടായത് വിശ്വസിക്കപ്പെടുന്നു.

സഹസ്രാബ്ദങ്ങളോളം ഉപയോഗിച്ചുവന്ന മണിച്ചട്ടം എളുപ്പത്തിൽ കണക്കുകൂട്ടാൻ പര്യാപ്തമല്ല. കൂടുതൽ സൗകര്യപ്രദമായ ഉപകരണത്തിനുവേണ്ടി ധാരാളമാളുകൾ പരിശ്രമിച്ചുകൊണ്ടിരുന്നു. ഇത്തരം ശ്രമങ്ങളുടെ ഫലമായി പതിനഞ്ചാം നൂറ്റാണ്ടിൽ ഗെലോഷ്യോ രീതി (Gelatio Method) കണ്ടുപിടിക്കപ്പെട്ടു.

	0	1	2	3	4	5	6	7	8	9
1	0/0	1	2	3	4	5	6	7	8	9
2	0/0	2	4	6	8	1/0	1/2	1/4	1/6	1/8
3	0/0	3	6	9	1/2	1/5	1/8	2/1	2/4	2/7
4	0/0	4	8	1/0	1/6	2/0	2/4	2/8	3/2	3/6
5	0/0	5	1/0	1/0	2/0	2/5	3/0	3/5	4/0	4/5
6	0/0	6	1/2	1/0	2/4	3/0	3/6	4/2	4/8	5/4
7	0/0	7	1/4	2/0	2/8	3/5	4/2	4/9	5/6	6/3
8	0/0	8	1/6	2/0	3/2	4/0	4/8	5/6	6/4	7/2
9	0/0	9	1/8	2/0	3/6	4/5	5/4	6/3	7/2	8/1

പൂജ്യം മുതൽ ഒമ്പതുവരെയുള്ള അക്കങ്ങളെ ഇത്രയും അക്കങ്ങൾ കൊണ്ട് ഗുണിച്ചാലുണ്ടാകുന്ന ഫലങ്ങൾ സ്ട്രിപ്പുകളിൽ അടയാളപ്പെടുത്തിയിരിക്കും. ഇത്തരത്തിലുള്ള സ്ട്രിപ്പുകളുടെ മാതൃക താഴെ കൊടുക്കുന്നു.

ഗുണിക്കേണ്ടുന്ന സംഖ്യകളിലെ അക്കങ്ങൾ ഉൾപ്പെടുന്ന സ്ട്രിപ്പുകൾ ചേർത്തുവെച്ചുകൊണ്ടാണ് ഈ രീതിയിൽ ഗുണനം നിർവഹിക്കുന്നത്. ഉദാഹരണമായി 257 നെ 7 കൊണ്ട് ഗുണിക്കണമെന്നിരിക്കട്ടെ 2, 5, 7 എന്നീ അക്കങ്ങൾ അടയാളപ്പെടുത്തിയ സ്ട്രിപ്പുകൾ ക്രമത്തിൽ വെക്കുക. 1 മുതൽ 9 വരെ അടയാളപ്പെടുത്തിയിട്ടുള്ള ആദ്യത്തെ സ്ട്രിപ്പ് വലതുഭാഗത്തു വെക്കുക. ഈ സ്ട്രിപ്പിൽ ഉള്ള 7 ന് നേരെ വരുന്ന സംഖ്യകൾ നോക്കി ഗുണനഫലം കാണുന്ന രീതി താഴെ കൊടുത്തിരിക്കുന്നു.

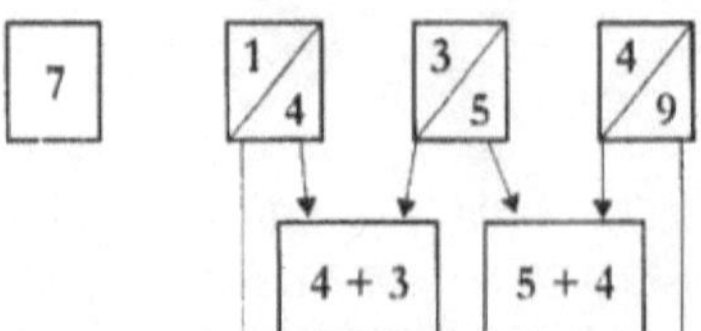

$$257 \times 7 = 1799$$

മറ്റുസംഖ്യകളുടെ ഗുണനഫലവും ഈ രീതിയിൽ കണ്ടുപിടിക്കാം.

ഗെലേഷ്യോരീതിയുടെ ഒരു പ്രധാന ന്യൂനത അക്കങ്ങൾ ആവർത്തിച്ചു വരുന്ന സംഖ്യകളെ ഗുണിക്കാൻ സാധിക്കുകയില്ല എന്നതാണ്. പതിനേഴാം നൂറ്റാണ്ടിൽ ജീവിച്ചിരുന്ന ജോൺനാപ്പിയർ ഈ രീതി പരിഷ്കരിക്കുകയുണ്ടായി. ഇവ നാപ്പിയർ കോലുകൾ (Napier's Rods) എന്നറിയപ്പെടുന്നു. സ്കോട്ടുലന്റുകാരനായ ജോൺനാപ്പിയർ 1671-ലാണ് നാപ്പിയർ കോലുകൾ അവതരിപ്പിച്ചത്. 1614 ൽ ജോൺ നാപ്പിയർ കണക്കുകൂട്ടാനുള്ള ഒരു എളുപ്പവഴി എന്ന രീതിയിൽ ലോഗരിതം അവതരിപ്പിച്ചിട്ടുണ്ട്.

1632 ൽ വില്യം ഔട്രഡ് എന്ന ഇംഗ്ലീഷ് ശാസ്ത്രജ്ഞൻ നേപ്പിയരുടെ ലോഗരിതത്തെ അടിസ്ഥാനപ്പെടുത്തി സ്ലൈഡ് റൂൾ (Slide Rule) എന്ന ഉപകരണം നിർമിച്ചു. സങ്കലനം, വ്യവകലനം, ഗുണനം, ഹരണം എന്നീ ക്രിയകൾ സ്ലൈഡ് റൂൾ ഉപയോഗിച്ച് നിർവഹിക്കാം.

രണ്ട് സ്കെയിലുകളാണ് സ്ലൈഡ് റൂളിൽ ഉപയോഗിക്കുന്നത്. സങ്കലനത്തിന് ഉപയോഗിക്കുന്ന സ്ലൈഡ് റൂളിൽ സാധാരണ സ്കെയിലിൽ ഉള്ളതുപോലെ നിശ്ചിത അകലത്തിൽ എണ്ണൽ സംഖ്യകൾ ക്രമമായി അടയാളപ്പെടുത്തിയിരിക്കും.

തുക കാണാനാവശ്യമായ സംഖ്യകൾ അനുയോജ്യമായ രീതിയിൽ ചേർത്തുവെച്ചുകൊണ്ടാണ് ക്രിയ നിർവഹിക്കപ്പെടുന്നത്. 5,4 എന്നീ സംഖ്യകളുടെ തുക സ്ലൈഡ് റൂൾ ഉപയോഗിച്ച് കാണുന്ന വിധം ചിത്രത്തിൽ നിന്ന് മനസിലാക്കാം.

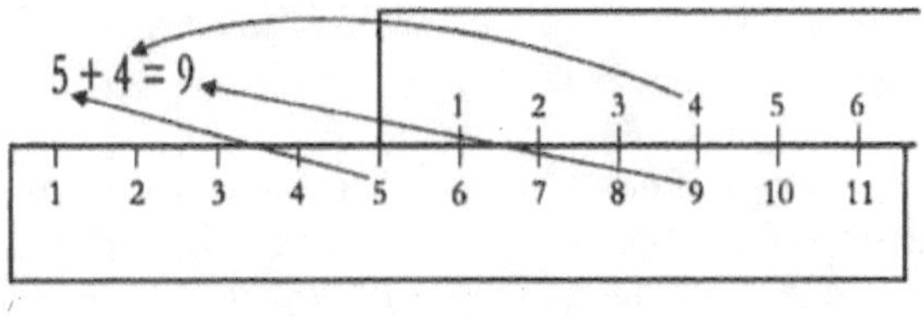

ഇതേ ഉപകരണം ഉപയോഗിച്ച് വ്യവകലനവും നിർവഹിക്കാം.
ഇതേ ഉപകരണം ഉപയോഗിച്ച് വ്യവകലനവും നിർവഹിക്കാം.
സംഖ്യകളുടെ ഗുണനഫലം കാണുന്നതിന് അങ്കനത്തിന് മാറ്റം

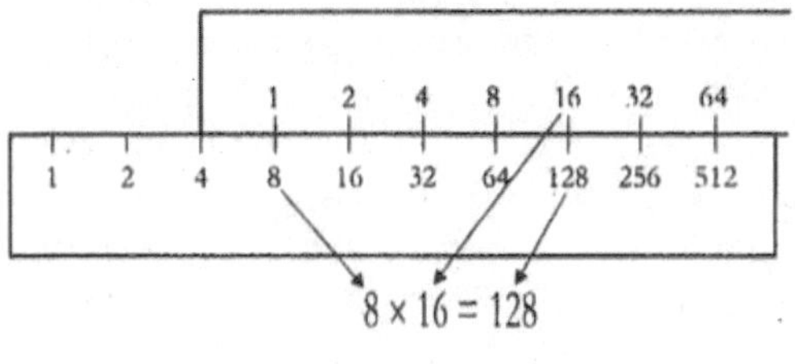

വരുത്തേണ്ടിവരും. 2 ന്റെ കൃത്യങ്കങ്ങളായ സംഖ്യകൾ തമ്മിൽ ഗുണിക്കാൻ സ്കയിലിലും 2 ന്റെ കൃത്യങ്കങ്ങൾ അടയാളപ്പെടുത്തുന്നു. 8, 16 സംഖ്യകൾ തമ്മിലുള്ള ഗുണനഫലം കാണുന്നതിന് സ്കെയിലുകൾ താഴെ ചിത്രത്തിൽ കാണിച്ചിരിക്കുന്നതുപോലെ ചേർത്തു വെക്കുക.

മേൽ കാണിച്ചിരിക്കുന്ന സ്ലൈഡ് റൂളുകൾ ഉപയോഗിച്ച് 2 ന്റെ കൃത്യങ്കങ്ങളായി വരുന്ന സംഖ്യകളുടെ ഗുണനഫലം മാത്രമേ കാണാൻ സാധിക്കുകയുള്ളൂ. എല്ലാ സംഖ്യകളുടെയും ഗുണനഫലം കാണുന്നതിന് സ്ലൈഡ് റൂളുകളിൽ ലോഗരിതം ഉപയോഗിക്കുന്നു. പ്രവർത്തന തത്വത്തിന് മാറ്റമൊന്നുമില്ല.

കണക്കുകൂട്ടാനുപയോഗിക്കുന്ന മണിച്ചട്ടവും നേപ്പിയർ കോലുകളും സ്ലൈഡ് റൂളും പൂർണമായും യന്ത്രവിഭാഗത്തിൽ പെടുന്നില്ല. എളുപ്പത്തിൽ കണക്കുകൂട്ടാനുള്ള ഒരു യന്ത്രം വികസിപ്പിച്ചെടുക്കാനുള്ള പരിശ്രമം ലോകത്ത് പലയിടത്തും നടന്നുകൊണ്ടിരുന്നു. ഈ ശ്രമങ്ങളിൽ ഏറ്റവും വിജയം നേടിയത് ബ്ലെയ്സ് പാസ്ക്കൽ എന്ന ഗണിതശാസ്ത്രജ്ഞനായിരുന്നു. അദ്ദേഹമാണ് ലോകത്തിൽ ആദ്യത്തെ കണക്കുകൂട്ടൽ യന്ത്രം കണ്ടുപിടിച്ചത്. പാസ്കലിന്റെ അച്ഛൻ ഒരു നികുതിപിരിവുദ്യോഗസ്ഥനായിരുന്നു. അദ്ദേഹത്തിന് ധാരാളം കണക്കുകൂട്ടൽ ആവശ്യമായിരുന്നു. കണക്കുകൂട്ടാനുള്ള അച്ഛന്റെ വിഷമം ലഘൂകരിക്കാനാണ് കൗമാരപ്രായത്തിൽത്തന്നെ പാസ്കൽ തന്റെ കണക്കുകൂട്ടൽ യന്ത്രം നിർമിച്ചത്.

കണക്കുകൂട്ടൽ യന്ത്രങ്ങൾക്ക് പിന്നീട് കാര്യമായ പരിഷ്കാരങ്ങൾ വരുത്തിയത് ലബനിസാണ്. പാസ്കലും ലബനിസും നിർമിച്ച യന്ത്രങ്ങളെ പരിഷ്കരിക്കാൻ ധാരാളം ശ്രമങ്ങൾ നടക്കുകയുണ്ടായി.

ഈ ശ്രമങ്ങളിൽ കാര്യമായ വിജയം നേടിയത് ചാൾസ് ബാബേജ് എന്ന ശാസ്ത്രജ്ഞനാണ്. ഇന്നത്തെ പ്രവർത്തനത്തെപ്പറ്റി ആദ്യമായി വിവരം നൽകിയത് ബബേജായിരുന്നു. അതിനാൽ അദ്ദേഹത്തെ കമ്പ്യൂട്ടറിന്റെ പിതാവ് എന്ന് വിളിക്കുന്നു.

1792 ൽ ഒരു ധനികന്റെ മകനായി ചാൾസ് ബാബേജ് ഇംഗ്ലണ്ടിൽ ജനിച്ചു. തന്റെ പിതാവിൽ നിന്ന് കിട്ടിയ മുഴുവൻ ധനവും ഉപയോഗിച്ച് ഒരു കണക്കുകൂട്ടൽ യന്ത്രം അദ്ദേഹം നിർമിച്ചു. ഇതിനെ അദ്ദേഹം ഡിഫറൻസ് എൻജിൻ എന്ന പേർ നൽകി.

അതിബുദ്ധിമാനായിരുന്ന ചാൾസ് ബാബേജിന് കണക്കുകൂട്ടൽ യന്ത്രങ്ങളിൽ ഉപയോഗിക്കാൻ ധാരാളം ആശയങ്ങൾ ഉണ്ടായിരുന്നു. ഈ ആശയങ്ങൾക്കനുസരിച്ച് അനലറ്റിക്കൽ എൻജിൻ നിർമിക്കാൻ ശ്രമിച്ചെങ്കിലും അദ്ദേഹത്തിന് പൂർത്തിയാക്കാൻ സാധിച്ചില്ല. അദ്ദേഹം അന്ന് വിഭാവനം ചെയ്ത ഉപകരണത്തിന് ഇന്നത്തെ കമ്പ്യൂട്ടറിലുള്ള സംഭരണകേന്ദ്രം, നിയന്ത്രണവിഭാഗം, ഇൻ പുട്ട്, ഔട്ട് പുട്ട് എന്നീ ഘടകങ്ങൾ ഉണ്ടായിരുന്നു. തന്റെ യന്ത്രം പൂർത്തിയാക്കാൻ സാധിച്ചില്ലെങ്കിലും യന്ത്രത്തിന്റെ പ്രവർത്തനതത്വങ്ങളെപ്പറ്റിയുള്ള പൂർണവിവരങ്ങൾ അദ്ദേഹം പ്രസിദ്ധീകരിക്കുകയുണ്ടായി. ഇവയെ അടിസ്ഥാനമാക്കി പിന്നീട് കമ്പ്യൂട്ടറുകൾ നിർമിക്കപ്പെട്ടു.

പ്രസിദ്ധകവി ലോർഡ് ബൈറന്റെ പുത്രി ലവ്ലെയ്സ് അഡ (Lovelace Ada) ക്ക് കമ്പ്യൂട്ടറിന്റെ ചരിത്രത്തിൽ സമുന്നതമായ ഒരു സ്ഥാനമുണ്ട്. കമ്പ്യൂട്ടറിന്റെ നിർമാണത്തിൽ അവർ ചാൾസ് ബാബേജിനെ വളരെയേറെ സഹായിച്ചിരുന്നു. അഡയുടെ സ്മരണാർഥം ഒരു കമ്പ്യൂട്ടർഭാഷയ്ക്ക് അവരുടെ പേർ നൽകിയിട്ടുണ്ട്.

പൂർണമായും ഒരു സ്വയംപ്രവർത്തക (Automatic) കമ്പ്യൂട്ടറിന് രൂപം നൽകിയത് ഹാർവാർഡിലെ ഹോവാർഡ് എച്ച് ഐക്കനാണ്. പഞ്ച് കാർഡ് രീതിയിലുള്ള കമ്പ്യൂട്ടർ നിർമിച്ചിരുന്ന ഇന്റർനാഷണൽ ബിസിനസ് മെഷീൻ കോർപ്പറേഷൻ എന്ന കമ്പനിയുടെ സഹായത്തോടെ 1944 ൽ ഇതിന്റ നിർമാണം പൂർത്തിയാക്കി. ഒട്ടോമാറ്റിക് സീക്വൻസ് കൺട്രോൾഡ് കാൽക്കുലേറ്റർ (ASSC) എന്നാണ് ഇതിന് പേർ നൽകിയത്. ഹാർവാർഡ് സർവകലാശാലയിൽ പതിനഞ്ചു വർഷത്തോളം ഇത് പ്രവർത്തിക്കുകയുണ്ടായി.

ഇലക്ട്രോണിക്സിന്റെ അത്ഭുതകരമായ വളർച്ച കമ്പ്യൂട്ടറിന്റ പരിഷ്കരണത്തിലും വിപ്ലവകരമായ മാറ്റങ്ങൾ വരുത്തി. വാക്വം ട്യൂബുകൾ ഉപയോഗിച്ചിരുന്ന ആദ്യകാല കമ്പ്യൂട്ടറുകളെ ഒന്നാം തലമുറയിൽപ്പെട്ട കമ്പ്യൂട്ടറുകൾ എന്നു വിശേഷിപ്പിക്കുന്നു. ഈ കമ്പ്യൂട്ടറുകൾ ഭീമാകാരമാണ്. 1945 ൽ ആദ്യത്തെ ഇലക്ട്രോണിക്ക് കാൽക്കുലേറ്റർ ആയ 'എനിയാക്ക്' (ENIAC - Electronic Numeric Integrator And Calculator) നിർമിച്ചു. 15 മീറ്റർ നീളവും 9 മീറ്റർ വീതിയുമുള്ള ഒരു വലിയ മുറി നിറയെ ഉണ്ടായിരുന്ന എനിയാക്ക് പെൻസിൽവാനിയ സർവകലാശാലയിലാണ് സ്ഥാപിക്കപ്പെട്ടത്. ആ സർവകലാശാലയിലെ ഇലക്ട്രിക്കൽ എൻജിനീയർമാരായിരുന്ന ജെ പി ഐക്കോട്ടും ജെ ഡബ്ല്യു മിക്ക്ലിയും ചേർന്നാണ് എനിയാക്ക് നിർമിച്ചത്.

കമ്പ്യൂട്ടറിന്റ മൂന്നാം തലമുറയിൽ ഇന്റഗ്രേറ്റഡ് സർക്യൂട്ടുകളാണ് ഉപയോഗപ്പെടുത്തിയത്. 1964 ൽ IBM എന്ന കമ്പ്യൂട്ടർ നിർമാണക്കമ്പനിയാണ് ഇത്തരം കമ്പ്യൂട്ടറുകൾ നിർമിച്ചത്. ട്രാൻസിസ്റ്ററുകളെ അപേക്ഷിച്ച് ഇന്റഗ്രേറ്റഡ് സർക്യൂട്ടുകൾക്ക് അനേകം മേന്മകളുണ്ട്. ഇവയുടെ പ്രവർത്തനം വളരെ വേഗതയിലാണ്. ട്രാൻസിസ്റ്റുകളേക്കാൾ ചെറുതാണ്. വിവിധ ആവശ്യങ്ങൾക്ക് ഉപയോഗിക്കാൻ കൂടുതൽ അനുയോജ്യവുമാണ്.

1970 മുതൽ ലാർജ് സ്കെയിൽ ഇന്റഗ്രേറ്റഡ് ചിപ്പുകൾ ഉപയോഗിക്കാൻ തുടങ്ങിയതോടെ നാലാം തലമുറയിൽപ്പെട്ട കമ്പ്യൂട്ടർ നിർമിക്കപ്പെട്ടു. വേഗത, വലിപ്പക്കുറവ്, വിശ്വാസ്യത, ദീർഘായുസ്സ്, കാര്യക്ഷമത, വിലക്കുറവ് എന്നിവ ഓരോ ഘട്ടത്തിലുമുള്ള ഗുണമേന്മകളായി ചൂണ്ടിക്കാണിക്കാം. ഇപ്പോൾ കൃത്രിമ ബുദ്ധിശക്തി (Artificial Intelligence) യുള്ള അഞ്ചാം തലമുറയിൽ എത്തിയിരിക്കയാണ്. ഇപ്പോഴുള്ള സൂപ്പർ കമ്പ്യൂട്ടറുകൾ വിവരിക്കാൻ അസാധ്യമാംവിധം അത്ഭുതങ്ങൾ നിറഞ്ഞ യന്ത്രങ്ങളാണ്. ലോകത്ത് ഏറ്റവും കൂടുതൽ വികസിക്കുന്ന ശാസ്ത്രശാഖകളിലൊന്നാണ് 'കമ്പ്യൂട്ടർ സയൻസ്.'

ജ്യാമിതിയുടെ കഥ

ഗണിതശാസ്ത്രത്തിലെ ഒരു പ്രധാന ശാഖയാണ് ജ്യാമിതി അഥവാ GEOMETRY. ഈ ശാഖയെ ക്ഷേത്രഗണിതം എന്നും വിളിക്കാറുണ്ട്. ത്രികോണം, ചതുരം, വൃത്തം തുടങ്ങിയ ആകൃതികളെപ്പറ്റിയാണ് ജ്യാമിതിയിൽ നാം പഠിക്കുന്നത്. അതിനാൽ ഈ ശാഖയെ ആകൃതികളുടെ പഠനം കൈകാര്യം ചെയ്യുന്ന ശാഖയായി കണക്കാക്കാം.

ഭൂമി എന്നർഥമുള്ള GEO എന്ന വാക്കും അളവ് എന്നർഥമുള്ള METRY എന്ന വാക്കും ചേർന്നാണ് GEOMETRY ഉണ്ടായിട്ടുള്ളത്. അപ്പോൾ ജ്യാമിതി എന്നാൽ ഭൂമിയുടെ അളവ് എന്നർഥം ലഭിക്കുന്നു. പക്ഷേ, ജ്യാമിതിയിൽ കൈകാര്യം ചെയ്യുന്ന വിഷയങ്ങൾക്ക് ഭൂമിയുടെ അളവുമായി കാര്യമായ ബന്ധമൊന്നുമില്ല. മിക്കവാറും എല്ലാ ശാഖയും പേരിനെ സൂചിപ്പിക്കുന്ന വിഷയങ്ങളാണ് ഉൾപ്പെടുന്നത് എന്ന് നമുക്ക് കാണാം. ജീവശാസ്ത്രം ജീവികളെപ്പറ്റിയും സസ്യശാസ്ത്രം സസ്യങ്ങളെപ്പറ്റിയുമാണല്ലോ പ്രതിപാദിക്കുന്നത്. ഭൂമിയുടെ അളവുകൾ കൈകാര്യം ചെയ്യുന്നത് സർവെയും ഫീൽഡുബുക്കും ഭൂമിശാസ്ത്രവുമൊക്കെയാണ്. ഭൂമിയുടെ അളവുമായി പ്രത്യേകിച്ച് ബന്ധമില്ലാത്ത ജ്യാമിതിയുടെ ഉത്ഭവം ഈജിപ്തിലാണ് ആരംഭിക്കുന്നത്.

ഈജിപ്തിനെ നൈൽ നദിയുടെ ദാനം എന്ന് വിളിക്കാറുണ്ടല്ലോ. ജ്യാമിതിയേയും നൈൽ നദിയുടെ ദാനം എന്ന് വിളിക്കാറുണ്ട്. ലോകത്തിലെ ഏറ്റവും നീളം കൂടിയ നദികളിലൊന്നാണല്ലോ നൈൽ നദി. 6670 കി മീ നീളമുള്ള ഈ നദിയുടെ തീരം പുരാതന ഈജിപ്തിന്റെ സംസ്കാരകേന്ദ്രമാണ്. പുരാതന സംസ്കാരങ്ങൾ മിക്കതും കേന്ദ്രീകരിച്ചിട്ടുള്ളത് നദീതീരങ്ങളിലാണെന്ന് നമുക്ക് മനസിലാക്കാൻ കഴിയും. സിന്ധു, യൂഫ്രട്ടീസ്, ടൈഗ്രീസ്, ഹൊയാങ്ഹോ തുടങ്ങിയ നദീതട സംസ്കാരങ്ങൾ പ്രസിദ്ധങ്ങളാണ്. നദീതടങ്ങളുടെ ഫലഭൂയിഷ്ഠതയും

ജലസുഭക്ഷിതയുമായിരിക്കാം മനുഷ്യരെ നദീതീരങ്ങളിൽ കേന്ദ്രീകരിച്ച് താമസിക്കാൻ പ്രേരിപ്പിച്ചത്. നൈൽ നദിയുള്ളതുകൊണ്ട് ഈജിപ്ഷ്യൻ സംസ്കാരം ഉടലെടുക്കാനിടയായി. ഈ നദീതീരത്ത് ജ്യാമിതിയും ഉത്ഭവിച്ചു.

ജ്യാമിതിയുടെ ഉത്ഭവത്തിന് സഹസ്രാബ്ദങ്ങളുടെ പഴക്കമുണ്ട്. ജ്യാമിതിയിലെ ഏറ്റവും മുഖ്യഗ്രന്ഥമായ *എലിമെന്റ്സിന്* രണ്ടായിരത്തിയഞ്ഞൂറിനടുത്ത് വർഷങ്ങളുടെ പഴക്കമുണ്ട്. ഒരു ശാസ്ത്രശാഖ എന്ന് നിലയിൽ അതിനും വളരെ വർഷങ്ങൾക്കുമുമ്പ് തന്നെ ജ്യാമിതി ആരംഭിച്ചിരുന്നു.

നൈൽ നദിയിൽ ഉണ്ടാകാറുള്ള വെള്ളപ്പൊക്കം വളരെ ഭീകരവും ഭയാനകവുമായിരുന്നു. കാലവർഷം ഉഗ്രതാണ്ഡവമാടുമ്പോൾ നൈൽ സംഹാരരുദ്രയായിമാറും. ആർത്തലച്ചുവരുന്ന ജലപ്രവാഹത്തിൽ വീടും വിളയുമെല്ലാം നശിക്കും. തങ്ങളുടെ പ്രിയപ്പെട്ട വസ്തുക്കളെല്ലാം ഉപേക്ഷിച്ച്, സാധിക്കുന്നതുമാത്രം കൈക്കലാക്കി ജനങ്ങൾ സുരക്ഷിതമായ സ്ഥലത്ത് മാറിത്താമസിക്കും.

മാനം തെളിഞ്ഞാൽ നൈൽ വീണ്ടും ശാന്തമാകും. അകലങ്ങളിൽ അഭയം തേടിയവർ വീണ്ടും നദീതീരങ്ങളിലേക്ക് തിരിച്ചുവരും. സ്ഥലത്തിന്റെ അതിർത്തികളെല്ലാം ജലപ്രവാഹത്തിൽ നശിച്ചിരിക്കും. ഓരോരുത്തരുടെയും ഭൂമി ഏതുമുതൽ ഏതുവരെ എന്ന് വ്യക്തമായി നിർണയിക്കാൻ പ്രയാസം. കൈയൂക്കുള്ളവൻ കൂടുതൽ കൈയടക്കും. കലഹം സാധാരണമായി. ഭരണാധികാരികൾ നിസ്സഹായരാണ്. എല്ലാവർഷവും ആവർത്തിക്കുന്ന ഈ കലഹത്തിന് ശാശ്വതമായ ഒരു പരിഹാരം കാണാൻ അവർ നിർബന്ധിതരായി.

ഓരോരുത്തർക്കും കൈവശമുള്ള ഭൂമിയുടെ ഒരു ചിത്രം വരച്ച് സൂക്ഷിച്ചാൽ പ്രശ്നത്തിന് പരിഹാരം കാണാൻ സാധിക്കുമെന്ന് അവർക്ക് മനസിലായി. ഇങ്ങനെ അവർ ഓരോരുത്തർക്കും കൈവശമുള്ള ഭൂമിയുടെ ആകൃതിയിൽ ചിത്രങ്ങൾ വരയ്ക്കാൻ ആരംഭിച്ചു. ത്രികോണം, ചതുരം, സാമാന്തരികം, പഞ്ചഭുജം തുടങ്ങി അനേകം ആകൃതിയിലുള്ള സ്ഥലങ്ങൾ ഉണ്ടായിരിക്കുമല്ലോ. ഇവ ആനുപാതികമായ അളവിൽ വരച്ച് സൂക്ഷിച്ചാൽ വീണ്ടും അതിർത്തികൾ നിർണയിക്കുന്നത് എളുപ്പമായി മാറി. വെള്ളപ്പൊക്കമുണ്ടായാലും നശിക്കാത്ത പാറ, വൻ മരങ്ങൾ എന്നിവ അതിർത്തികൾ പുഃനസ്ഥാപിക്കാൻ അവർക്ക് സഹായകമായിരിക്കും. വിവിധ ആകൃതിയിലുള്ള സ്ഥലങ്ങളുടെ ചിത്രങ്ങൾ ഉൾപ്പെടുന്ന ശേഖരം 'ഭൂമിയുടെ അളവായി' അവർ സൂക്ഷിക്കാൻ തുടങ്ങി.

അതിർത്തികൾ പുനർനിർണയം ചെയ്യാൻ മാത്രമല്ല മറ്റ് പല പ്രായോഗിക ആവശ്യങ്ങൾക്കും ഈ ശേഖരം അവർ ഉപയോഗിക്കാൻ തുടങ്ങി. ഭാഗിക്കാനും ആവശ്യമായ വിത്തിടാൻ വിസ്തീർണം കാണാനും മറ്റും ഇവ ഉപയോഗിക്കാൻ തുടങ്ങിയതോടെ ഒരു ശാസ്ത്രശാഖയായി

വളർന്നുകൊണ്ടിരുന്നു. ത്രികോണം, വൃത്തം, ചതുർഭുജം തുടങ്ങിയ അനേകം രൂപങ്ങളുടെ പഠനമായി 'ഭൂമിയുടെ അളവ്' വികസിച്ചുകൊണ്ടിരുന്നു. ക്രമേണ ജ്യാമിതി ആകൃതികളുടെ പഠനമായി മാറുകയും ഭൂമിയുമായുള്ള ബന്ധം ദുർബലമാവുകയും ചെയ്തു.

ഈജിപ്തിൽ വളർന്നു വികസിച്ച ജ്യാമിതി പിരമിഡുകളുടെ നിർമാണത്തിൽ ഉപയോഗിച്ചിട്ടുണ്ട്. ധാരാളം വിജ്ഞാനദാഹികൾ ഈജിപ്തിലെത്തുകയും ജ്യാമിതി ഉൾപ്പെടെയുള്ള വിജ്ഞാനം സ്വന്തം നാട്ടിലേക്ക് കൊണ്ടുപോവുകയും ചെയ്തിട്ടുണ്ട്. പുരാതന സംസ്കാരം അഭിവൃദ്ധിപ്പെട്ടിരുന്ന രാജ്യങ്ങളിൽ സ്വതന്ത്രമായും ജ്യാമിതി വികസിച്ചിട്ടുണ്ട്. എങ്കിലും വിജ്ഞാനം തേടിയുള്ള സഞ്ചാരികൾ വിജ്ഞാനം വളർത്തുന്നതിലും പ്രചരിപ്പിക്കുന്നതിലും വഹിക്കുന്ന പങ്ക് നമുക്ക് തള്ളിക്കളയാൻ സാധ്യമല്ല. പുരാതനകാലത്ത് ഗ്രീസ് ജ്യാമിതിയുടെ ഒരു പ്രധാന വളർച്ചാകേന്ദ്രമായിരുന്നു. ഗ്രീക്ക് ജ്യാമിതിയുടെ പിതാവായി അറിയപ്പെടുന്നത് തെയ്ൽസാണ്.

സൂര്യഗ്രഹണം ആദ്യമായി പ്രവചിച്ച തെയ്ൽസ് (624 - 546 BC) ജ്യാമിതിയിൽ നിഗമനികരീതി ആവിഷ്കരിച്ച ആദ്യത്തെ ഗണിതശാസ്ത്രജ്ഞനാണെന്ന് വിശ്വസിക്കപ്പെടുന്നു. ഏതാനും ഉദാഹരണങ്ങളെ അടിസ്ഥാനമാക്കി ഒരു പൊതുതത്വത്തിലെത്തിച്ചേരുന്ന ആഗമനികരീതിയാണ് മുമ്പ് പ്രചാരത്തിലുണ്ടായിരുന്നത്. ഇത് തെറ്റാകാനുള്ള സാധ്യതയുണ്ടായിരുന്നു.

അതിബുദ്ധിമാനായിരുന്ന തെയ്ൽസിനെപ്പറ്റി ധാരാളം കഥകൾ പ്രചാത്തിലുണ്ട്. ഒരു കഥ ഇപ്രകാരമാണ്. കുറേക്കാലം കാലാവസ്ഥ മോശമായതിനാൽ ഗ്രീസിലെ മെതിയന്ത്രങ്ങളെല്ലാം വെറുതെയിട്ടിരിക്കുകയായിരുന്നു. തെയ്ൽസ് ആ മെതിയന്ത്രങ്ങളെല്ലാം നിസ്സാര വിലയ്ക്ക് വാങ്ങി സൂക്ഷിച്ചു. വരുന്ന വർഷം കാലാവസ്ഥ നന്നാകുമെന്നും വൻ വിളവ് ലഭ്യമാകുമെന്നും തെയ്ൽസ് കണക്കുകൂട്ടിയിരുന്നു. തെയ്ൽസ് പ്രതീക്ഷിച്ചപോലെ അടുത്തവർഷം നല്ല കാലാവസ്ഥ ലഭിക്കുകയും നല്ല വിളവ് ഉണ്ടാകുകയും ചെയ്തു. പക്ഷേ മെതിയന്ത്രം മുഴുവൻ തെയ്ൽസിന്റെ പക്കലായിരുന്നു. മെതിയന്ത്രം നല്ല വിലയ്ക്ക് വിൽക്കാൻ തെയ്ൽസിന് സാധിച്ചുവത്രെ.

തെയ്ൽസ് ജ്യാമിതിക്കുവേണ്ടി ധാരാളം സംഭാവനകൾ നൽകിയിട്ടുണ്ട്. ഒരു അർധവൃത്തത്തിലെ കോൺ മട്ടകോണായിരിക്കുമെന്ന സിദ്ധാന്തം തെയ്ൽസ് സിദ്ധാന്തം എന്നറിയപ്പെടുന്നു.

തെയ്ൽസിന്റെ ശിഷ്യനായാണ് പൈഥഗോറസ് അറിയപ്പെടുന്നത്. പൈഥഗോറസ് തെയ്ൽസിന്റെ സമീപം പഠനത്തിനെത്തിയപ്പോൾ തെയ്ൽസ് വളരെ വൃദ്ധനായിരുന്നു. വിജ്ഞാനം സമ്പാദിക്കാനുള്ള പൈഥഗോറസിന്റെ താൽപ്പര്യം തെയ്ൽസിനെ അത്ഭുതപ്പെടുത്തുകയും പൈഥഗോറസിനോട് ഈജിപ്തിലേക്ക് പോകാൻ ഉപദേശിക്കുകയുമാണ് ചെയ്തത്. ഈജിപ്തിൽ നിന്ന് വിജ്ഞാനം നേടിയ പൈഥഗോറസ് ജ്യാമി

തിയിൽ ധാരാളം കണ്ടുപിടുത്തങ്ങൾ നടത്തിയിട്ടുണ്ട്. സംഖ്യകളും ജ്യാമിതീരൂപങ്ങളുമായി ബന്ധപ്പെടുത്തിയത് പൈഥഗോറസാണ്. പൈഥഗോറസ് ജ്യാമിതിക്ക് നൽകിയ സംഭാവനകളെ മാനിച്ചാണ് ജ്യാമിതിയിലെ ഒരു പ്രധാന സിദ്ധാന്തത്തിന് പിൽക്കാലത്ത് അദ്ദേഹത്തിന്റെ പേർ നൽകിയിട്ടുള്ളത്.

പൈഥഗോറസിന് ശേഷം പുരാതനകാലത്ത് ജ്യാമിതിക്ക് കാര്യമായ സംഭാവന നൽകിയവരിൽ ഏറ്റവും പ്രമുഖൻ യൂക്ലിഡാണ്. ആതൻസിൽ ജനിച്ച യൂക്ലിഡ് അക്കാലത്തെ വിജ്ഞാന കേന്ദ്രമായ അലക്സാണ്ട്രിയയിലെത്തി. നാം ഇന്ന് പഠിക്കുന്ന ജ്യാമിതി യൂക്ലിഡിയൻ ജ്യാമിതി എന്നാണറിയപ്പെടുന്നത്. വിവിധ ഭാഗങ്ങളിൽ ലഭ്യമായിട്ടുള്ള ജ്യാമിതിയെ സമാഹരിച്ച് ആവശ്യമായ പരിഷ്കാരങ്ങൾ വരുത്തി 13 വാല്യങ്ങളിലായി *എലിമെന്റ്സ്* എന്ന ഗ്രന്ഥം അദ്ദേഹം തയാറാക്കി. ബൈബിൾ കഴിഞ്ഞാൽ ലോകത്ത് ഏറ്റവും കൂടുതൽ പ്രചരിപ്പിക്കപ്പെട്ട ഗ്രന്ഥമാണ് *എലിമെന്റ്സ്*. ഗണിത ശാസ്ത്രജ്ഞന്മാരുടെ ബൈബിൾ എന്നറിയപ്പെടുന്ന ഈ ഗ്രന്ഥം ലോകത്തിലെ പ്രധാനപ്പെട്ട ഭാഷകളിലെല്ലാം തർജുമചെയ്യപ്പെട്ടിട്ടുണ്ട്. ഒരു മതഗ്രന്ഥം പോലെ ആരാലും ചോദ്യംചെയ്യപ്പെടാതെ 18-ാം നൂറ്റാണ്ടുവരെ ഒരു ആധികാരികഗ്രന്ഥമായി നിലകൊണ്ടു എന്നതുതന്നെ ഈ ഗ്രന്ഥത്തിന്റെ മഹത്വം വെളിവാക്കുന്നു. *എലിമെന്റ്സ്* എന്ന ഗ്രന്ഥത്തെക്കൂടാതെ *Data, Elements of Music, Conic Sections, Pseudo Graphemata* (*The Book of Fallacies*) തുടങ്ങി അനേകം ഗ്രന്ഥങ്ങൾ യൂക്ലിഡ് രചിച്ചിട്ടുണ്ടെന്നു വിശ്വസിക്കപ്പെടുന്നു. ജ്യാമിതിക്ക് അദ്ദേഹം നൽകിയ സംഭാവനകളെ സ്മരിച്ചുകൊണ്ട് അദ്ദേഹം ജ്യാമിതിയുടെ പിതാവ് എന്നറിയപ്പെടുന്നു.

യൂക്ലിഡ് അഞ്ച് സ്വയം പ്രമാണങ്ങളെ അടിസ്ഥാനമാക്കിയാണ് ജ്യാമിതി കെട്ടിപ്പടുത്തത്. നൂറ്റാണ്ടുകളോളം ഇവ ചോദ്യം ചെയ്യപ്പെട്ടില്ലെങ്കിലും പതിനെട്ടാം നൂറ്റാണ്ടിൽ കാൾ ഫ്രെഡറിക് ഗോസ്സ് ഇവയിലെ അഞ്ചാം പ്രമാണം ചോദ്യം ചെയ്യുകയുണ്ടായി. തുടർന്ന് റീമാൻ, ലെബൊച്ചോവ്സ്കി എന്നിവർ യൂക്ലിഡിന്റേതല്ലാത്ത (അയൂക്ലിഡിൻ) ജ്യാമിതികൾ ആവിഷ്കരിക്കുകയുണ്ടായി. അവ പ്രത്യേകം ജ്യാമിതികളായി വളർന്നു വികസിക്കുന്നുണ്ടെങ്കിലും യൂക്ലിഡിന്റെ ജ്യാമിതി ഇപ്പോഴും നാം പഠിച്ചുകൊണ്ടിരിക്കുന്നു.

ഭാരതത്തെ സംബന്ധിച്ചിടത്തോളം ജ്യാമിതിയുടെ കഥ മതപരമായ ചടങ്ങുകളെ ആശ്രയിച്ചിരിക്കുന്നു. മതബോധം പ്രകൃതിശക്തികളുടെ ആരാധനയ്ക്ക് പ്രേരകമാവുകയും ബലികർമങ്ങൾക്ക് സങ്കീർണമായ ആചാരക്രമങ്ങൾ നിശ്ചയിക്കപ്പെടുകയും ചെയ്തു. ഇതിന് പലതരത്തിലുള്ള അഗ്നികുണ്ഠങ്ങളും ബലിവേദികളും ആവശ്യമായിരുന്നു. ഇവയുടെ നിർമാണത്തിനാണ് പുരാതനകാലത്ത് ഭാരതത്തിൽ ജ്യാമിതി പ്രധാനമായും ഉപയോഗിച്ചിരുന്നത്.

പ്രാചീനകാലത്തെ ജ്യാമിതി ഭാരതത്തിൽ *ശുൽബസൂത്രം* എന്നാണ്

അറിയപ്പെട്ടിരുന്നത്. ശുൽബം എന്നാൽ കയർ, നൂൽ, ചരട് എന്നെല്ലാം അർഥം കൽപ്പിക്കപ്പെടുന്നു. നീളങ്ങൾ അളക്കാൻ നൂൽ ഉപയോഗിച്ചിരുന്നത് കൊണ്ടാണ് ഈ പേർ ലഭിച്ചതെന്ന് വിശ്വസിക്കപ്പെടുന്നു. കാർത്യായനൻ, ബൗധായനൻ, ആപസ്തഭൻ എന്നിവരാണ് പ്രസിദ്ധ ശുൽബസൂത്രകാർ. ഈ ഇനത്തിൽ ഏറ്റവും പഴക്കമുള്ളത് ബൗധായന *ശുൽബസൂത്ര*മാണ്. ക്രിസ്തുവിന് മുമ്പ് അറുന്നൂറിനും അഞ്ഞൂറിനും ഇടയ്ക്ക് വർഷങ്ങളിലാണ് ഇവ രചിക്കപ്പെട്ടതെന്നു വിശ്വസിക്കപ്പെടുന്നു. മൂന്ന് അധ്യായങ്ങളിലായി 523 സൂത്രങ്ങൾ ഇതിൽ വിവരിച്ചിരുന്നു.

ശുൽബസൂത്രങ്ങളിലെല്ലാം ഇപ്പോൾ പൈഥഗോറസിന്റെതെന്ന് അറിയപ്പെടുന്ന സിദ്ധാന്തം നൽകിയിട്ടുണ്ട്. തന്നിട്ടുള്ള വൃത്തത്തിന് തുല്യ വിസ്തീർണമുള്ള ചതുരം നിർമിക്കാനും ഒരു സമചതുരത്തിന്റെ ഇരട്ടി വിസ്തീർണമുള്ള സമചതുരം നിർമിക്കാനുമുള്ള വഴികൾ *ശുൽബ സൂത്ര*ങ്ങളിൽ കാണാം. അഭിന്നകങ്ങളായ $\sqrt{2}$, $\sqrt{3}$, $\sqrt{3}$ എന്നിവയുടെ വളരെ സൂക്ഷ്മമായ വിലകളും ഇവയിൽ നൽകിയിട്ടുണ്ട്. പിൽക്കാലത്ത് ആര്യഭടൻ, ഭാസ്കരൻ, ശ്രീധരൻ, മഹാവീരൻ എന്നിവരെല്ലാം ജ്യാമിതിയെ വളർത്തുന്നതിൽ വലിയ പങ്ക് വഹിച്ചവരാണ്. ജൈനമത സ്ഥാപകനായ മഹാവീരൻ തന്റെ മതത്തിൽ ഗണിതശാസ്ത്രത്തിന് മുഖ്യസ്ഥാനം നൽകിയിരുന്നു. ജൈനർ ജ്യാമിതിക്ക് 'രജ്ജു' എന്നാണ് പേർ നൽകിയിരുന്നത്. ധനുപ്രഷ്ടം (ചാപം) ത്രയശ്രം (ത്രികോണം), ആയതം (ദീർഘചതുരം), പ്രതാരം (സമതലം), ഘനചതുർശ്രം (ക്യൂബ്), ഘനവൃത്തം (ഗോളം), പരിമണ്ഡലം (എലിപ്സ്) തുടങ്ങിയ ജ്യാമിതീയപദങ്ങൾ ജൈനരുടെ ഗ്രന്ഥങ്ങളിൽ കാണാം.

ഭാരതീയ ഗണിതശാസ്ത്ര ഗ്രന്ഥങ്ങൾ ഭൂരിഭാഗവും സംസ്കൃതത്തിലും കാവ്യരൂപത്തിലുമാണ് രചിക്കപ്പെട്ടത്. ഹൃദിസ്ഥമാക്കാൻ എളുപ്പമാണെങ്കിലും സാധാരണക്കാർക്ക് ഇവ അപ്രാപ്യമായിരുന്നു. പാശ്ചാത്യരുടെ ആഗമനത്തോടെ ഭാരതീയ ഗണിതത്തിന്റെ പ്രചാരം കുറയുകയും പാശ്ചാത്യഗണിതം ഏറെ പ്രചരിക്കുകയും ചെയ്തു.

ലോഗരിതത്തിന്റെ കഥ

സങ്കീർണമായ ഗണിതപ്രശ്നങ്ങൾ എളുപ്പത്തിൽ നിർവഹിക്കാനുള്ള ശ്രമം മനുഷ്യന്റെ എല്ലാക്കാലത്തെയും ആവശ്യമാണെന്ന് കാണാം. പുതിയ പുതിയ മാർഗങ്ങളിൽ എത്തുമ്പോഴും ഗണിത ക്രിയകൾ സങ്കീർണമായിക്കൊണ്ടിരിക്കുന്നത് കാണാം. മണിച്ചട്ടം മുതൽ കമ്പ്യൂട്ടർ വരെയുള്ള കണ്ടുപിടുത്തങ്ങൾക്ക് സഹസ്രാബ്ദങ്ങൾ വേണ്ടി വന്നു. ഇതിനിടയിൽ മനുഷ്യൻ ധാരാളം രീതികളും ഉപകരണങ്ങളും പരീക്ഷിച്ചുനോക്കിയിട്ടുണ്ട്. ഗണിതപ്രശ്നങ്ങളെ എളുപ്പത്തിൽ നിർവഹിക്കാനുള്ള കണ്ടുപിടുത്തങ്ങളുടെ ചരിത്രത്തിൽ ലോഗരിതത്തിന് ഒരു മുഖ്യ സ്ഥാനമുണ്ട്. ഒരുപക്ഷേ ലോഗരിതത്തിന്റെ കഥയും ആരംഭിക്കുന്നത് മനുഷ്യൻ ഗണിതക്രിയചെയ്യാൻ ആരംഭിച്ചതു മുതൽ തന്നെയാണ്.

ലോഗോസ് (Logos), അരിത്മോസ് (Arithmos) എന്നീ രണ്ടു വാക്കുകളിൽ നിന്നാണ് ലോഗരിതം (Logarithm) എന്ന വാക്ക് ഉണ്ടായിട്ടുള്ളത്. Arithmos എന്ന വാക്ക് Arithmetic അഥവാ അങ്കഗണിതവുമായി ബന്ധപ്പെട്ടിരിക്കുന്നു. അതായത് അങ്കഗണിതത്തിലെ ചതുഷ്ക്രിയകളാണ് ലോഗരിതത്തിൽ പ്രധാനമായും ചർച്ചചെയ്യുന്നത്. ഗുണനന-ഹരണ ക്രിയകളെ സങ്കലന വ്യവകലന ക്രിയകളാക്കി മാറ്റുകയാണ് ലോഗരിതത്തിൽ ചെയ്യുന്നത്. സ്കോട്ട്ലാന്റുകാരനായിരുന്ന ജോൺ നാപ്പിയറാണ് (John Napier) ലോഗരിതത്തിന്റെ ഉപജ്ഞാതാവ്.

ഗണിതക്രിയകൾ ലഘൂകരിക്കുന്നതിനുള്ള വഴികൾ തേടുന്നതിനിടയിലാണ് ലോഗരിതം കണ്ടുപിടിക്കപ്പെട്ടത്. അങ്കഗണിതത്തിൽ സാധാരണയായി ചതുഷ്ക്രിയകൾ എന്നറിയപ്പെടുന്ന സങ്കലനം, വ്യവകലനം, ഗുണനം, ഹരണം എന്നീ ക്രിയകളാണ് കൂടുതലായി നിർവഹിക്കപ്പെട്ടു വരുന്നത്. ഇവയിൽ ഗുണനം, ഹരണം എന്നിവ മറ്റ് രണ്ട് ക്രിയകളെ അപേക്ഷിച്ച് പ്രയാസമേറിയവയാണ്. അതിനാൽ ഗുണനം, ഹരണം

എന്നീ ക്രിയകളെ സങ്കലനം, വ്യവകലനം എന്നീക്രിയകളാക്കി മാറ്റിയാൽ ക്രിയ വളരെ ലഘൂകരിക്കപ്പെടും എന്ന ആശയമാണ് ലോഗരിതത്തിന്റെ പിന്നിലുള്ളത്.

$a^m \times a^n = a^{m+n}$ എന്ന കൃത്യങ്കനിയമം നമുക്ക് പരിചയമുള്ളതാണല്ലോ. അതായത് കൃത്യങ്കരൂപത്തിലുള്ള രണ്ട് സംഖ്യകളുടെ ആധാരം തുല്യമാണെങ്കിൽ ഗുണനഫലം കാണാൻ കൃത്യങ്കങ്ങളുടെ തുക കണ്ടാൽ മതിയാകും. (ആധാരസംഖ്യയുടെ പരിമിതി ഇവിടെ പരാമർശിക്കുന്നില്ല)

എണ്ണൽ സംഖ്യകളും രണ്ടിന്റെ കൃതികളായി വരുന്ന സംഖ്യകളും ക്രമത്തിൽ താഴെ ഒരു പട്ടികയിൽ കൊടുത്തിരിക്കുന്നു. കൃത്യങ്കരൂപത്തിലുള്ള സംഖ്യകളെ സാധാരണ സംഖ്യകളായി മൂന്നാംവരിയായി കൊടുത്തിരിക്കുന്നു.

1	2	3	4	5	6	7	8	9	10
2^1	2^2	2^3	2^4	2^5	2^6	2^7	2^8	2^9	2^{10}
2	4	8	16	32	64	128	256	512	1024

മുകളിൽ കൊടുത്തിരിക്കുന്ന പട്ടികയിൽ ഒന്നാം വരിയിലുള്ളവ സമാന്തര പ്രോഗ്രഷനിലുള്ള സംഖ്യകളും രണ്ടാം വരിയിലുള്ളവ (മൂന്നാം വരിയിലെയും) സമഗുണിത പ്രോഗ്രഷനിൽ ഉള്ളവയും ആണ്. രണ്ടാം വരിയിലുള്ള സംഖ്യകളുടെ കൃത്യങ്കമാണ് ക്രമത്തിൽ ഒന്നാം വരിയിൽ നൽകിയിട്ടുള്ളത്.

മൂന്നാം വരിയിലുള്ള ഏത് രണ്ട് സംഖ്യകളും തമ്മിലുള്ള ഗുണനഫലം കാണാൻ അതാത് സംഖ്യയുടെ കൃത്യങ്കങ്ങൾ തമ്മിൽ കൂട്ടിയാലുള്ള ഫലം കണ്ടാൽ മതിയാകും. ഉദാഹരണമായി 16, 32 എന്നീ സംഖ്യകളുടെ ഗുണനഫലം കാണണമെന്നിരിക്കട്ടെ. 16 ന്റെ കൃത്യങ്കം 4 എന്നും, 32 ന്റെ കൃത്യങ്കം 5 എന്നും പട്ടികയിൽ നിന്ന് നമുക്ക് മനസിലാക്കാം. ഇവയുടെ തുക 5 + 4 = 9 ആണല്ലോ. ഒന്നാമത്തെ വരിയിലുള്ള 9ന് നേരെയുള്ള മൂന്നാമത്തെ വരിയിലെ 512 ആയിരിക്കും 16 ന്റെയും 32 ന്റെയും ഗുണനഫലം. ഇവിടെ ഗുണനക്രിയ യഥാർഥത്തിൽ സങ്കലന ക്രിയയായി മാറുന്നു. രണ്ട് സംഖ്യകളുടെ ഗുണനഫലം കാണാൻ സങ്കലനക്രിയ ഉപയോഗിച്ചതുപോലെ ഹരണക്രിയയ്ക്ക് ലോഗരിതത്തിൽ വ്യവകലനം ഉപയോഗിക്കുന്നു.

രണ്ട് രീതിയിലുള്ള ലോഗരിതങ്ങൾ ഇപ്പോൾ പ്രചാരത്തിലുണ്ട്. സാധാരണ ലോഗരിതവും നേപ്പീരിയൻ ലോഗരിതവും. പത്ത് ആധാരമാക്കിയിട്ടുള്ള ലോഗരിതമാണ് സാധാരണ ലോഗരിതം എന്നറിയപ്പെടുന്നത്. ആധാരസംഖ്യ e ആയിട്ടുള്ള ലോഗരിതത്തെ നേപ്പീരിയൻ ലോഗ

രിതം എന്നുവിളിക്കുന്നു. e എന്നത് ഒരു അതീത സംഖ്യയാണ്.

$$e = 1 + \frac{1}{\angle 1} + \frac{1}{\angle 2} + \frac{1}{\angle 3} + \frac{1}{\angle 4} + \frac{1}{\angle 5} + ...$$

ഇത് രണ്ടിനും മൂന്നിനും ഇടയ്ക്കുള്ള ഒരു അഭിന്നകമാണ്.

ജോൺ നാപ്പിയർ, ഹെൻട്രി ബ്രിഗ്സ് എന്നീ രണ്ട് ഗണിത ശാസ്ത്രജ്ഞന്മാരുടെ ഇരുപതു വർഷത്തെ അധ്വാനഫലം കൊണ്ടാണ് നമുക്ക് ലോഗരിതം പട്ടിക ലഭ്യമായിട്ടുള്ളത്. ആധുനിക കമ്പ്യൂട്ടറിന്റെ ആധിപത്യത്തോടെ ലോഗരിതത്തിന്റെ പ്രാധാന്യം കുറഞ്ഞിട്ടുണ്ടെങ്കിലും സങ്കീർണമായ ഗണിതക്രിയ ലഘൂകരിക്കുന്നതിൽ ലോഗരിതം വഹിച്ച പങ്ക് ഒരിക്കലും മറക്കാൻ സാധിക്കാത്തതാണ്.

ലീലാവതിയുടെ കഥ

പന്ത്രണ്ടാം നൂറ്റാണ്ടിൽ ഭാരതത്തിൽ ജീവിച്ചിരുന്ന പ്രശസ്തനായ ഒരു ഗണിത ശാസ്ത്രപണ്ഡിതനായിരുന്നു ഭാസ്കരാചാര്യർ. അദ്ദേഹത്തിന്റെ പ്രമുഖ ഗ്രന്ഥങ്ങളിലൊന്നാണ് *ലീലാവതി*. *സിദ്ധാന്ത ശിരോമണി* എന്ന ഗ്രന്ഥത്തിന്റെ നാലു ഭാഗങ്ങളിൽ ഒരു ഭാഗമാണ് ലീലാവതി.

ഒരു ഗണിത ശാസ്ത്ര ഗ്രന്ഥത്തിന് *ലീലാവതി* എന്ന സ്ത്രീ നാമധേയം നൽകപ്പെട്ടതിന്റെ പിന്നിൽ ഒരു കഥ പ്രചാരത്തിലുണ്ട്. ഭാസ്കരാചാര്യരുടെ പ്രിയപ്പെട്ട ഏകമകളായിരുന്നു ലീലാവതി. ലീലാവതി പിറന്നശേഷം ജാതക നിർണയം ചെയ്തപ്പോൾ അവൾക്ക് വിവാഹമുഹൂർത്തമില്ല എന്നാണ് ജ്യോതിഷ പണ്ഡിതന്മാർ അഭിപ്രായപ്പെട്ടത്. ജ്യോതിഷ പണ്ഡിതന്മാരുടെ ഈ പ്രവചനത്തിൽ ഭാസ്കരാചാര്യർ അത്യന്തം വേദനിച്ചു.

ഭാസ്കരാചാര്യർ ഒരു പ്രമുഖ ജ്യോതിഷ പണ്ഡിതൻ കൂടിയായിരുന്നു. അദ്ദേഹം തന്റെ മകളുടെ ജാതകം സൂക്ഷ്മമായ പഠനത്തിനു വിധേയമാക്കി. പന്ത്രണ്ടാമത്തെ വയസിലെ ഒരു പ്രത്യേക മുഹൂർത്തത്തിൽ വിവാഹിതയാകുന്നപക്ഷം അവൾ ദീർഘ സുമംഗലി ആയിരിക്കുമെന്ന് ഭാസ്കരാചാര്യർ കണ്ടെത്തി. ഇത് അദ്ദേഹത്തെ സന്തോഷഭരിതനാക്കിത്തീർത്തു. ലീലാവതി വളർന്നു. പന്ത്രണ്ടാം വയസിലെ ശുഭമുഹൂർത്തമുള്ള ദിവസം പതുക്കെ കടന്നുവന്നു. ഭാസ്കരാചാര്യർ തന്റെ ഏകമകളുടെ വിവാഹത്തിനുവേണ്ടുന്ന എല്ലാ ഒരുക്കങ്ങളും ചെയ്തു. വിവാഹ മുഹൂർത്തം നിർണയിക്കാനുള്ള ഒരുക്കങ്ങളും പ്രത്യേകം ആവശ്യമായിരുന്നു.

സുമാർ ആയിരം വർഷം മുമ്പ് സമയം കണക്കാക്കാൻ ഇന്നത്തെപ്പോലെ വാച്ചും ക്ലോക്കുമൊന്നും പ്രചാരത്തിലുണ്ടായിരുന്നില്ല. അക്കാലത്ത് സമയം കണക്കാക്കുന്നതിന് ജല ഘടികാരം, മണൽ ഘടികാരം

എന്നിവയൊക്കെയാണ് ഉപയോഗിച്ചിരുന്നത്.

ഘടികാരമെന്നു കേട്ടാൽ ഇന്നത്തെ ഘടികാരത്തിന്റേതുപോലെ മണിക്കൂർ, മിനിറ്റ് സൂചികളും 1 മുതൽ 12 വരെ എഴുതിയ മുഖവും ഉള്ള ഒരുപകരണമാണെന്ന് ധരിക്കരുത്. താഴെയും മുകളിലുമായി ക്രമീകരിച്ചിരിക്കുന്ന രണ്ട് വലിയ സ്ഫടികപാത്രങ്ങളാണ് ഘടികാരത്തിന്റെ പ്രധാനഭാഗങ്ങൾ. മുകളിലുള്ള പാത്രത്തിന്റെ അടിയിൽ ഒരു ചെറിയ സുഷിരമുണ്ടായിരിക്കും. മുകളിലുള്ള പാത്രത്തിൽ ശുദ്ധമായ മണലോ ജലമോ നിറയ്ക്കും. മണൽ നിറച്ചത് മണൽ ഘടികാരം. ജലം നിറച്ചതാണെങ്കിൽ ജലഘടികാരം. മുകളിലുള്ള പാത്രത്തിൽ നിറച്ച വസ്തു പൂർണമായും താഴെ പാത്രത്തിൽ വീഴാനാവശ്യമായ സമയം സാധാരണ ഒരു മണിക്കൂർ ആയിരിക്കും. ആവശ്യമുള്ള നിർണയിക്കാൻ പാത്രത്തിന്റെ വലുപ്പം കൂട്ടി വസ്തുവിന്റെ അളവ് കൂട്ടാം. സുഷിരവും ക്രമീകരിക്കാം.

വിവാഹ മുഹൂർത്തം നിർണയിക്കാൻ തയാറാക്കിയ ജലഘടികാരത്തിന്റെ അടിയിൽ വെള്ളത്തിൽ ഒരു പാത്രം വച്ചിരുന്നു. മുകളിലുള്ള പാത്രത്തിൽ നിന്നുള്ള വെള്ളം സുഷിരത്തിലൂടെ സാവധാനം ചോർന്നുകൊണ്ടിരുന്നു. വിവാഹത്തിനുള്ള ശരിയായ മുഹൂർത്തമെത്തുമ്പോൾ പാത്രം നിറഞ്ഞ് പാത്രം വെള്ളത്തിൽ മുങ്ങുന്ന രീതിയിലാണ് ഘടികാരം തയാറാക്കിവച്ചിരുന്നത്. മഹൂർത്തസമയം കൃത്യമായി പറയാൻ ഒരു ജ്യോതിഷ പണ്ഡിതനേയും അവിടെ ഏർപ്പാടാക്കിയിരുന്നു. പന്ത്രണ്ടുകാരിയായ ലീലാവതി സർവാഭരണ വിഭൂഷിതയായി കൂട്ടുകാരികളോടൊപ്പം വന്ന് കൗതുകത്തോടെ ജലഘടികാരം നോക്കിനിന്നു.

ഏതാണ്ട് മുഹൂർത്തമടുത്തെത്തിയപ്പോൾ അവൾ വേദിയിലേക്ക് ആനയിക്കപ്പെട്ടു. മുഹൂർത്തസമയമായി എന്നു ബോധ്യപ്പെട്ടിട്ടും ഉത്തരവാദപ്പെടുത്തിയ ജ്യോതിഷ പണ്ഡിതനിൽ നിന്ന് വിവരം ലഭിക്കാത്തതിനാൽ ഭാസ്കരാചാര്യർ ജലഘടികാരത്തിനടുത്തെത്തി. സൂഷ്മമായി പരിശോധിക്കുന്നതിനിടയിൽ അതു പ്രവർത്തിക്കുന്നില്ല എന്ന ദുഃഖസത്യം ഒരുൾക്കിടിലത്തോടെ അദ്ദേഹം കണ്ടെത്തി. ഘടികാരത്തിന്റെ സുഷിരത്തിൽ ഒരു മുത്തുവീണ് അത് അടഞ്ഞിരിക്കയായിരുന്നു. വധുവിന്റെ മുത്തുമാലകളിലുണ്ടായിരുന്ന ഒരു മുത്ത് ജലഘടികാരത്തിലേക്ക് തെറിച്ചുവീണത് ആരും ശ്രദ്ധിച്ചിരുന്നില്ല. അങ്ങനെ മഹൂർത്തം തെറ്റി, വിവാഹവും മുടങ്ങി.

ദുഃഖിതയായ ലീലാവതിയെ എല്ലാവരും ആശ്വസിപ്പിച്ചുകൊണ്ടിരുന്നു. അവളുടെ നാമധേയം എന്നെന്നും നിലനിൽക്കാൻ വേണ്ടി ഭാസ്കരാചാര്യർ തന്റെ ഒരു ഗ്രന്ഥത്തിന് *ലീലാവതി* എന്നുനാമകരണം ചെയ്തു. ലോകം നിലനിൽക്കുന്നതുവരെ നിന്റെ നാമധേയം അനശ്വരമായി നിലനിൽക്കുമെന്ന് ഭാസ്കരാചാര്യർ മകളെ ആശ്വസിപ്പിച്ചു. അദ്ദേഹം പ്രവചിച്ചതുപോലെ നൂറ്റാണ്ടുകൾ കഴിഞ്ഞിട്ടും ലീലാവതി ഇന്നും ശോഭിച്ചുകൊണ്ടിരിക്കുന്നു.

ഭിന്നസംഖ്യകളുടെ കഥ

മനുഷ്യൻ ആദ്യം കണ്ടെത്തിയ സംഖ്യകൾ എണ്ണൽസംഖ്യകളാണല്ലോ. കണ്ടുപിടിച്ച ഓരോ സംഖ്യയോടും ഒരോന്ന് വീതം കൂട്ടി പുതിയ സംഖ്യകൾ കണ്ടെത്തിക്കൊണ്ടിരുന്നു.

ആദ്യകാലത്ത് മനുഷ്യന്റെ നിത്യജീവിതത്തിലെ ആവശ്യങ്ങൾക്ക് എണ്ണൽസംഖ്യകൾ മതിയായിരുന്നു. ജീവിതാവശ്യങ്ങൾ വർധിച്ചതോടെ മറ്റ് വിധത്തിലുള്ള സംഖ്യകളും ആവശ്യമായിവന്നു. നിത്യജീവിത്തിൽ അവർക്ക് ഭാഗിക്കേണ്ടുന്ന സന്ദർഭങ്ങൾ ഉണ്ടായിരുന്നു. ഒരാളുടെ കൈവശം 10 ആടുകൾ ഉണ്ടെന്നിരിക്കട്ടെ, 5 പേർക്ക് ഇവ തുല്യമായിഭാഗിക്കേണ്ടി വരുമ്പോൾ പ്രശ്നമുണ്ടായില്ല. ഒരാൾക്ക് 5 പഴം കിട്ടി. അത് തുല്യമായി രണ്ടുപേർക്ക് ഭാഗിച്ചെടുക്കണം. ഓരോരുത്തർക്കും എത്ര പഴം വീതം കിട്ടും? രണ്ടെണ്ണം വീതമെടുത്താൽ ഒന്ന് ബാക്കിവരും. ബാക്കിവരുന്ന ഭാഗം വീണ്ടും ഭാഗിച്ചാൽ എണ്ണൽ സംഖ്യ കിട്ടില്ല. ഇത്തരം സന്ദർഭങ്ങൾ ഭിന്നസംഖ്യകളുടെ കണ്ടുപിടുത്തത്തിലേക്ക് നയിച്ചു.

മനുഷ്യൻ ആദ്യം കണ്ടെത്തിയ ഭിന്നസംഖ്യ 'അര' അഥവാ 'പകുതി'യാണ്. ഇംഗ്ലീഷിൽ ഇതിനെ 'half' എന്നു വിളിക്കും. ആദ്യകാലത്ത് half എന്ന പദത്തിന് പകുതി എന്നർഥമുണ്ടായിരുന്നില്ലത്രെ. ഒരു വസ്തുവിനെ രണ്ട് ഭാഗമാക്കിയതിൽ ഒരു ഭാഗമാണ് half. ഈ ഭാഗങ്ങൾ തുല്യമാകണമെന്നില്ല. പക്ഷേ, നാലിലൊന്നിനെ സൂചിപ്പിക്കുന്ന quarterന് നാലുമായി ബന്ധമുണ്ട്. ഇതിലെ 'qua' എന്ന ശബ്ദം നാലിനെയാണ് സൂചിപ്പിക്കുന്നത്. 'Quadrilateral' എന്നാൽ നാല് വശമുള്ള ബഹുഭുജമാണല്ലോ. ഭിന്നസംഖ്യയെ സൂചിപ്പിക്കുന്ന മറ്റെല്ലാ പദങ്ങൾക്കും സംഖ്യയുമായി പ്രത്യക്ഷമായി ബന്ധമുണ്ട്. Half എന്ന പദത്തിനുമാത്രം സംഖ്യയുമായി ബന്ധം കാണുന്നില്ല.

ഭിന്നസംഖ്യയ്ക്ക് ഇംഗ്ലീഷിൽ 'fraction' എന്ന വാക്ക് ഉപയോഗി

ക്കുന്നു. ഛേദിക്കപ്പെട്ടത് അഥവാ ഭാഗിക്കപ്പെട്ടത് എന്നർഥമുള്ള 'frangere' എന്ന ലാറ്റിൻ പദത്തിൽനിന്നാണ് fraction എന്ന വാക്കുണ്ടായിട്ടുള്ളത്. 'പകുതി'യെ സൂചിപ്പിക്കാൻ എന്ന ഭിന്നസംഖ്യ ഉപയോഗിക്കുന്നു. ഇതിൽ ഒന്നിനെ അംശം (Numerator) എന്നും $\frac{1}{2}$ രണ്ടിനെ ഛേദം (Denominator) എന്നും വിളിക്കുന്നു. അറബികൾ അംശത്തിന് Number എന്ന അർഥത്തിൽ numrator എന്നും ഛേദത്തിന് Namer എന്ന അർഥത്തിൽ Denominator എന്നുമാണ് ഉപയോഗിച്ചിരുന്നത്. ലാറ്റിൻകാർ എന്നീ പേരുകൾ പ്രചരിച്ചു.

ഏകം, ദശം, ശതം എന്നിങ്ങനെ പത്തിന്റെ വർഗങ്ങളായിട്ടാണല്ലോ പുരാതനഭാരതീയർ സംഖ്യകൾക്ക് പേരുകൾ നൽകിയിരുന്നത്. ഭിന്നസംഖ്യയുടെ കാര്യത്തിൽ രണ്ടിന്റെ കീഴ്പ്പെരുക്കങ്ങളായിട്ടാണ് പേരുകൾ നൽകപ്പെട്ടിട്ടുള്ളത്. ഇതുപ്രകാരം രണ്ടിലൊന്ന് അരയും നാലിലൊന്ന് കാലും എട്ടിലൊന്ന് അരയ്ക്കാലും പതിനാറിലൊന്ന് മാകാണിയുമാണ്. ഈ ക്രമത്തിലാണ് മുൻകാലത്ത് നാണയങ്ങൾ പ്രചാരത്തിലുണ്ടായിരുന്നത് എന്നത് ഇവിടെ പരാമർശയോഗ്യമാണ്. ഒരു രൂപയെ 16 തുല്യഭാഗങ്ങളായി ഭാഗിച്ചിരുന്നു. ഇതിൽ ഒരുഭാഗത്തെ അണ എന്നു വിളിച്ചിരുന്നു. 4 അണ 25 പൈസയും 8 അണ 50 പൈസയും ആയിരുന്നു.

കേരളത്തിൽ പ്രചാരത്തിലുണ്ടായിരുന്ന ഭിന്നസംഖ്യകളെ സൂചിപ്പിക്കുന്ന ഒരു കവിത താഴെ കൊടുക്കുന്നു.

"ചതിരണുവെന്നാദിയിലാ-
മ്പത്തൊന്നതുകൾകൊണ്ടു തലവരവാം
തലവരവിരിപത്തൊന്നാം
തിമിരിമ ഇരുപത്തിരണ്ടതണുവല്ലോ
അണുവിരിപത്തൊന്നിമ്മി
യിതിരി പത്തൊന്നുകൊണ്ടു കീഴ്മുന്തിരിക
കീഴ്മുന്തിരികൾ നാലാം കാണി
യതു നാലുംകൂടി മാവൊന്നാം
മാവിരുപതിനൊന്നായ് വരു
മൊന്നുതുടങ്ങീട്ടു പിന്നെ മേൽപ്പട്ട
മുന്നേ സ്ഥാനം മുതലായ്
പിന്നേവ പതിന്മടങ്ങവറ്റിനിനി"

ഇതുപ്രകാരം ഏറ്റവും ചെറിയ ഭിന്നസംഖ്യ ചതിരണുവാണ്. അമ്പത്തൊന്ന് ചതിരണു ഒരു തലവരവ് എന്നറിയപ്പെടുന്നു. ഇരുപത്തിഒന്ന് തലവരവ് ഒരു തിമിരിമയാണ്. 22 തിമിരിമ ഒരു അണു; 21 അണു ഒരു ഇമ്മി; 21 ഇമ്മി ഒരു കീഴ്മുന്തിരിക; 4 കീഴ്മുന്തിരിക ഒരു കീഴ്കാണിക്ക് തുല്യമാണ്. നാല് കീഴ്കാണി ഒരു കീഴ്മാവ് എന്നറിയപ്പെടുന്നു. 5 കീഴ്മാവ് ഒരു കീഴ്ക്കാൽ ആണ്. 4 കീഴ്ക്കാൽ ഒരു മേൽമുന്തിരിക. നാല് മേൽമുന്തിരിക ഒരു കാണി. 4 കാണി ഒരു മാവ്. ഒന്നിന്റെ ഇരു

പത് ഭാഗങ്ങളിലൊന്നാണ് ഒരു മാവ്.

കാൽ, അര, അരക്കാൽ, മാകാണി എന്നിവ രണ്ടിന്റെ കീഴ്പ്പെരുക്കങ്ങളാണെങ്കിലും മറ്റെല്ലാം ഇതേപോലെയായിക്കാണുന്നില്ല.

മേൽ കൊടുത്തിരിക്കുന്ന ഭിന്നസംഖ്യകളിലെല്ലാം അംശം 1 ആകുന്നു. ഈജിപ്തുകാരുടെ ഭിന്നസംഖ്യകൾക്കും അംശം ഒന്നായിരുന്നു. അഥവാ ഒന്ന് അംശമായിട്ടുള്ള ഭിന്നസംഖ്യകളാണ് ഈജിപ്തുകാർ കൂടുതലായി കൈകാര്യം ചെയ്തിരുന്നത്. ഒന്ന് അംശം അല്ലാതെ വരുന്ന ഭിന്നസംഖ്യകളെ അവർ ഒന്ന് അംശങ്ങളായിട്ടുള്ള ഭിന്നസംഖ്യകളായി മാറ്റിയിരുന്നു. ഉദാഹരണമായി $\frac{3}{5}$ എന്ന ഭിന്നസംഖ്യയെ $\frac{1}{2}+\frac{1}{10}$ എന്ന രൂപത്തിലേക്ക് മാറ്റും.

ഒരേ ഭിന്നസംഖ്യയെ പല രീതിയിൽ ഇങ്ങനെ മാറ്റാവുന്നതാണ്. $\frac{2}{43}$ എന്ന ഭിന്നസംഖ്യയെ 5 രീതിയിൽ മാറ്റാവുന്നവിധം താഴെ കൊടുക്കുന്നു.

$$\frac{2}{43} = \frac{1}{24}+\frac{2}{258}+\frac{1}{1032}$$

$$=\frac{1}{30}+\frac{1}{86}+\frac{1}{645}$$

$$=\frac{1}{6}+\frac{1}{86}+\frac{1}{645}+\frac{1}{112}+\frac{1}{774}$$

$$=\frac{1}{40}+\frac{1}{860}+\frac{1}{1720}$$

$$=\frac{1}{42}+\frac{1}{86}+\frac{1}{129}+\frac{1}{301}$$

ഇവയിൽ ഏതു രീതി ഉപയോഗിച്ചിരുന്നു എന്ന കാര്യം വ്യക്തമല്ല. ഭിന്നസംഖ്യകൾ ഈ രീതിയിൽ മാറ്റുന്നതിന് അവർ പ്രത്യേകം പട്ടികകൾ ഉപയോഗിച്ചിരുന്നു.

ഒന്ന് അംശമായിട്ടുള്ള ഭിന്നസംഖ്യകൾ ഈജിപ്ഷ്യൻ ഭിന്നങ്ങൾ എന്നറിയപ്പെടുന്നു. ഇവയുടെ അംശങ്ങളെല്ലാം ഒന്ന് ആയതിനാൽ ഭിന്നസംഖ്യകളിൽ അംശം ഒഴിവാക്കിയിരുന്നു. ഭിന്നസംഖ്യയെ സൂചിപ്പിക്കാൻ അവർ എന്ന ചിഹ്നമാണ് ഉപയോഗിച്ചിരുന്നത്. $\frac{1}{5}$ എന്ന ഭിന്നത്തെ എന്നാണ് സൂചിപ്പിച്ചിരുന്നത്. $\frac{1}{10}$നെ 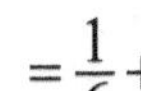 എന്നും $\frac{1}{13}$നെ 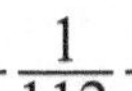 എന്നും സൂചിപ്പിച്ചിരുന്നു. സാധാരണയായി എല്ലായ്പ്പോഴും ഉപയോഗിച്ചുകൊണ്ടിരുന്ന ഭിന്നസംഖ്യകൾക്ക് പ്രത്യേക അടയാളങ്ങളും ഉപയോഗിച്ചിരുന്നു.

റോമാക്കാർ ഭിന്ന സംഖ്യകളെ സൂചിപ്പിക്കാൻ പ്രത്യേക പേരുകളും ചിഹ്നങ്ങളും ഉപയോഗിച്ചിരുന്നു. അവരുടെ നീളം, തൂക്കം മുതലായവയുടെ അളവുകൾ 12 തുല്യ ഭാഗങ്ങളായി ഭാഗിച്ചിരുന്നു. $\frac{1}{12}$ന് തുല്യമായ ഈ ഭാഗം 'അൻസിയ' (Uncia) എന്നാണ് അറിയപ്പെട്ടിരുന്നത്. ഇതിനെ

‘$\overline{\text{- - - - - -}}$’ എന്നു രേഖപ്പെടുത്തിയിരുന്നു. പകുതി അതായത് $\frac{6}{12}$ ന് സെമിസ് (Semis) എന്ന പേരും S, C എന്നീ അടയാളങ്ങളും ഉപയോഗിച്ചിരുന്നു. ഇതുപോലെ $\frac{2}{12}$, $\frac{3}{12}$ മുതലായ ഭിന്നസംഖ്യകൾക്ക് പ്രത്യേക പേരുകളും അടയാളങ്ങളുമുണ്ടായിരുന്നു.

ഗ്രീക്കുകാർ രണ്ടുതരം ഭിന്നസംഖ്യകൾ ഉപയോഗിച്ചിരുന്നു. സാധാരണ ദൈനംദിന ജീവിതത്തിലെ ആവശ്യങ്ങൾക്ക് ഒരു തരവും ശാസ്ത്രജ്ഞന്മാർക്കും പണ്ഡിതന്മാർക്കും മറ്റൊരു തരവും. $\frac{1}{2}, \frac{1}{3}, \frac{1}{4}$ എന്നിങ്ങനെ സാധാരണ നിത്യജീവിതത്തിൽ ഉപയോഗിക്കുന്നവയെ യഥാക്രമം ⊂, Γ, Δ എന്നീ ചിഹ്നങ്ങൾ ഉപയോഗിച്ചാണ് രേഖപ്പെടുത്തിയിരുന്നത്. പണ്ഡിതന്മാർ ഉപയോഗിച്ചിരുന്ന ഭിന്നസംഖ്യകൾ 60 ഛേദം വരുന്നവയായിരുന്നു. കോണുകൾ അളക്കുന്ന ഏകകമായ ഡിഗ്രിയെ 60 ഭാഗങ്ങളായി മിനിറ്റായും, മിനിറ്റിനെ 60 ഭാഗങ്ങളായി സെക്കന്റായും ഭാഗിച്ചിട്ടുണ്ടല്ലോ. ഇതേ രീതിയിലാണ് ഭിന്നസംഖ്യകളും ഭാഗിച്ചിരുന്നത്. ചൈനക്കാരും ബാബിലോണിയക്കാരും വളരെ പുരാതന കാലത്തുതന്നെ ഭിന്നസംഖ്യകൾ ഉപയോഗിച്ചിരുന്നു.

ആദ്യകാലത്ത് ഛേദത്തേക്കാൾ ചെറിയ അംശങ്ങളുള്ള ഭിന്നസംഖ്യകൾ മാത്രമേ ഉപയോഗിച്ചിരുന്നുള്ളു. പിന്നീട് ഛേദത്തേക്കാൾ വലിയ അംശങ്ങളുള്ള ഭിന്നസംഖ്യകളും കൈകാര്യം ചെയ്യാൻ തുടങ്ങി. ഛേദത്തേക്കാൾ അംശം കുറവായ ഭിന്നസംഖ്യകളെ സാധാരണ ഭിന്നങ്ങൾ എന്നും വിളിക്കുന്നു. അംശവും ഛേദവും തുല്യമായ ഭിന്നസംഖ്യകളും ഉപയോഗിക്കാറുണ്ട്.

നൂറുകൈകളുള്ള ഗണിതരാക്ഷസന്റെ കഥ

ആർക്കിമിഡീസ് എന്ന യവനശാസ്ത്രജ്ഞനെപ്പറ്റി നിങ്ങൾ എല്ലാവരും കേട്ടിരിക്കും. കുളിക്കുന്നതിനുടയിൽ ഒരു ശാസ്ത്രസത്യം കണ്ടെത്തിയ ആർക്കിമിഡീസ് 'യുറീക്കാ, യുറീക്കാ' എന്നുവിളിച്ച് നഗ്നനായി നഗരത്തിലൂടെ ഓടിയ കഥ വളരെ പ്രസിദ്ധമാണ്. ആപേക്ഷിക സാന്ദ്രതയുമായി ബന്ധപ്പെട്ട 'ആർക്കിമിഡീസ് തത്വം' താഴ്ന്ന നിരപ്പിൽ നിന്ന് ഉയർന്ന നിരപ്പിലേക്ക് വെള്ളം ഉയർത്താൻ സാധിക്കുന്ന 'ആർക്കിമിഡീസ് സ്ക്രൂ' എന്നിവ അദ്ദേഹത്തിന്റെ പേരിൽ അറിയപ്പെടുന്നു. ആർക്കിമിഡീസിന്റെ ജന്മദേശമായ സീറാക്കൂസ് ഭരിച്ചിരുന്ന ഹീറോ ചക്രവർത്തി ഒരിക്കൽ വലിയൊരു കപ്പൽ പണികഴിപ്പിച്ചു. അനേകം പേർ ഒത്തൊരുമിച്ച് വളരെ ശ്രമിച്ചിട്ടും ഒരിഞ്ചുപോലും അത് നീക്കാൻ സാധിച്ചില്ല. ആർക്കിമിഡീസ് കപ്പികളുടെ സഹായത്താൽ തനിച്ച് കപ്പൽ കടലിൽ ഇറക്കുകയുണ്ടായി. ആർക്കിമിഡീസിന്റെ അമാനുഷമായ കഴിവ് ഏവരെയും അത്ഭുതപ്പെടുത്തിയെന്നു പറയേണ്ടതില്ലല്ലോ.

ഒരു ഊർജതന്ത്ര ശാസ്ത്രജ്ഞനായിട്ടാണ് ആർക്കിമിഡീസിന് പ്രശസ്തിയെങ്കിലും അദ്ദേഹം ഒരു പ്രമുഖ ഗണിതശാസ്ത്രപണ്ഡിതൻ കൂടി ആയിരുന്നു. കുളിയും ആഹാരവും നിദ്രയും മറന്ന് അദ്ദേഹം ഗണിതഗവേഷണങ്ങളിൽ മുഴുകാറുണ്ടായിരുന്നു. കുളിമുറിയിൽ നിർബന്ധിച്ച് കയറ്റിയാൽ തന്നെ കണക്കുകൂട്ടലിൽ നിന്ന് അദ്ദേഹം പിന്തിരിഞ്ഞിരുന്നില്ല. കുളിമുറിയിലെ അടുപ്പിലെ ചാരം നിരത്തി അതിൽ കണക്കുകൂട്ടിയിരുന്നു. സ്ഥലം പോരാതെ വരുമ്പോൾ എണ്ണ പുരട്ടിയ സ്വന്തം ശരീരത്തിൽപ്പോലും ഗണിത ക്രിയകൾ ചെയ്തിരുന്നുവത്രേ.

വൃത്തത്തിന്റെ വിസ്തീർണം, ഗോളം, വൃത്തസ്തംഭം എന്നീ ഘനരൂപങ്ങളുടെ വിസ്തീർണം, വ്യാപ്തം എന്നിവ കാണാനുള്ള സൂത്രവാക്യങ്ങൾ ആവിഷ്കരിച്ചത് ആർക്കിമിഡീസാണ്. വൃത്തത്തിന്റെ പരി

ധിയും വ്യാസവും തമ്മിലുള്ള അംബന്ധത്തെ സൂചിപ്പിക്കുന്ന π യുടെ ഏകദേശവില കണ്ടുപിടിക്കുന്നതിന് അദ്ദേഹം ധാരാളം സമയം ചെലവഴിച്ചിരുന്നു. വൃത്തത്തിൽ അനേകം വശങ്ങളുള്ള ക്രമബഹുഭുജങ്ങൾ നിർമിച്ച് കണക്കുകൂട്ടിയാൽ 'π' യുടെ വില കൂടുതൽ കൃത്യമായി കണ്ടെത്താമെന്നതും അദ്ദേഹത്തിന്റെ കണ്ടുപിടുത്തമാണ്. പ്രപഞ്ചം മുഴുവൻ നിറയ്ക്കാനാവശ്യമായ മണൽത്തരികളുടെ എണ്ണം പോലും അദ്ദേഹം കണക്കുകൂട്ടിയിരുന്നുവത്രേ.

സിറാക്കൂസിന്റെ ശാസ്ത്രീയ വളർച്ചയിൽ ആർക്കിമിഡീസ് എന്ന ബുദ്ധിരാക്ഷസന്റെ പങ്ക് വിദേശത്തുള്ളവർക്കും അറിയാമായിരുന്നു. ഒരിക്കൽ സിറാക്കൂസ് ആക്രമിക്കാൻ വന്ന കപ്പൽപ്പടയിൽ ലെൻസുപയോഗിച്ച് സൂര്യതാപം കേന്ദ്രീകരിപ്പിച്ച് അദ്ദേഹം കപ്പലിന് തീപിടിപ്പിക്കുകയുണ്ടായി. ഇതോടെ ശത്രുക്കൾക്ക് ആർക്കിമിഡീസിനെ ഭയമായിരുന്നു. സിറാക്കൂസിന്റെ കോട്ടയ്ക്കുമുകളിൽ ഒരു കയർ തൂങ്ങിക്കിടക്കുന്നതു കണ്ടാൽ തന്നെ അർക്കിമിഡീസ് തങ്ങളെ നശിപ്പിക്കാൻ എന്തോ പുതിയ യന്ത്രം കണ്ടുപിടിച്ചു എന്നവർ ഭയപ്പെട്ടിരുന്നു. മാർസെല്ലസ് എന്ന സേനാനായകൻ ആർക്കിമിഡീസിനെ വിശേഷിപ്പിച്ചിരുന്നത് 'നൂറുകൈകളുള്ള ഗണിതരാക്ഷസൻ' എന്നായിരുന്നു. കപ്പൽ നീക്കുന്നതിൽ ആർക്കിമിഡീസ് കാണിച്ച തന്ത്രം തന്നെ മതിയല്ലോ അദ്ദേഹത്തിന് ഈ ബഹുമതി നൽകാൻ.

BC 212 ൽ മാർസെല്ലസ് സിറാക്കൂസ് ആക്രമിച്ചുകീഴടക്കുകയുണ്ടായി. ആർക്കിമിഡീസിനെ ഒരു കാരണവശാലും ഉപദ്രവിക്കരുതെന്ന് സൈന്യങ്ങൾക്ക് നിർദേശം നൽകിയിരുന്നു. സിറാക്കൂസ് കീഴടക്കിയിട്ടും ആർക്കിമിഡീസിനെ അവർ കണ്ടെത്തിയില്ല. ആർക്കിമിഡീസ് എവിടെയുണ്ടെങ്കിലും കണ്ടുപിടിച്ച് സുരക്ഷിതമായി ഹാജരാക്കാൻ മാർസെല്ലസ് നാനാഭാഗത്തേക്കും ഭടന്മാരെ അയച്ചു. ഭടന്മാർ ആർക്കിമിഡീസിനെയും അന്വേഷിച്ച് സിറാക്കൂസ് മുഴുവൻ കറങ്ങിനടന്നു.

കഥയറിയാതെ ആർക്കിമിഡീസ് മണലിൽ ചിത്രം വരച്ച് കണക്കുചെയ്യുകയായിരുന്നു. വിഷമംപിടിച്ച ഒരു ഗണിതപ്രശ്നത്തിൽ മുഴുകിക്കഴിഞ്ഞിരുന്ന ആർക്കിമിഡീസിന്റെയടുത്ത് ഒരു ഭടൻ എത്തി.

'താങ്കൾ ആർക്കിമിഡീസിനെ കണ്ടോ?' എന്ന ഭടന്റെ ചോദ്യം ആലോചനാനിമഗ്നനായ ആർക്കിമിഡീസിന് മനസിലായില്ല. 'എന്റെ ചിത്രം നാശമാക്കരുതേ, മാറിനിൽക്കണം' എന്നാണ് ആർക്കിമിഡീസ് ഭടനോട് പറഞ്ഞത്. തന്റെ ചോദ്യത്തിന് ശരിയായ ഉത്തരം കിട്ടാത്തതിൽ ക്രുദ്ധനായ ഭടൻ തന്റെ വാളുകൊണ്ട് 'കിഴവന്റെ' തലയറുത്തു. ആ ബുദ്ധിരാക്ഷസന്റെ തല പൂഴിമണ്ണിൽ കിടന്നുരുണ്ടു. അങ്ങനെ ഗണിതഗവേഷണത്തിനിടയിൽ തല നഷ്ടപ്പെട്ട ശാസ്ത്രജ്ഞനാണ് ആർക്കിമിഡീസ്.

വിവരമറിഞ്ഞ മാർസെല്ലസ് വളരെ ദുഃഖിച്ചു. വളരെ ആദരപൂർവം ശവസംസ്കാരം നടത്തുകയും അവിടെ ഒരു സ്മാരക സ്തംഭം പണി

കഴിപ്പിക്കുകയും ചെയ്തു. ഒരു വൃത്തസ്തംഭത്തിൽ ഒരു ഗോളം ഉൾക്കൊള്ളിച്ച ഒരു രൂപം സ്മാരകസ്തംഭത്തിൽ കൊത്തിവെച്ചിട്ടുണ്ട്. ഈ ഘനരൂപങ്ങളുടെ വ്യാപ്തങ്ങൾ തമ്മിലുള്ള അംശബന്ധവും ആലേഖനം ചെയ്യപ്പെട്ടിരിക്കുന്നു. ഗണിതശാസ്ത്രചരിത്രത്തിലെ ഒരു രക്തസാക്ഷിയാണ് ആർക്കിമിഡീസ്.

മാന്ത്രിക ചതുരങ്ങളുടെ കഥ

1 മുതൽ 9 വരെയുള്ള സംഖ്യകൾ മൂന്നുവരിയിലും മൂന്ന് നിരയിലുമായി ക്രമീകരിച്ചിരിക്കുന്നു. ഇതിലെ വരിയിലെയും നിരയിലെയും കോണോടുകോണുമുള്ള സംഖ്യകളുടെ തുക കണ്ടുപിടിച്ചുനോക്കൂ. എല്ലാ തുകയും തുല്യമാണെന്നു കാണാം. ഇങ്ങനെ സംഖ്യകൾ ക്രമീകരിച്ചിരിക്കുന്നതിനെ മാന്ത്രിക ചതുരങ്ങൾ എന്നു പറയുന്നു. ഇപ്പോൾ മാന്ത്രിക ചതുരങ്ങൾ മാത്രമല്ല മാന്ത്രിക വൃത്തങ്ങൾ, മാന്ത്രിക നക്ഷത്രങ്ങൾ, മാന്ത്രിക ത്രികോണങ്ങൾ, മാന്ത്രിക ഷഡ്ഭുജങ്ങൾ, മാന്ത്രിക ഗോളങ്ങൾ എന്നിവയെല്ലാം പ്രചാരത്തിലുണ്ട്.

2	7	6
9	5	1
4	3	8

സുമാർ ആറായിരം വർഷങ്ങൾക്കുമുമ്പ് ഭാരതത്തിൽ ആരംഭിച്ചതാണ് മാന്ത്രിക ചതുരങ്ങൾ എന്ന് വിശ്വസിക്കപ്പെടുന്നു. മാന്ത്രികചതുരങ്ങൾ നിർമിക്കുന്നതിനുള്ള ഒരു രീതി ഇന്ത്യൻ രീതി എന്നറിയപ്പെടുന്നുണ്ട്.

ഏതാണ്ട് 4000 വർഷങ്ങൾക്കുമുമ്പാണ് ചൈനയിൽ മാന്ത്രിക ചതുരങ്ങളുടെ ഉത്ഭവം. 2200 BC യിൽ ചൈന ഭരിച്ചിരുന്ന യൂ എന്ന ചക്രവർത്തിയുമായി ബന്ധപ്പെട്ട് ഒരു കഥ പ്രചാരത്തിലുണ്ട്.

ഭരണക്ലേശങ്ങളിൽ നിന്നും വിശ്രമം ലഭിക്കാൻ അദ്ദേഹം ഒരു ദിവസം മഞ്ഞനദിക്കരയിൽ എത്തി. നദിക്കരയിലൂടെ അദ്ദേഹം അങ്ങോട്ടുമിങ്ങോട്ടും നടന്നുകൊണ്ടിരിക്കെ ഒരു വിചിത്രമായ ആമ അദ്ദേഹത്തിന്റെ ശ്രദ്ധയിൽപ്പെട്ടു. നദിക്കരയിൽ വെള്ളത്തിനടുത്ത് ആമ വിശ്രമിക്കുകയാണ്. ചക്രവർത്തി പതുക്കെ അടുത്തുചെന്നു. ആമ അനങ്ങാതിരുന്നതേ ഉള്ളൂ. ചക്രവർത്തി ആമയെ കൗതുകത്തോടെ സൂക്ഷിച്ചുനോക്കി. എന്തു ഭംഗി! പുറംതോടുമുഴുവൻ നിറമുള്ള ചിത്രങ്ങൾ – വരയും പുള്ളിയും. വർണം ചാലിച്ച് മാപ്പ് വരച്ചതുപോലെയുണ്ട് പുറം തോട്. ആകപ്പാടെ ഒരു കൊച്ചുസുന്ദരി.

ചക്രവർത്തി ആമയെ പതുക്കെ കൈയിലെടുത്തു. ആമയുടെ പുറംതോടിലെ പുള്ളികൾക്ക് എന്തൊക്കെയോ പ്രത്യേകതകൾ ഉള്ളതായി അദ്ദേഹത്തിനു തോന്നി. അദ്ദേഹം ഒരു വശത്തെ വരിയായുള്ള പുള്ളികൾ വെറുതെ ഒന്ന് എണ്ണിനോക്കി. പതിനഞ്ചെണ്ണമുണ്ട്. മറ്റൊരു വശത്തെ പുള്ളികളും വരിയായി എണ്ണിനോക്കി. അത്ഭുതം! പതിനഞ്ചു തന്നെ. എല്ലാ വരിയിലെയും നിരയിലെയും പുള്ളികളും എണ്ണിനോക്കി. എല്ലാത്തുകയും പതിനഞ്ചുതന്നെ ആയിരിക്കുന്നു. മാത്രമല്ല, കോണോടുകോണുള്ള പുള്ളികളുടെ തുകയും പതിനഞ്ചുതന്നെ. ഗണിതശാസ്ത്രം വളരെയൊന്നും പുരോഗമിച്ചിട്ടില്ലാതിരുന്ന അക്കാലത്ത് ഇത് വലിയൊരു അത്ഭുതം തന്നെയായിരുന്നു. ഈ ആമയ്ക്ക് ദിവ്യശക്തിയുണ്ടെന്ന് ചക്രവർത്തി അനുമാനിച്ചു. ആമയെ അദ്ദേഹം കൊട്ടാരത്തിലേക്ക് കൊണ്ടുപോയി.

ചക്രവർത്തിക്ക് അത്ഭുതകരമായ ഒരു ആമയെ കിട്ടിയ വാർത്ത രാജ്യമെങ്ങും വ്യാപിച്ചു. കേട്ടവർ കേട്ടവർ കൊട്ടാരത്തിലെത്തി. പുള്ളികളുടെ ഈ പ്രത്യേക അടുക്കിന് മാന്ത്രിക ശക്തിയുണ്ടെന്ന് ജനങ്ങൾ വിശ്വസിക്കാൻ തുടങ്ങി. ഈ രീതിയിൽ പുള്ളികളോ കുത്തുകളോ അടയാളപ്പെടുത്തുന്നതിനെ അവർ 'ലോഷു' എന്ന് വിളിച്ചു. ഒരു ലോഷുവിന്റെ ചിത്രം താഴെ കൊടുക്കുന്നു.

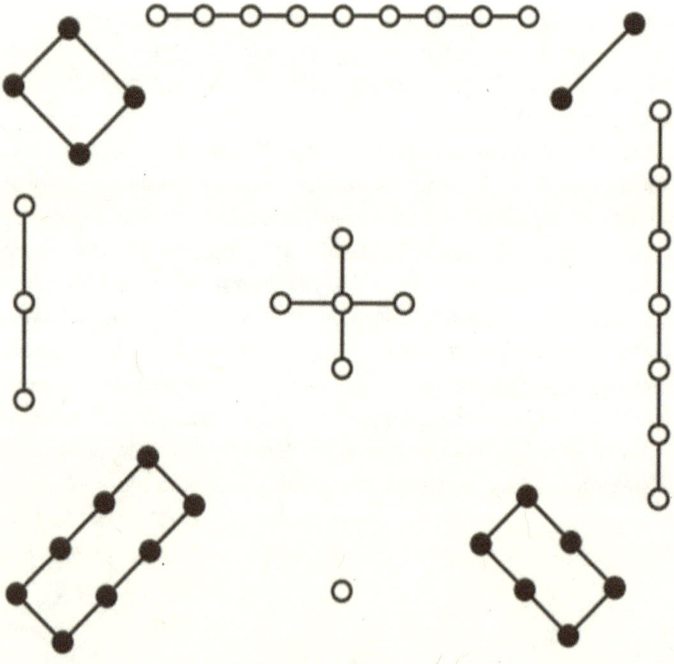

ഇതിൽ 4, 6, 8 എന്നീ സംഖ്യകൾ പ്രത്യേകം ചതുരാകൃതിയിലാണ് അടയാളപ്പെടുത്തിക്കാണുന്നത്. ചില ലോഷുവിന്റെ പശ്ചാത്തലത്തിൽ യൂ ചക്രവർത്തിയുടെ ചിത്രവും കാണാം.

മാന്ത്രികാവശ്യങ്ങൾക്ക് ധാരാളമായി ലോഷു ഉപയോഗിക്കാൻ തുടങ്ങി. രക്ഷാകവചങ്ങളിലും, ഔഷധപാത്രങ്ങളിലും ലോഷു രേഖപ്പെടുത്താറുണ്ട്. ജ്യോത്സ്യന്മാർ തങ്ങളുടെ തൊഴിലിൽ മാന്ത്രിക ചതുരങ്ങൾക്ക് നല്ല സ്ഥാനം നൽകുകയുണ്ടായി. തുടർന്ന് ധാരാളം രീതിയിലുള്ള മാന്ത്രിക ചതുരങ്ങൾ കണ്ടുപിടിക്കപ്പെട്ടു.

ചതുരംഗത്തിന്റെ കഥ

നൂറ്റാണ്ടുകൾക്കുമുമ്പ് ഭാരതത്തിൽ രൂപംകൊണ്ട ഒരു വിനോദമാണ് ചതുരംഗം. കറുപ്പും വെളുപ്പുമായി 64 സമചതുരങ്ങളായ കള്ളികളുള്ള ബോർഡ് ഉപയോഗിച്ചാണ് ചതുരംഗം കളിക്കുന്നത്. രാജാവ്, രാജ്ഞി, മന്ത്രി, ആന, തേര്, കുതിര, കാലാൾ എന്നിങ്ങനെ ആകെ 32 കരുക്കൾ കളിക്ക് ഉപയോഗിക്കുന്നു. ബുദ്ധിമാന്മാരുടെ ഒരു കളിയായിട്ടാണ് ചതുരംഗം അറിയപ്പെടുന്നത്. ഈ കളിയെപ്പറ്റി രസകരമായ ഒരു കഥ പ്രചാരത്തിലുണ്ട്.

ഭാരതം ഭരിച്ചിരുന്ന ഒരു രാജാവായിരുന്നു ഷിറാം. അദ്ദേഹത്തിന്റെ പ്രധാന ഉപദേഷ്ടാവായിരുന്നു സിസ്സാ ഇബിൻ സാഹിർ. സിസ്സായാണ് ചതുരുംഗം കണ്ടുപിടിച്ചത്. രാജാവിന്റെ നീക്കം എങ്ങനെയായിരിക്കണം, കുതിരയുടെ നീക്കം എങ്ങനെയായിരിക്കണം എന്നൊക്കെ ചതുരംഗത്തിൽ നിയമമുണ്ട്. തന്റെ പുതിയ കളി സിസ്സാ ഒരുദിവസം രാജാവിന്റെ ശ്രദ്ധയിൽപ്പെടുത്തി.

രാജാവ് കളിയാരംഭിച്ചു. രാജാവ് പരാജയപ്പെട്ടെങ്കിലും കളി നന്നേ ഇഷ്ടപ്പെട്ടു. വളരെ ബുദ്ധി ഉപയോഗിച്ച് കളിക്കേണ്ടുന്ന ഈ കളി വളരെ രസകരമായും അനുഭവപ്പെട്ടു. ഇത്രയും രസകരമായതും ബുദ്ധികൂർമത ആവശ്യവുമായ കളി കണ്ടുപിടിച്ച സിസ്സായെ ഉചിതമായ സമ്മാനം നൽകി ആദരിക്കാൻ രാജാവ് തീരുമാനിച്ചു.

“സിസ്സാ, നീ കണ്ടുപിടിച്ച പുതിയ കളിയിൽ നാം അത്യന്തം സന്തുഷ്ടനായിരിക്കുന്നു. നിന്റെ ബുദ്ധി സാമർഥ്യത്തെ നാം അങ്ങേയറ്റം അനുമോദിക്കുന്നു. ഇതിന് ഉചിതമായ സമ്മാനം തരാൻ നാം ആഗ്രഹിക്കുന്നു. ഇഷ്ടമുള്ള സമ്മാനം ആവശ്യപ്പെടാം. നീ ആവശ്യപ്പെടുന്ന എത്ര വലിയ സമ്മാനം തരാനും നാം തയാറാണ്. അത്ര വലിയ കണ്ടുപിടുത്തമാണ് നീ നടത്തിയിട്ടുള്ളത്.”

"അടിയന് സമ്മാനത്തിനൊന്നും ആഗ്രഹമില്ല." സിസ്സാ വിനയത്തോടെ പറഞ്ഞു: "അത്ര വലിയ കണ്ടുപിടുത്തമൊന്നും അടിയൻ നടത്തിയിട്ടില്ല. ഈ നിസ്സാരമായ കണ്ടുപിടുത്തത്തിന് അങ്ങ് എന്നെ അനുഗ്രഹിച്ചാൽ മാത്രം മതിയാകും."

"നിസ്സാരമോ? തീർച്ചയായുമല്ല. വളരെ അത്ഭുതകരമായ ഒരു കണ്ടുപിടുത്തമാണ് സിസ്സാ നടത്തിയിട്ടുള്ളത്. ഈ കളി നമ്മെ അത്രമാത്രം സന്തോഷിപ്പിച്ചിരിക്കുന്നു. എന്തെങ്കിലും സമ്മാനം തരാതെ എനിക്ക് തൃപ്തിയാവുകയില്ല. എത്രവിലപിടിപ്പുള്ളതായാലും നാം തരാൻ തയാറാണ്."

"തിരുമനസിന്റെ സന്മനസിന് നന്ദി. അങ്ങേക്ക് അത്ര നിർബന്ധമാണെങ്കിൽ അടിയന്റെ എളിയ ആഗ്രഹം ഉണർത്തിക്കാം. ചതുരംഗപ്പലകയിലെ ഒന്നാം കള്ളിയിൽ ഒരു ഗോതമ്പുമണി, രണ്ടാമത്തെ കള്ളിയിൽ രണ്ട് ഗോതമ്പുമണികൾ, മൂന്നാമത്തേതിൽ നാല് ....."

"ഛെ! എന്തുവിഡ്ഢിത്തമാണ് സിസ്സാ ആവശ്യപ്പെടുന്നത്! ഒരു ഗോതമ്പുമണി, രണ്ട് ഗോതമ്പുമണി എന്താ സിസ്സാ നമ്മെ പരിഹസിക്കുകയാണോ?" "തിരുമേനീ! അടിയനോട് തിരുവുള്ളക്കേട് തോന്നരുത്. ഓരോ കള്ളിയിലും ഇങ്ങനെ ഇരട്ടിവീതം വയ്ക്കുമ്പോൾ അടിയന് ആവശ്യമായ ഗോതമ്പുമണി കിട്ടുമെന്ന് അടിയന് തോന്നുന്നു. മാത്രമല്ല, അടിയൻ കണ്ടുപിടിച്ച ഒരു കളിയുമായി ബന്ധപ്പെട്ട ഒരു സമ്മാനം സ്വീകരിക്കുന്നതല്ലേ ഉചിതം. അങ്ങയിൽ നിന്നുകിട്ടുന്ന സമ്മാനമായതുകൊണ്ട് വലിപ്പച്ചെറുപ്പം അടിയന് പ്രശ്നമല്ല."

"ശരി, സിസ്സാ ഇപ്പോൾ വീട്ടിലേക്ക് പോയ്ക്കോളൂ. ഗോതമ്പുമണികളുടെ എണ്ണം കണക്കാക്കി ഉടനെ വീട്ടിലേക്ക് എത്തിക്കാനുള്ള ഏർപ്പാട് ചെയ്യാം."

സിസ്സാ രാജാവിനെ വണങ്ങി. ഒരു ചെറിയ മന്ദഹാസത്തോടെ വീട്ടിലേക്ക് നടന്നു.

രാജാവ് ഉടനെ ഭടന്മാരെ വിളിച്ച് സിസ്സായ്ക്ക് കൊടുക്കാനുള്ള ഗോതമ്പുമണികളുടെ എണ്ണം കണക്കുകൂട്ടി. അത്രയും എണ്ണം സിസ്സായുടെ വീട്ടിലെത്തിക്കാൻ ഉത്തരവിട്ടു. അദ്ദേഹം മറ്റ് ഭരണകാര്യങ്ങളിൽ വ്യാപൃതനായി.

വൈകുന്നേരമായപ്പോൾ രാജാവിന് സിസ്സായുടെ കാര്യമോർമവന്നു. ഉടൻ ഭടന്മാരെ വിളിച്ച് സിസ്സായുടെ വീട്ടിൽ ഗോതമ്പ് എത്തിച്ചോ എന്ന് അന്വേഷിച്ചു. ഭടന്മാരുടെ മറുപടി വിചിത്രമായിരുന്നു:

"തിരുമേനീ, കണക്കുകൂട്ടിക്കൊണ്ടിരിക്കുന്നതേ ഉള്ളൂ."

രാജാവിന് ദേഷ്യം വന്നു:

"ഇത്ര നിസ്സാരമായ കണക്കുകൂട്ടാൻ ഇത്രയും സമയമോ? വേഗമാകട്ടെ."

കണക്കുകൂട്ടാൻ ചുമതലപ്പെടുത്തിയ പണ്ഡിതൻ ധൃതിയിൽ കണക്കുകൂട്ടിക്കൊണ്ടിരുന്നു.

രാത്രിയിൽ രാജാവ് അന്വേഷിച്ചപ്പോഴും ഉത്തരം 'കിട്ടിയില്ല' എന്നു തന്നെയായിരുന്നു. രാജാവ് ഉടനെ അന്ത്യാശാസനം പുറപ്പെടുവിച്ചു. "നാളെ നേരം പുലരുമ്പോഴേക്കും ആവശ്യപ്പെട്ട ഗോതമ്പുമണി സിസ്സാ

യുടെ വീട്ടിൽ എത്തിയിരിക്കണം." രാജാവ് പള്ളിയുറക്കത്തിനുപോയി.

പിറ്റേദിവസം പുലർന്നു. കണക്ക് കൂട്ടാൻ നിയോഗിക്കപ്പെട്ട പണ്ഡിതൻ രാജാവിനെ മുഖം കാണിക്കാൻ എത്തി.

"എന്തായി, കണക്കുകൂട്ടി കഴിഞ്ഞോ? ഗോതമ്പുമണികൾ സിസ്സായുടെ വീട്ടിൽ കൊണ്ടുപോയോ?"

"അടിയനോട് ക്ഷമിക്കണം. അടിയൻ കണക്കുകൂട്ടിക്കഴിഞ്ഞു. പക്ഷേ അത്രയും ഗോതമ്പ് നൽകാൻ ഇവിടെ ഗോതമ്പ് തികയില്ല."

"എന്ത് വിഡ്ഢിത്തമാണ് പുലമ്പുന്നത്? നമ്മുടെ കലവറയിൽ ഇതിനുവേണ്ടത്ര ഗോതമ്പില്ലെന്നോ?"

"ഇല്ല തിരുമേനീ, അങ്ങ് വിചാരിക്കുന്നതുപോലെ ഗോതമ്പുമണികളുടെ എണ്ണം ഒരു നിസ്സാരസംഖ്യയല്ല."

"ശരി നമ്മുടെ കലവറയിൽ ആവശ്യമായ ഗോതമ്പില്ലെങ്കിൽ നമ്മുടെ രാജ്യത്തുനിന്നും ഉടനെ ശേഖരിക്കാൻ ഏർപ്പാട് ചെയ്യുക."

"എന്നാലും തികയില്ല തിരുമേനീ"

"എങ്കിൽ അടുത്ത രാജ്യത്തുനിന്ന് വാങ്ങിക്കോളൂ. ഉടനെ വേണം"

"അങ്ങ് ദേഷ്യപ്പെടരുത്. എന്നാലും തികയുമെന്ന് തോന്നുന്നില്ല."

"ഇത്രയും വലിയ സംഖ്യ ഏതാണ്?"

"ഇതാ തിരുമേനീ ഇത്രയും മണികൾ വേണം"

പണ്ഡിതൻ സംഖ്യ രാജാവിന്റെ മുമ്പിൽ വെച്ചു.

18446744073709551615

സിസ്സായുടെ ഗണിതവിജ്ഞാനത്തിൽ രാജാവ് അത്ഭുത പരതന്ത്രനായി. ഇത്രയും വലിയ ഒരു സംഖ്യ എങ്ങനെ കിട്ടിയെന്ന് നിങ്ങൾക്കറിയാമോ?

താഴെ കൊടുത്തിരിക്കുന്ന പട്ടിക ശ്രദ്ധിക്കുക.

കള്ളികളുടെ എണ്ണം	ആവശ്യമായ ഗോതമ്പ് മണികളുടെ എണ്ണം	ആകെ എണ്ണം
1	$1 = 2^0$	1
2	$2 = 2^1$	$1 + 2 = 3$
3	$4 = 2^2$	$3 + 4 = 7$
4	$8 = 2^3$	$7 + 8 = 12$
5	$16 = 2^4$	$15 + 16 = 31$
6	$32 = 2^5$	$31 + 32 = 63$
7	$64 = 2^6$	$63 + 64 = 127$
8	$128 = 2^7$	$127 + 128 = 255$

മേൽ കൊടുത്തിരിക്കുന്ന പട്ടികയിലെ ആകെ എണ്ണം ശ്രദ്ധിക്കുക. ഗോതമ്പുമണികളുടെ എണ്ണം രണ്ടിന്റെ കൃതികളാണ്. പട്ടികയിൽ നിന്ന് ആവശ്യമായ ആകെ എണ്ണം $2^{64}-1$ ആണെന്ന് മനസിലാക്കാം. ഈ സംഖ്യയാണ് മുകളിൽ കൊടുത്തിട്ടുള്ള ഇരുപതക്ക സംഖ്യ. ഒരു ഗോതമ്പുമണിയുടെ തൂക്കം ഒരു ഗ്രാം ആയി കണക്കാക്കിയാൽ ആകെ തൂക്കം 18446744073709551615 കിലോ ഗ്രാമിലേറെയായിരിക്കും! സിസ്സായുടെ ബുദ്ധിശക്തിയിൽ ആ രാജാവിനൊപ്പം നമുക്കും തല കുനിക്കാം.

ഏകകങ്ങളുടെ കഥ

ആധുനിക മനുഷ്യൻ ധാരാളം രീതിയിലുള്ള അളവുകൾ കൈകാര്യം ചെയ്യുന്നുണ്ട്. നീളം, വീതി, ഉയരം, ഊഷ്മാവ്, സാന്ദ്രത, ഭാരം, സമയം എന്നിവ അളക്കാൻ എത്ര ഏകകങ്ങൾ ഉണ്ടെന്നോ? മീറ്റർ, സെന്റീമീറ്റർ, മില്ലീമീറ്റർ, കിലോമീറ്റർ, വാര, അടി, കാതം, ഇഞ്ച്, മൈൽ, നാഴിക, ലീഗ്, ഫാൻതം, യോജന, ഫർലോങ്, സ്റ്റാഡിയം, ചാൺ, മുഴം, പ്രകാശവർഷം എന്നിവയൊക്കെ ദൂരം അഥവാ നീളം കണക്കാക്കാനുള്ള ഏകകങ്ങളാണ്. സർവസാധാരണമായി ഉപയോഗിക്കുന്ന ഏകകം മീറ്ററാണ്. എന്താണ് ഒരു മീറ്റർ? "ഫ്രാൻസിലെ സെവേഴ്സിൽ അളവുകളുടേയും തൂക്കങ്ങളുടേയും അന്താരാഷ്ട്ര ബ്യൂറോയിൽ സൂക്ഷിച്ചിരിക്കുന്ന പ്ലാറ്റിനം ഇറീഡിയൻ ദണ്ഡിന്മേൽ മധ്യത്തായി വരച്ചിരിക്കുന്ന രണ്ട് രേഖകളുടെ അഗ്രങ്ങൾ തമ്മിൽ 0°C ഉഷ്മാവിലും സാധാരണ അന്തരീക്ഷ മർദത്തിലും ഉള്ള ദൂരം" എന്നായിരുന്നു കുറേക്കാലത്തോളം മീറ്ററിന്റെ നിർവചനം. ഇത്രയും സൂക്ഷ്മത പോരാഞ്ഞ് 1960 ഒക്ടോബർ 15-ാം തീയതി നടത്തപ്പെട്ട ശാസ്ത്രജ്ഞന്മാരുടെ ഒരു അന്താരാഷ്ട്ര സമ്മേളനത്തിൽ വെച്ച് മറ്റൊരു നിർവചനം അംഗീകരിക്കുകയുണ്ടായി. ശൂന്യത (വാക്വം)യിൽ ക്രിപ്റ്റൺ 86 വാതകത്തിന്റെ ഒരറ്റം പുറപ്പെടുവിക്കുന്ന ഓറഞ്ച്-റെഡ് പ്രകാശ രശ്മിയുടെ തരംഗദൈർഘ്യത്തിന്റെ 1650763.73 മടങ്ങാണ് 1 മീറ്റർ ആയി അംഗീകരിച്ചിട്ടുള്ളത്. ഈ ഏകകം വളരെ വളരെ സൂക്ഷ്മമാണെന്ന് മാത്രമല്ല നശിച്ചുപോകാനിടയില്ലാത്തതുമാണ്. യുദ്ധം, വെള്ളപ്പൊക്കം, ഭൂമികുലുക്കം തുടങ്ങിയ കാരണങ്ങളോ മറ്റേതെങ്കിലും കാരണങ്ങളോ കൊണ്ട് ഫ്രാൻസിലെ അന്താരാഷ്ട്ര ബ്യൂറോ നശിച്ചുപോയാലും ഏകകം നിലനിൽക്കും.

പുരാതനകാലത്ത് മനുഷ്യൻ ഉപയോഗിച്ചിരുന്ന അളവുകളുടെ ഏകകങ്ങൾക്ക് ഇത്തരത്തിലുള്ള യാതൊരു സൂക്ഷ്മതയും ഉണ്ടായിരുന്നില്ല.

കാടുകളിൽ ജീവിച്ചിരുന്ന ആദിമമനുഷ്യന് യഥാർഥത്തിൽ ഏകകങ്ങളുടെ ആവശ്യമേ ഉണ്ടായിരുന്നില്ല.

വിശപ്പടക്കാനാവശ്യമായ ഭക്ഷണം, കിടന്നുറങ്ങാനാവശ്യമായ സ്ഥലം തുടങ്ങിയവ നിർണയിക്കാനെന്തിന് ഏകകങ്ങൾ?

കാലചക്രം കറങ്ങവേ, മനുഷ്യന്റെ ജീവിതരീതിയിൽ മാറ്റം വന്നു. സ്ഥിരസങ്കേതങ്ങളില്ലാത്ത മനുഷ്യർ കൂട്ടം കൂട്ടമായി ഒന്നിച്ച് താമസിക്കാൻ തുടങ്ങി. കൃഷിചെയ്യാൻ ആരംഭിച്ചു. മൃഗങ്ങളേയും പക്ഷികളേയും വളർത്താൻ തുടങ്ങി. താമസിക്കാൻ വീടുകൾ നിർമിക്കാൻ തുടങ്ങി. വീടിന് തൂണ് ഒരേ ഉയരം വേണമെന്ന് അനുഭവം അവനെ പഠിപ്പിച്ചപ്പോൾ നീളം അളക്കാൻ നിർബന്ധിതനായി. സാധനങ്ങൾ കൈമാറ്റം ചെയ്യുവാൻ അളവുവേണമെന്നായി. ഏറ്റവും കൂടുതൽ ആവശ്യം വന്നത് നീളമളക്കാനുള്ള അളവുതന്നെ ആയിരിക്കണം.

നീളമളക്കാൻ സന്ദർഭത്തിനനുസരിച്ച് പല നീളങ്ങളും അടിസ്ഥാനമായി അവൻ സ്വീകരിച്ചു. സ്വന്തം ശരീരത്തിന്റെ വിവിധ അവയവങ്ങൾ തന്നെ ഏകകമായി ഉപയോഗിക്കാൻ തുടങ്ങി. കൈമുട്ടുമുതൽ വിരലിന്റെ അഗ്രം വരെയുള്ള നീളമാണ് നീളമളക്കാനുള്ള ഒരു ഏകകം. ഇത് മുഴം (Cubit) എന്നറിയപ്പെടുന്നു. നോഹയുടെ പെട്ടകത്തിന് 300 ക്യൂബിറ്റ് നീളവും 50 ക്യൂബിറ്റ് വീതിയും 30 ക്യൂബിറ്റ് ഉയരവുമുള്ളതായി പരാമർശിച്ചിട്ടുണ്ട്. ഒരാളുടെ കൈ നിവർത്തിപ്പിടിച്ചാൽ പെരുവിൽ മുതൽ ചെറുവിരൽവരെയുള്ള നീളം ചെറിയ നീളങ്ങൾ അളക്കാനുള്ള ഏകകമായി സ്വീകരിച്ചിരിക്കുന്നു. ബാബിലോണിയ, ഈജിപ്ത്, ഹീബ്രു തുടങ്ങിയവർ ഈ നീളത്തെ Span എന്നാണ് വിളിച്ചിരുന്നത്. നമുക്ക് ഇത് 'ചാൺ' എന്നറിയപ്പെടുന്നു.

ഒരാളുടെ ഒരു കൈവിരലിന്റെ വണ്ണം ഒരു 'ഇഞ്ച്' ആയി സ്വീകരിച്ചിരുന്നു. രണ്ടുകൈകളും ഒരു രേഖ നിർണയിക്കുന്നതുപോലെ നീട്ടിയാൽ ഒരു കൈയുടെ വിരലഗ്രത്തുനിന്ന് മറ്റേ കൈയുടെ വിരലഗ്രം വരെയുള്ള നീളം, തോളുമുതൽ വിരലഗ്രം വരെയുള്ള നീളം എന്നിവയും ഏകകങ്ങളായിരുന്നു. കുളങ്ങളിലെയും കിണറുകളിലേയും ജലത്തിന്റെ ഉയരം ആളുകളുടെ പൊക്കത്തിലാണ് കണക്കാക്കിയിരുന്നത്. ഗ്രീക്കുകാർ കാലടികൊണ്ടാണ് നീളം അളന്നിരുന്നത്. ഇത് അടി (Foot) എന്നറിയപ്പെടുന്നു. ഗ്രീക്കുകാരെ അനുകരിച്ച് റോമാക്കാരും ബ്രിട്ടീഷുകാരും നീളമളക്കാൻ Foot (അടി) ഉപയോഗിച്ചു. റോമാക്കാർ രണ്ടടി ചേർന്ന Pace ഉപയോഗിച്ചു. ഇത്തരം ആയിരം പേസുകൾ ചേർന്നതാണ് ഒരു മൈൽ (Mile). ലാറ്റിൻപദമായ 'Millepasses' ൽ നിന്നാണ് മൈൽ ഉണ്ടായത്.

മൈലിന് തുല്യമായി നാം 'നാഴിക' ഉപയോഗിക്കുന്നു. ഒരു നാഴിക സമയം കൊണ്ട് ഒരു സാധാരണ വ്യക്തി സാധാരണ വേഗതയിൽ നടന്നെത്തുന്ന ദൂരമാണ് ഒരു 'നാഴിക.' അപ്പോൾ ഒരു നാഴിക സമയം എത്രയാണെന്ന പ്രശ്നം ഉദിക്കുന്നു. ഒരു സാധാരണ വ്യക്തി സാധാരണ വേഗതയിൽ ഒരു നാഴിക ദൂരം നടക്കാനാവശ്യമായ സമയമാണ് ഒരു

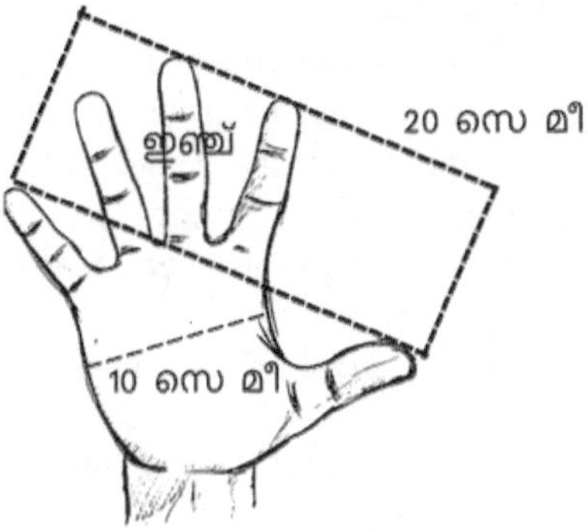

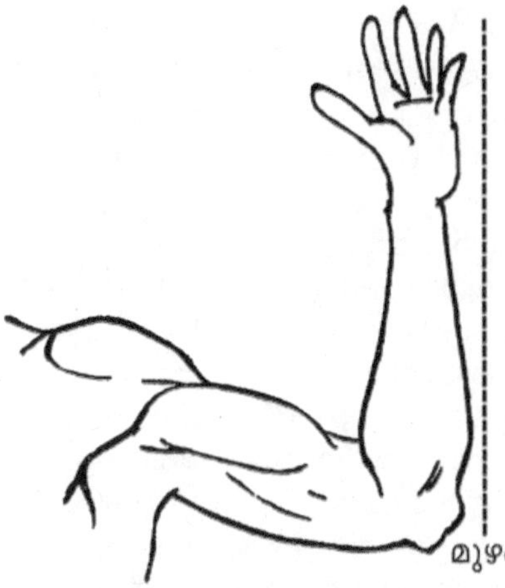

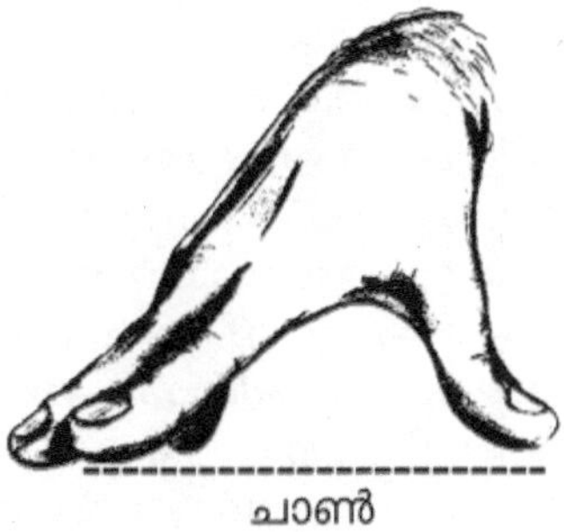

നാഴിക. ഒരു കുട്ടിയോട് വീട് എവിടെയാണ് എന്ന് ചോദിച്ചപ്പോൾ പറഞ്ഞ മറുപടി പോസ്റ്റാഫീസിന് മുൻവശം എന്നായിരുന്നു. പോസ്റ്റാഫീസ് എവിടെ എന്ന് ചോദിച്ചപ്പോൾ വീട്ടിനുമുന്നിൽ എന്നായിരുന്നുവത്രേ മറുപടി. ഇങ്ങനെ രസകരമായ നിർവചനമാണ് നാഴികയ്ക്കുമുള്ളത്.

ദൂരമളക്കാനുള്ള മറ്റൊരു ഏകകമാണ് ഫർലോങ്. Furow, Long എന്നീ ഇംഗ്ലീഷ് പദങ്ങളിൽ നിന്നാണ് ഈ വാക്ക് ഉണ്ടായിട്ടുള്ളത്. നീളം ഉഴുകുമ്പോൾ വിശ്രമമില്ലാതെ ഒറ്റ ശ്വാസത്തിൽ കുതിരകൾക്ക് ഉഴുകാൻ സാധിക്കുന്ന ദൂരമാണ് ഫർലോങ്. ഒരു സാധാരണ മനുഷ്യന് നിർത്താതെ ഓടാൻ സാധിക്കുന്ന ദൂരം സ്റ്റാഡിയം (Stadium) എന്നറിയപ്പെടുന്നു. ഫർലോങ്ങും സ്റ്റാഡിയവും തുല്യ നീളങ്ങളാണ്. ഇത്തരം 8 നീളങ്ങൾ ചേർന്നത് 1 മൈൽ എന്നറിയപ്പെടുന്നു. സമനിരപ്പായ ഒരു സ്ഥലത്ത് ഒരാൾക്ക് നഗ്നനേത്രംകൊണ്ട് കാണാൻ സാധിക്കുന്ന ദൂരം 'ലീഗ്' ആണ്. *2000 league under the sea* ജൂൾ വേണിന്റെ ഒരു പ്രഖ്യാത കൃതിയാണ്.

നീളം അളക്കാനുള്ള ചില ഏകകങ്ങളാണ് നാം പരിശോധിച്ചത്. വിസ്തീർണം കണക്കാക്കാനുള്ള ആവശ്യവും ആദിമനുഷ്യനുണ്ടായിരുന്നു. വയലുകളുടെ വിസ്തീർണങ്ങൾ, അവയിൽ വിതയ്ക്കാനാവശ്യമായ വിത്തിന്റെ അടിസ്ഥാനത്തിൽ നിർണയിക്കപ്പെട്ടു. ഇപ്പോഴും 'പത്തുപറ നിലം' എന്നൊക്കെ പറയാറുണ്ടല്ലോ. ചെറിയ സ്ഥലത്തിന്റെ വിസ്തീർണം അവയെ ഉഴുതുമറിക്കാനാവശ്യമായ സമയത്തെ അടിസ്ഥാനമാക്കി കണക്കാക്കിയിരുന്നു.

ഒരുദിവസം ഒരുജോടി മാടുകൾക്ക് ഉഴാൻ കഴിയുന്ന സ്ഥലത്തിന്റെ വിസ്തീർണമാണ് റോമക്കാർ ഏകകമായി സ്വീകരിച്ചിരിക്കുന്നത്. ഒരു ഫർലോങ് നീളവും അതിന്റെ പത്തിലൊന്ന് വീതിയുമുള്ള സ്ഥലത്തിന്റെ വിസ്തീർണമാണ് ഏക്കർ.

ത്രാസ് കണ്ടുപിടിച്ചതോടെയാണ് ഭാരം അളക്കാനുള്ള സമ്പ്രദായം ആവിഷ്കരിക്കപ്പെട്ടത്. ആദ്യം ഏതാണ്ട് തുല്യഭാരങ്ങളായിരിക്കാം തൂക്കക്കട്ടികളായി ഉപയോഗിച്ചിട്ടുണ്ടാവുക. നെല്ല്, മഞ്ചാടി, കുന്നിക്കുരു, ബാർലി എന്നിവ തൂക്കത്തിനുള്ള ഏകകങ്ങളായിരുന്നു. സാധനങ്ങളുടെ ക്രയവിക്രയസമയത്ത് കൃത്യമായ ഭാരമുള്ളതും എപ്പോഴും സൂക്ഷിക്കാവുന്നതും കാലപ്പഴക്കംകൊണ്ട് മാറ്റം വരാത്തതുമായ സാധനങ്ങൾ ഉപയോഗിക്കാൻ തുടങ്ങിയിരിക്കണം. വിവിധ രാജ്യങ്ങളിൽ വിവിധ ഏകകങ്ങൾ തൂക്കത്തിന് ഉപയോഗിച്ചതായി കാണുന്നു. ബ്രിട്ടീഷുകാർ തൂക്കത്തിനുള്ള ഏകകമായി 'പൗണ്ട്' ഉപയോഗിച്ചു. ബാബിലോണിയ, ഈജിപ്ത്, റോം എന്നീ രാജ്യങ്ങളിലുള്ളവർ പൗണ്ടിന് തുല്യമായ ഏകകങ്ങൾ ഉപയോഗിച്ചിരുന്നു. പൗണ്ടിന് കേരളത്തിൽ പ്രചാരത്തിലുള്ള പേര് 'റാത്തൽ' എന്നായിരുന്നു. 'ഭാരം' എന്നർഥമുള്ള Pondus എന്ന റോമൻ പദത്തിൽ നിന്നാണ് പൗണ്ട് എന്ന പദമുണ്ടായിട്ടുള്ളത്. പൗണ്ടിനെ സൂചിപ്പിക്കാൻ 'lb' എന്നാണ് ചുരുക്കി എഴുതാറുള്ളത്. റോമാക്കാരുടെ പൗണ്ട് ആയ ലിബ്രായിൽ നിന്നാണ് ഈ ഹ്രസ്വരൂപം ഉണ്ടായിട്ടുള്ളത്. പൗണ്ടിന്റെ പന്ത്രണ്ടിൽ ഒരു ഭാഗത്തെ അൺസിയ 'Uncia' എന്നുവിളിക്കുന്നു. ഈ ഇറ്റാലിയൻ പദത്തിൽ നിന്നാണ് ഔൺസ് രൂപപ്പെട്ടത്.

എത്ര ഔൺസ് ചേർന്നാലാണ് ഒരു പൗണ്ട് എന്ന കാര്യത്തിൽ വിവിധ രാജ്യങ്ങളിൽ വിവിധ ഉത്തരങ്ങൾ ഉണ്ടായിരുന്നു. വലിയ വലിയ ഭാരങ്ങൾ തൂക്കാൻ കല്ലുകൾ ഉപയോഗിച്ചിരുന്നു എന്നതിന്റെ തെളിവാണ് സ്റ്റോൺ (Stone) എന്ന ഏകകം. എത്ര പൗണ്ടുകൾ ചേർന്നാണ് ഒരു സ്റ്റോൺ എന്ന കാര്യത്തിനും ഐകൃരൂപമുണ്ടായിരുന്നില്ല. വളരെ അടുത്തകാലത്ത് 14 പൗണ്ട് ഒരു സ്റ്റോൺ ആണെന്ന് തീരുമാനിക്കപ്പെട്ടു. കരോബ് (Carob) എന്ന മരത്തിന്റെ കായ സ്വർണത്തിന്റെ തൂക്കം കാണാനുള്ള 'ഏകക'മായി ഉപയോഗിച്ചിരുന്നു. ഇതിൽ നിന്നാണ് ഇപ്പോൾ ഉപയോഗിക്കുന്ന കാരറ്റ് (Caret) എന്ന ഏകകം രൂപംകൊണ്ടിട്ടുള്ളത്.

പുരാതനമായ ഏകകങ്ങൾക്കുള്ള ഏറ്റവും വലിയ ദോഷം അവ കൃത്യമല്ല എന്നതായിരുന്നു. മനുഷ്യന്റെ കൈയുടെ നീളം, കാലടിയുടെ

നീളം എന്നിവ മനുഷ്യന്റെ വലിപ്പത്തിനനുസരിച്ച് വ്യത്യാസപ്പെട്ടിരിക്കും. ഇതുപോലെ ധാന്യങ്ങൾക്കും കൃത്യമായ തൂക്കമില്ല. ഇവയെല്ലാം ഒരു ഏകദേശ അളവുകൾ മാത്രമാണ്. ഏകകങ്ങളുടെ ഈ വ്യത്യാസം പല കലഹങ്ങൾക്കും ഇടയാക്കി. ഇതു പരിഹരിക്കാൻ പല രാജ്യക്കാരും വർഗ ക്കാരും സ്റ്റാന്റേർഡ് ഏകകം നിർണയിക്കാനുള്ള നടപടി ആരംഭിച്ചു.

ഏകകം സർവസമ്മതമായ സ്റ്റാന്റേർഡ് ഏകകമാക്കുന്നതിന് രസ കരമായ പല മാർഗങ്ങളും അദ്യകാലങ്ങളിൽ സ്വീകരിച്ചിട്ടുണ്ട്. ഇംഗ്ല ണ്ടിലെ ഒരു രാജാവ് അടി (Foot) എന്ന ഏകകം സർവസമ്മതമാക്കാൻ സ്വീകരിച്ച രീതി ഇപ്രകാരമാണ്. ഒരുദിവസം ഞായറാഴ്ച പ്രത്യേകം നിശ്ചയിക്കപ്പെട്ട ഉദ്യോഗസ്ഥരോട് അടുത്തുള്ള പള്ളിയിൽ പോകാൻ നിർദേശം നൽകി. പള്ളിയിൽ രാവിലെ ആദ്യം വരുന്ന പ്രായപൂർത്തി യായ പതിനാറ് ആളുകളെ ഒരു വലിയ വരിയിൽ നിർത്തുക. മുന്നിൽ നിൽക്കുന്ന ആളിന്റെ പാദത്തിന്റെ പിൻഭാഗവും, പിന്നിൽ നിൽക്കുന്ന ആളിന്റെ പാദത്തിന്റെ തള്ളവിരലും ചേർന്ന് നിൽക്കുന്ന രീതിയിലാണ് അവരെ വരിയിൽ നിർത്തേണ്ടത്. ഒരു കയർകൊണ്ട് അവരുടെ കാലടി കളുടെ ആകെ നീളം അളക്കുക. ഇതിന്റെ പതിനാറിലൊന്നായിരിക്കും ഒരു അടി (Foot) എന്ന് നിശ്ചയിക്കപ്പെട്ടു. രാജാവിന്റെ മേൽക്കൊടുത്തി രിക്കുന്ന നിർദേശപ്രകാരമാണ് ഉദ്യഗസ്ഥന്മാർ പള്ളി സന്ദർശിക്കുകയും അടിയുടെ നീളം നിർണയിക്കുകയും ചെയ്തത്.

യാർഡ് (ഗജം) എന്ന ഏകകം നീളത്തിന്റെ സ്റ്റാന്റേർഡ് ഏകക മായി 1878 ൽ ഇംഗ്ലണ്ടിൽ ഒരു നിയമം മൂലം നടപ്പാക്കുകയുണ്ടായി. ഒരു യാർഡ് നീളമുള്ള പ്ലാറ്റിനം കമ്പി ലണ്ടനിൽ സൂക്ഷിച്ചുകൊണ്ടാണ് ഈ നിയമം പാസാക്കിയത്. ഏകകങ്ങൾ സ്റ്റാന്റേർഡ് ആക്കുന്നതിൽ കാര്യ

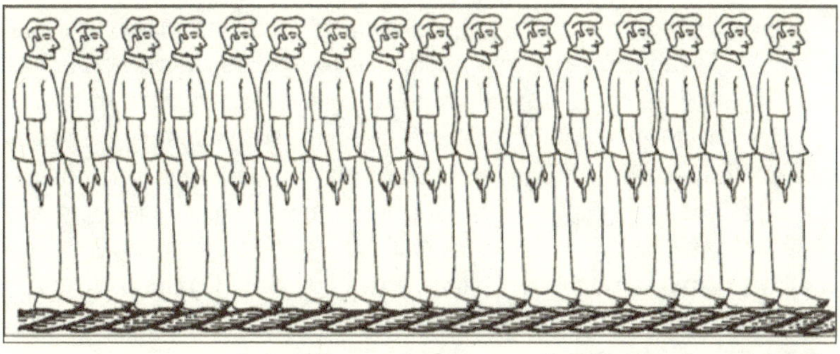

മായ സംഭാവന നൽകിയത് ഫ്രാൻസുകാരാണ്. പത്തിന്റെ ഗുണിതങ്ങ ളായ ഏകകങ്ങൾ സ്വീകരിക്കുന്നതായാൽ കണക്കുകൂട്ടുന്നത് വളരെ എളുപ്പമായിരിക്കുമെന്ന് പതിനേഴാം നൂറ്റാണ്ടിൽ ജീവിച്ചിരുന്ന ഗബ്രിയേൽ മൗട്ടൻ എന്ന പുരോഹിതൻ അഭിപ്രായപ്പെട്ടു. അദ്ദേഹത്തിന്റെ ആശ യത്തെ ഫ്രഞ്ച് ശാസ്ത്രജ്ഞന്മാർ പിന്താങ്ങുകയും ഇതിന്റെ സാധ്യത യെപ്പറ്റി പഠിക്കാൻ ആവശ്യമായ നടപടികൾ സ്വീകരിക്കുകയും ചെയ്തു.

അക്കാലത്ത് ഫ്രാൻസിൽ നീളം, ഭാരം, വ്യാപ്തം എന്നിവയെല്ലാം കണക്കാക്കുന്നതിന് ഇരുനൂറിലേറെ ഏകകങ്ങൾ പ്രചാരത്തിലുണ്ടായിരുന്നുവത്രെ. വിഭിന്നങ്ങളായ ഏകകങ്ങൾ കണക്ക് കൂട്ടുന്നതിലും പരസ്പരം മാറ്റുന്നതിലും വളരെ വിഷമം സൃഷ്ടിച്ചിരുന്നു. ശാസ്ത്രീയ വശങ്ങൾക്കും വാണിജ്യാവശ്യങ്ങൾക്കും ഇത് മാറ്റാതെ തരമില്ലെന്ന് വന്നു. എങ്കിലും ഗബ്രിയേൽ മുന്നോട്ടുവെച്ച രീതിയിലുള്ള ഏകകങ്ങൾ ഫ്രാൻസിൽ പ്രചാരത്തിലായത് ഒരു നൂറ്റാണ്ടിനുശേഷം മാത്രമാണ്. ഫ്രഞ്ചു വിപ്ലവത്തിനു ശേഷം മെട്രിക്ക് രീതി നിയമപരമായി അംഗീകരിച്ചു.

ഏത് അളവിനെ അടിസ്ഥാനമാക്കിയാണ് സ്റ്റാന്റേർഡ് ഏകകം നിർണയിക്കേണ്ടത് എന്നത് ശാസ്ത്രജ്ഞന്മാർക്ക് വളരെ പ്രധാനപ്പെട്ട പ്രശ്നമായിരുന്നു. എല്ലാ സ്ഥലത്തും ലഭ്യമായ ഒരു വസ്തു ആയിരിക്കണം സ്റ്റാന്റേർഡ് ഏകകത്തിന് അടിസ്ഥാനമെന്നത് വ്യക്തമാണല്ലോ. വളരെക്കാലത്തെ ചർച്ചയ്ക്കുശേഷം അവർ അടിസ്ഥാനമായി സ്വീകരിക്കാൻ നിശ്ചയിച്ചത് ഭൂമിയെത്തന്നെയായിരുന്നു. എല്ലാ ഏകകങ്ങളും ഭൂമിയെ അടിസ്ഥാനമാക്കിയിട്ടുള്ളതായിരിക്കണമെന്ന് മെട്രിക് രീതിയുടെ ഉപജ്ഞാതാക്കളായ ശാസ്ത്രജ്ഞന്മാർ തീരുമാനിച്ചു.

ഭൂമധ്യരേഖയിൽ നിന്ന് ഉത്തര ധ്രുവത്തിലേക്കുള്ള ദൂരത്തിന്റെ ഒരു കോടിയിലൊരംശം നീളത്തിന്റെ ഏകകമായി അംഗീകരിക്കപ്പെട്ടു. അളവ് എന്നർഥമുള്ള ലാറ്റിൻ വാക്കായ 'മീറ്റർ' എന്ന് ഈ നീളത്തിന് പേർ നൽകി. പത്തിന്റെ ഗുണിതങ്ങളെ സൂചിപ്പിക്കാൻ ഉപയോഗിക്കുന്ന പദങ്ങളായ ഡി സീ, ഡക്ക, സെന്റീ, മില്ലീ, കിലോ തുടങ്ങിയ വിശേഷണങ്ങൾ ചേർത്ത് വിവിധ ഏകകങ്ങൾ നിർണയിക്കപ്പെട്ടു. കാലാവസ്ഥ കൊണ്ട് കാര്യമായ മാറ്റം വരാത്ത പ്ലാറ്റിനം, ഇരീഡിയം തുടങ്ങിയ ലോഹങ്ങളിൽ ഇവ നിർമിച്ച് ഔദ്യോഗികമായി സൂക്ഷിക്കപ്പെട്ടു.

നീളത്തിന്റെ പ്രാഥമിക ഏകകമായ മീറ്ററിൽ നിന്നാണ് മെട്രിക് എന്ന പദമുണ്ടായത്. ഈ സമ്പ്രദായം വളരെ ശാസ്ത്രീയവും ക്രമീകൃതവും കണക്കുകൂട്ടാൻ വളരെ എളുപ്പമുള്ളതുമായതിനാൽ പല യൂറോപ്യൻ രാജ്യങ്ങളും ഉപയോഗിക്കാൻ തുടങ്ങി. നീളത്തിനുള്ള ഏകകം പോലെ വിസ്തീർണത്തിനും വ്യാപ്തത്തിനും പ്രത്യേകം യൂണിറ്റുകൾ നിർണയിക്കപ്പെട്ടു. ഒരു ചതുരശ്രമീറ്ററിന് 'ആർ' എന്നും ഒരു ഘനമീറ്ററിന് 'സ്റ്റിയർ' എന്നും പേരുകൾ നൽകപ്പെട്ടു. ഒരു ഘനമീറ്റർ വളരെ വലിയ യൂണിറ്റ് ആയതിനാൽ ഘന സെന്റീമീറ്റർ (C C) ആണ് വ്യാപ്തത്തിനുള്ള ഏകകമായി സ്വീകരിക്കുന്നത്. ഇതുപോലെ ഭാരത്തിനുള്ള ഏകകം 'ഗ്രാം' ആണ്.

മെട്രിക് സമ്പ്രദായത്തിന് പ്രചാരം സിദ്ധിച്ചതോടെ ഇത് എല്ലാ രാജ്യങ്ങൾക്കും പൊതുവായി ഉപയോഗിക്കാനുള്ള സൗകര്യം ഏർപ്പെടുത്തുന്നതിനുവേണ്ടി ഫ്രഞ്ച് ഗവൺമെന്റ് ശാസ്ത്രജ്ഞന്മാരെ ഉൾപ്പെടുത്തിക്കൊണ്ട് ഒരു അന്താരാഷ്ട്ര കമീഷൻ രൂപീകരിക്കുകയുണ്ടായി. വിവിധ രാജ്യങ്ങളിൽ നിന്നെത്തിയ ശാസ്ത്രജ്ഞന്മാരുടെ ശുപാർശയുടെ അടി

സ്ഥാനത്തിൽ അളവുകളുടെ ഒരു ശാശ്വത അന്താരാഷ്ട്ര ബ്യൂറോ പാരീസിൽ സ്ഥാപിക്കപ്പെട്ടു.

ഭാരതമുൾപ്പെടെ മിക്ക രാജ്യങ്ങളും ഇന്ന് മെട്രിക്ക് സമ്പ്രദായമാണ് ഉപയോഗിക്കുന്നത്. ഇംഗ്ലണ്ടിൽ ഈ രീതി സ്വീകരിക്കാൻ വളരെ താമസം നേരിട്ടിട്ടുണ്ട്. നെപ്പോളിയന്റെ കാലത്ത് ഫ്രാൻസും ഇംഗ്ലണ്ടും ശത്രുതയിലാണ് കഴിഞ്ഞിരുന്നത്. ജെയിംസ് വാട്ട് ആണ് ഇംഗ്ലണ്ടിൽ മെട്രിക്ക് രീതി പ്രചരിപ്പിക്കുന്നതിൽ കാര്യമായ പങ്കുവഹിച്ചത്.

മെട്രിക് രീതിയിൽ CGS യൂണിറ്റ്, MKS യൂണിറ്റ് എന്നിങ്ങനെ രണ്ട് വിഭാഗങ്ങൾ ഉണ്ട്. സെന്റീമീറ്റർ, ഗ്രാം, സെക്കന്റ് എന്നിവ അടിസ്ഥാനമാക്കിയാണ് CGS യൂണിറ്റ് കണക്കാക്കിയിട്ടുള്ളത്. മീറ്റർ, കിലോഗ്രാം, സെക്കന്റ് എന്നിവ അടിസ്ഥാനമാക്കി MKS രീതി നിലവിൽ വന്നു. 1901 ൽ എ ഗ്യോർഗി ആവിഷ്കരിച്ചതാണ് MKS രീതി. ഇത് ഗ്യോർഗി യൂണിറ്റുകൾ എന്നും അറിയപ്പെടുന്നു.

വ്യാവസായിക പുരോഗതിക്കും ശാസ്ത്രീയാഭിവൃദ്ധിക്കും മെട്രിക് അളവുകൾ വളരെയേറെ സഹായിച്ചിട്ടുണ്ട്. കണക്കുകൂട്ടാനും ഓർമിക്കാനും വളരെ എളുപ്പമായതിനാലാണ് ഇവയ്ക്ക് ഇത്രയേറെ പ്രചുര പ്രചാരം ലഭിച്ചതെന്ന് പറയേണ്ടതില്ലല്ലോ. ഭാരതത്തിന്റെ കണ്ടുപിടുത്തമായ 'പൂജ്യം' ഉൾപ്പെടുന്ന ദശാംശ സംഖ്യാ സമ്പ്രദായം ഇവയുടെ ഘടനയുമായി അടിസ്ഥാനപരമായി ബന്ധപ്പെട്ടിരിക്കുന്നതിൽ നമുക്ക് അഭിമാനിക്കാം.

സംപൂജ്യനായ പൂജ്യം

ഗുണനത്തിൽ അന്തകൻ സങ്കലനത്തിൽ നിഷ്ക്രിയൻ എന്ന വിശേഷണമർഹിക്കുന്ന പൂജ്യനാണ് പൂജ്യം. നൂറ്റാണ്ടുകൾക്കു മുമ്പ് ഭാരതത്തിൽ പിറന്നുവീണ അത്ഭുതപ്രതിഭാസം. ഒന്നുമില്ല എന്ന് നാം തെറ്റിദ്ധരിക്കുന്ന ഈ പൂജ്യമില്ലാതെ ഗണിതശാസ്ത്രമില്ല. ഗണിതശാസ്ത്രമില്ലാതെ മറ്റ് ശാസ്ത്രങ്ങളൊന്നുമില്ല. ശാസ്ത്രങ്ങളുടെ റാണിയും കലകളുടെ രാജാവുമായ ഗണിതശാസ്ത്രത്തിലെ ഏറ്റവും മഹത്തായ കണ്ടുപിടുത്തമാണ് പൂജ്യം.

നാം അളക്കാൻ ഉപയോഗിക്കുന്ന സ്കെയിൽ ആരംഭിക്കുന്നത് പൂജ്യത്തിലാണ്. അതായത് പൂജ്യത്തിൽ നിന്നാണ് നാം അളക്കാൻ ആരംഭിക്കുന്നത് എന്നർഥം. അപ്പോൾ പൂജ്യമില്ലാതെ അളക്കാൻ സാധ്യമല്ലെന്നു വരുന്നു. സ്കെയിലിൽ പൂജ്യമില്ലെങ്കിൽ ഏതെങ്കിലും ഒരങ്കനം പൂജ്യമായി സങ്കൽപ്പിച്ച് അളവ് ആരംഭിക്കാം. അപ്പോൾ അളക്കാൻ പൂജ്യം അത്യാവശ്യമെന്നു വരുന്നു.

നീളം അളക്കുന്നതിൽ മാത്രമല്ല മറ്റ് അളവുകളിലും പൂജ്യം അത്യാവശ്യമാണ്. ഡിഗ്രി അളവ് കാണാനുള്ള പ്രൊട്രാക്റ്ററിൽ ഇടതുവശത്തും വലതുവശത്തും പൂജ്യം കാണാം. ദ്രാവക അളവിൽ പൂജ്യം ഉപയോഗിക്കുന്നതിനുള്ള ഉദാഹരണമാണ് പെട്രോൾ ബങ്കുകളിൽ നാം കാണുന്ന വാചകം. Ensure Zero before delivery പെട്രോൾ വിതരണം നടത്തുന്നതിനുമുമ്പ് യന്ത്രത്തിൽ പൂജ്യം സെറ്റ് ചെയ്യുന്നതു കാണാം.

ആധുനിക ലോകത്തിലെ അത്ഭുതയന്ത്രമായ കമ്പ്യൂട്ടറിൽ 0,1 എന്നീ അക്കങ്ങൾ മാത്രമുള്ള ദ്വയക്രമസമ്പ്രദായമാണ് (Binary System) ഉപയോഗിക്കുന്നത്. ഗണിത ക്രിയയിൽ പൂജ്യം അത്യാവശ്യമാണ്. 25 ൽ നിന്ന് 15 കുറയ്ക്കണമെന്നിരിക്കട്ടെ. നമുക്ക് പൂജ്യം വേണം. ഗ്രാഫ്

വരയ്ക്കാൻ പൂജ്യം വേണം. $ax^2 + bx + c = k$ എന്ന സമവാക്യം നിർധാരണം ചെയ്യാൻ ഇവനില്ലാതെ പറ്റില്ല. പൂജ്യമുള്ളതുകൊണ്ട് നമുക്ക് സംഖ്യകളെ പത്തുകൊണ്ട് ഗുണിക്കാൻ എന്തെളുപ്പം. ഓരോതവണ ഗുണിക്കുമ്പോഴും ഓരോ പൂജ്യം ചേർത്താൽ മതി.

ഒന്നിനെ പത്തുകൊണ്ട് കുറെ പ്രാവശ്യം ഗുണിച്ചാലെന്താവും സ്ഥിതി? ഒന്നും പിന്നെ കുറേ പൂജ്യങ്ങളും. കാണാൻ നല്ല രസമായിരിക്കും. ഈ ക്രിയയുമായി ബന്ധപ്പെട്ട ഒരു കഥയുണ്ട് പ്രചാരത്തിൽ. ഒരു ശാസ്ത്രജ്ഞൻ ഒന്നിനുശേഷം കുറേ പൂജ്യങ്ങളിട്ടു. ഒരു നൂറെണ്ണം. ഇതും മേശപ്പുറത്തുവച്ച് അദ്ദേഹം എന്തോ ആവശ്യത്തിന് പുറത്തുപോയി. തന്റെ കൊച്ചുമകൻ പുതിയ സംഖ്യയിൽ വളരെ താൽപ്പര്യത്തോടെ നോക്കിനിൽക്കുന്നതാണ് തിരിച്ചുവന്നപ്പോൾ അദ്ദേഹം കണ്ടത്. അച്ഛനെ കണ്ടതോടെ അവൻ വളരെ സന്തോഷത്തോടെ വിളിച്ചു പറഞ്ഞു. "അച്ഛാ ഒരു ഗോഗൂൾ" (Gogool) ആ കൊച്ചുകുട്ടി എന്തുദ്ദേശിച്ചാണ് ഗോഗൂൾ എന്നു പറഞ്ഞതെന്നറിയില്ല. ഒരു അത്ഭുത ജീവി എന്ന നിലയിലോ രസകരമായ ചിത്രം എന്ന നിലയിലോ ആവാം. ഏതായാലും ആ സംഖ്യയ്ക്ക് ആ ശാസ്ത്രജ്ഞൻ ഗോഗൂൾ എന്ന പേരു നൽകി. അങ്ങനെ ഒന്നും അതിനുശേഷം നൂറു പൂജ്യവും ചേർന്നിട്ടുള്ള സംഖ്യ ഗോഗൂൾ എന്നറിയപ്പെടാനും തുടങ്ങി. ഗോഗൂളിന്റെ പത്ത് മടങ്ങായ സംഖ്യ ഗോഗുൾപ്ലെക്സ് (Gogoolplex) എന്നറിയപ്പെടുന്നു. പൂജ്യത്തിന്റെ കണ്ടുപിടിത്തം എല്ലാക്കാലത്തെയും മഹത്തായ കണ്ടുപിടിത്തങ്ങളിലൊന്നാണ്. ചക്രത്തിന്റെ കണ്ടുപിടിത്തം മെഷിനറി (യന്ത്രസംവിധാനം)യിൽ വിപ്ലവകരമായ മാറ്റമുണ്ടാക്കിയതുപോലുള്ള മാറ്റമാണ് പൂജ്യത്തിന്റെ കണ്ടുപിടിത്തം ഗണിതശാസ്ത്രരംഗത്ത് ഉണ്ടാക്കിയിട്ടുള്ളത്. ഇതിന്റെ കണ്ടുപിടിത്തത്തോടെ ഗണിതശാസ്ത്ര രംഗത്തിൽ അതുവരെയുണ്ടായിരുന്ന ഒരു കുറവ് പരിഹരിക്കപ്പെട്ടു. ഗണിതം ഒരു പൂർണത, ഒരു പ്രത്യേക സൗന്ദര്യം കൈവരിക്കുകയുണ്ടായി.

മറ്റ് അക്കങ്ങൾ കണ്ടുപിടിച്ച കാലഘട്ടത്തിൽ ത്തന്നെപൂജ്യവും കണ്ടുപിടിച്ചിരുന്നെങ്കിൽ ഗണിതക്രിയകൾ വളരെ എളുപ്പമാകുമായിരുന്നു. ഗണിതശാസ്ത്രം വളരെയേറെ പുരോഗമിക്കുമായിരുന്നു. പൂജ്യം കൂടാതെയുള്ള സംഖ്യാസമ്പ്രദായത്തിൽ ഗണിതക്രിയകൾ വളരെ ദുഷ്കരമായിരുന്നു. ഉദാഹരണമായി 1437 + 234 എന്ന ഗണിതക്രിയയുടെ ഫലം നിമിഷംകൊണ്ട് നമുക്ക് ചെയ്തുതീർക്കാനാവും. പക്ഷേ അവ റോമൻ സമ്പ്രദായത്തിലാകുമ്പോൾ (MXLXXXVII + CCXXXIV) ക്രിയ ചെയ്യാൻ എത്രയോ കൂടുതൽ സമയം വേണമെന്നു കാണാം .

പതിനാറാം നൂറ്റാണ്ടോടുകൂടി മാത്രമേ പൂജ്യം ഉൾപ്പെടുന്ന ഭാരതീയ ഗണിതശാസ്ത്രരീതി വിദേശ രാജ്യങ്ങളിൽ വ്യാപകമായി ഉപയോഗിച്ചിരുന്നുള്ളൂ. ഈ മഹത്തായ കണ്ടുപിടിത്തത്തിന്റെ പ്രാധാന്യത്തെ

പ്പറ്റി നെപ്പോളിയന്റെ കാലത്ത് ജീവിച്ചിരുന്ന ലാപ്ലാസ് ഇങ്ങനെ പറയുന്നു. "എല്ലാ സംഖ്യകളും പത്ത് അക്കങ്ങളെക്കൊണ്ട് കുറിക്കുന്ന സൂത്രം നമുക്ക് നൽകിയത് ഇന്ത്യയാണ്. ഓരോ അക്കത്തിനും ഓരോ സ്ഥാന വിലയും കേവലമായ മറ്റൊരു വിലയുമുണ്ട്. അത്യന്തം അഗാധവും സുപ്ര ധാനവുമായ ആശയമാണിത്. അതിന്റെ യഥാർഥയോഗ്യതയെ നാം അവ ഗണിച്ചുകളയുവാൻ തക്കവണ്ണം ഇന്ന് അത്രമേൽ സരളമായി തോന്നു ന്നുവെങ്കിലും, അതിന്റെ സാരള്യം ഏതുതരം കണക്കു കൂട്ടുന്നതിലും അതുണ്ടാക്കിത്തീർക്കുന്ന എളുപ്പം നമ്മുടെ സംഖ്യാവിദ്യയെ പ്രയോജ നകരമായ കണ്ടുപിടിത്തങ്ങളുടെ മുന്നണിയിൽ നിർത്തുന്നു. പുരാതനകാ ലത്തുണ്ടായിരുന്ന ഏറ്റവും വലിയ രണ്ടു മഹാന്മാരായ ആർക്കിമിഡീ സിന്റെയും അപ്പൊളോണിയസ്സിന്റെയും പിടിയിൽപ്പോലും അത് പെട്ടി ല്ലെന്നോർക്കുമ്പോൾ ഈ നേട്ടത്തിന്റെ മഹനീയതയെ നാം ആദരിക്കും.

പൂജ്യം കണ്ടുപിടിക്കുന്നതിനുമുമ്പുള്ള 5000 ത്തോളം വർഷങ്ങളുടെ ദീർഘമായ ഒരു കാലഘട്ടത്തിൽ അനേകം കണ്ടുപിടിത്തങ്ങളും പരി ഷ്കാരങ്ങളും ഉണ്ടായി. പക്ഷേ കണക്കുകൂട്ടുന്ന കാര്യത്തിൽ കാര്യമായ യാതൊരു പുരോഗതിയും ഉണ്ടായില്ല. കണക്കുകൂട്ടാൻ ഉപയോഗിച്ചിരുന്ന കാര്യമായ യന്ത്രം മണിച്ചട്ടം (Abacus) ആയിരുന്നു. ഈ മണിച്ചട്ടത്തി നാകട്ടെ പറയത്തക്ക പരിഷ്കാരങ്ങളൊന്നും ഈ ആയിരക്കണക്കിന് വർ ഷങ്ങൾക്കിടയിൽ സംഭവിച്ചിട്ടില്ല. ഭാരതത്തിന്റെ ഏതോ അജ്ഞാതനായ ഒരു പണ്ഡിതൻ ശൂന്യത്തെ കണ്ടെത്തി. സംപൂജ്യനായ ഈ പൂജ്യ ത്തിന്റെ കണ്ടുപിടിത്തം ഒരു ലോകമഹാസംഭവത്തിന്റെ പ്രാധാന്യം വഹി ക്കുന്നു. ഈ മഹത്തായ കണ്ടുപിടിത്തത്തിന്റെ പ്രാധാന്യത്തെപ്പറ്റി പ്രൊഫസർ ഹാൽസ്റ്റെഡ് *ഓൺ ദി ഫൗണ്ടേഷൻസ് ആന്റ് ടെക്നിക്സ് ഓഫ് അരിത്മെറ്റിക്സ്* (*On the foundations and Techniques of Arithmetics*) എന്ന ഗ്രന്ഥത്തിൽ ഇപ്രകാരം പ്രസ്താവിക്കുന്നു. ശൂന്യ ചിഹ്നത്തിന്റെ സൃഷ്ടിയുടെ പ്രാധാന്യത്തെക്കുറിച്ച് എത്ര പറഞ്ഞാലും അധികമാവില്ല. ബുദ്ബുദപ്രായമായ ഈ ശൂന്യത്തിന് ഇങ്ങനെ ഒരു വീടും പേരും ചിത്രവും ചിഹ്നവും മാത്രമല്ല ഉപകാരപ്രദമായ ശക്തിയും നൽകി യത്, അതിന്റെ പ്രഭവസ്ഥാനമായ ഹിന്ദു വംശത്തിന്റെ സഹജസ്വഭാവ വിശേഷണത്തിന് അനുയോജ്യം തന്നെ. നിർവാണത്തെ ശക്തി സംഭര ണയന്ത്രങ്ങളാക്കി അടിച്ചിറക്കുന്നതുപോലെയാണിത്. ഒറ്റക്കെടുത്തുനോ ക്കിയാൽ ഗണിതശാസ്ത്രപരമായ യാതൊരു സൃഷ്ടിയും ബുദ്ധിയുടെ ഉൽഗതിക്ക് ഇതിനേക്കാൾ കഴിവ് ഉൾക്കൊണ്ടിട്ടില്ല.

പുരാതന ഭാരതത്തിന്റെ മഹത്തായ പാരമ്പര്യത്തിൽ നമുക്ക് എക്കാ ലത്തേക്കും അഭിമാനിക്കാൻ കഴിയും. ഗണിതം, ആയുർവേദം, ജ്യോതിഷം, രസതന്ത്രം തുടങ്ങിയ മിക്ക ശാസ്ത്രങ്ങളും പുരാതനകാ ലത്ത് ഏറ്റവും വികാസം പ്രാപിച്ചിരുന്നത് ഭാരതത്തിലായിരുന്നു. യൂക്ലിഡ് *എലിമെന്റ്സിൽ* രേഖപ്പെടുത്തിയ മിക്ക ഗണിത തത്വങ്ങളും ഭാരത

ത്തിലെ *ശുൽബസൂത്ര*ങ്ങളിലുള്ളതാണ്. *കരണപദ്ധതി* എന്ന ഒരു മഹാഗ്രന്ഥം രചിച്ച പുതുമനചോമാതിരി ഒരു കേരളീയനായിരുന്നു. പതിനഞ്ചാം നൂറ്റാണ്ടിൽ എഴുതപ്പെട്ട പ്രസ്തുത ഗ്രന്ഥത്തിന്റെ 8-ാം അധ്യായത്തിൽ ജ യുടെ മൂല്യം അനന്ത ശ്രേണിയിൽ കൊടുത്തിട്ടുണ്ട്. പക്ഷേ പതിനെട്ടാം നൂറ്റാണ്ടിൽ ജീവിച്ചിരുന്ന ഗ്രിഗറി എന്ന ശാസ്ത്രജ്ഞന്റെ പേരിലാണ് ഈ അനന്തശ്രേണി അറിയപ്പെടുന്നത്. കാരണം അത് അദ്ദേഹം കണ്ടുപിടിച്ചതായിട്ടാണ് പാശ്ചാത്യർ വിശ്വസിക്കുന്നത്. പാശ്ചാത്യരിൽ നിന്നും ഉൾക്കൊണ്ട ഗണിതശാസ്ത്രപ്രകാരം നമ്മളും അതു പഠിക്കുന്നു.

18 ഉം 19 ഉം നൂറ്റാണ്ടിൽ കണ്ടുപിടിച്ച ഗണിതസിദ്ധാന്തങ്ങൾ കരണപദ്ധതിയിലുണ്ട്. പക്ഷേ അത് ശ്രദ്ധിക്കാൻ ആർക്കും സമയമില്ല. ഭൂമിയുടെ ഗുരുത്വാകർഷണസിദ്ധാന്തം കണ്ടുപിടിച്ചത് സർ ഐസക് ന്യൂട്ടനാണെന്നാണ് (17-ാം നൂറ്റാണ്ട്) ആധുനിക ശാസ്ത്രത്തിൽ ഒരു ആപ്പിളിന്റെ കഥയോടെ നാം പഠിക്കുന്നത്. പക്ഷേ ന്യൂട്ടൻ ജനിക്കുന്നതിനും 5 നൂറ്റാണ്ടുമുമ്പ്, പന്ത്രണ്ടാം നൂറ്റാണ്ടിൽ ജീവിച്ചിരുന്ന ഭാരതീയനായ ഭാസ്കരാചാര്യർ തന്റെ ഗ്രന്ഥത്തിലെഴുതിയത് ശ്രദ്ധിക്കുക:

"ആകൃഷ്ടി ശക്തിശ്ച മഹീതയായാത്
ഖസ്തം ഗുരുസ്വാഭിമുഖം സ്വശക്ത്യാ
ആകൃഷ്യതേതൽപ്പതതീവഭാതി
സമേ സമന്താൽ ക്വ പതത്വിയം ഖേ?"

(ഈ ഭൂമി ആകർഷണശക്തി കൂടിയാണ്. ആ ആകർഷണശക്തി കൊണ്ട് യാതൊന്നാണോ ആകാശത്ത് നിൽക്കുന്നത് അതിനെ തന്നിലേക്ക് സ്വന്തം ശക്തികൊണ്ട് ആകർഷിക്കുന്നത്, അതു വീഴ്ചപോലെ ഇരിക്കുന്നു. ചുറ്റുപാടും ഒരുപോലെയിരിക്കുന്ന ശൂന്യാകാശത്തിൽ വീഴ്ചയെവിടെ ?)

$a^2+b^2=c^2$ എന്ന സമവാക്യത്തെ പരിഹരിക്കുന്ന പരിമേയ മൂല്യങ്ങൾ ആവിഷ്കരിച്ചത് AD 598 ൽ ജനിച്ച ബ്രഹ്മഗുപ്തനാണ്.

പക്ഷേ AD 1202 ൽ ജനിച്ച ലിയോനാർഡോ ഫിബോനാച്ചിക്കാണ് ഈ കണ്ടുപിടിത്തത്തിന്റെ പ്രശസ്തിയുള്ളത്. രണ്ടു വശങ്ങളും അവയുടെ സംഗമബിന്ദുവിലൂടെയുള്ള ലംബവും പരിമേയ സംഖ്യകളാകത്തക്ക ഒരു ത്രികോണം വരയ്ക്കാനുള്ള നിർമാണരീതി ബ്രഹ്മഗുപ്തന്റെ കണ്ടുപിടിത്തമാണ്. പക്ഷേ AD 1621 ൽ ജീവിച്ചിരുന്ന ബാച്ചറ്റ്, കൺലിഫേ എന്നിവരുടെ കണ്ടുപിടിത്തമായിട്ടാണ് നാമിന്ന് പഠിക്കുന്നത്.

വേദകാലത്ത് കണ്ടെത്തിയ ആയുർവേദം ഇന്നും വൈദ്യശാസ്ത്രരംഗത്ത് മികച്ചതാണ്. ഭരതമുനിയുടെ *നാട്യശാസ്ത്രം* ഭാരതത്തിന്റെ നേട്ടമാണ്. *മഹാഭാരത*വും, *രാമായണ*വും, കാളിദാസന്റെ സാഹിത്യകൃതികളും വിശ്വസാഹിത്യത്തിലെ അമൂല്യഗ്രന്ഥങ്ങളാണ്. ആധുനിക രസതന്ത്രം ചിട്ടയായി ആരംഭിക്കുന്നത് പതിനെട്ടാം നൂറ്റാണ്ടിൽ ജീവിച്ചിരുന്ന ലാവോസിയേർ, ജോസഫ് പ്രീസ്റ്റ്ലി എന്നിവരുടെ കാലഘട്ടത്തോടെ

യാണ്. സിന്ധുനദീതടത്തിലെ പുരാവസ്തുക്കളുടെ സവിസ്തരമായ പഠനം കാണിക്കുന്നത് 4500 വർഷം മുമ്പുള്ള കാലഘട്ടത്തിൽ തന്നെ ഭാരതത്തിൽ രസതന്ത്രം വികസിച്ചിരുന്നു എന്നാണ്.

ഭാരതത്തിന്റെ ഇത്തരം മഹത്തായ പൈതൃകത്തിൽ പൂജ്യത്തിന്റെ കണ്ടുപിടിത്തത്തിന് വളരെയധികം പ്രാധാന്യമുണ്ട്. ഈ കണ്ടുപിടിത്തം നടത്തിയ അജ്ഞാതനായ ഭാരതീയനോട് നാം നന്ദി പ്രകാശിപ്പിക്കുക. സംപൂജ്യനായ പൂജ്യം ഭാരതത്തേയും സംപൂജ്യയാക്കുന്നു.

പൂജ്യം 'ഒന്നുമില്ലായ്മ'യോ

സാധാരണയായി അക്കങ്ങൾക്ക് ഒരു ധർമം മാത്രമേയുള്ളൂ. ഒരു സംഖ്യയുടെ ഏതെങ്കിലും ഒരു സ്ഥാനത്തു നിന്നുകൊണ്ട് ആ സ്ഥാനത്തിന്റെ എത്ര മടങ്ങാണ് എന്നു സൂചിപ്പിക്കുക. ഉദാഹരണമായി 56 എന്ന സംഖ്യയിൽ 5 എന്ന അക്കം പത്താം സ്ഥാനത്തുനിന്നുകൊണ്ട് പത്തുകൾ അഞ്ച് മടങ്ങ് എന്ന് സൂചിപ്പിക്കുന്നു.

മറ്റ് അക്കങ്ങളിൽ നിന്ന് വ്യത്യസ്തമായി പൂജ്യത്തിന് ഒരു ധർമം കൂടുതലുണ്ട്. ഒരു അക്കമെന്ന നിലയിൽ മറ്റ് അക്കങ്ങളെപ്പോലെ തന്നെ പൂജ്യവും തന്റെ കൃത്യം നിർവഹിക്കുന്നുണ്ട്. എന്നാൽ ഏതെങ്കിലും ഒരു സംഖ്യയിൽ ഏതെങ്കിലും ഒരു സ്ഥാനത്ത് അക്കമില്ലെങ്കിൽ അവിടെ അക്കമില്ല എന്നു സൂചിപ്പിക്കാനും പൂജ്യം ഉപയോഗിക്കുന്നു. ഉദാഹരണമായി എഴുനൂറും രണ്ടു ഒറ്റയുമുള്ള ഒരു സംഖ്യയെ അക്കങ്ങൾ കൊണ്ട് സൂചിപ്പിക്കണമെന്നിരിക്കട്ടെ. ഇവിടെ രണ്ട് അക്കങ്ങളെപ്പറ്റി മാത്രമേ പരാമർശിക്കുന്നുള്ളൂ. പക്ഷേ ഇതിനെ സംഖ്യാരൂപത്തിൽ എഴുതുമ്പോൾ 702 എന്ന് എഴുതേണ്ടിയിരിക്കുന്നു. പത്താം സ്ഥാനത്ത് അക്കമില്ല എന്നു സൂചിപ്പിക്കാനാണ് അവിടെ പൂജ്യം ചേർത്തത്.

അക്കങ്ങളില്ലാത്ത സ്ഥാനങ്ങളിൽ പൂജ്യം ചേർക്കാറുണ്ടെങ്കിലും ഇങ്ങനെ ചേർക്കുന്നതിനും ഒരു പ്രസക്തി നിർബന്ധമാണ്. സംഖ്യയുടെ ഇരുഭാഗങ്ങളിലും പൂജ്യം ഒഴികെയുള്ള അക്കം ഉള്ളതുവരെ മാത്രമേ പൂജ്യം ചേർക്കാൻ പാടുള്ളൂ. ഒരു നിശ്ചിതസ്ഥാനംവരെ സാർഥകങ്ങളാണെങ്കിലും പൂജ്യം ചേർക്കാം.

ദശാംശസംഖ്യകൾ എഴുതുമ്പോൾ പൂർണസംഖ്യാഭാഗത്ത് സംഖ്യകളൊന്നുമില്ലെങ്കിൽ അതു സൂചിപ്പിക്കാനും പൂജ്യം ഉപയോഗിക്കാം. ഉദാഹരണമായി, .2 എന്ന സംഖ്യയെ 0.2 എന്ന് സൂചിപ്പിക്കാറുണ്ട്. .2 ഉം 2 ഉം തമ്മിലുള്ള അവ്യക്തത ഒഴിവാക്കാൻ ഇത് സഹായിക്കും.

'ഒന്നുമില്ല' എന്ന അർഥത്തിലാണ് സാധാരണ പൂജ്യത്തെ പ്രയോഗിച്ച് കാണുന്നത്. ഒരു കുട്ടിയുടെ കൈയിൽ രണ്ട് ആപ്പിളുണ്ടായിരുന്നു. അവൻ രണ്ട് ആപ്പിൾ തിന്നു. അവന്റെ കൈയിൽ എത്ര ആപ്പിൾ ശേഷിക്കുന്നു എന്ന് കാണിക്കാൻ പൂജ്യം ഉപയോഗിക്കുന്നു. അവന്റെ കൈയിൽ ആപ്പിൾ 'ഇല്ല' എന്നു സൂചിപ്പിക്കുന്നതിന് തുല്യമാണിത്. പൂജ്യത്തിന്റെ കണ്ടുപിടിത്തത്തിന് വഴിതെളിച്ച സാഹചര്യവും ഇതേ രീതിയുലുള്ളതായിരുന്നു.

മനുഷ്യൻ ആദ്യം കണ്ടെത്തിയ സംഖ്യ 1 ആണ്. പിന്നീട് ക്രമമായി 2,3,4... എന്നിങ്ങനെയുള്ള സംഖ്യകൾ കണ്ടെത്തി. ഈ സങ്കലനക്രിയയിലൂടെ വലിയ വലിയ സംഖ്യകൾക്ക് ജന്മം നൽകി. ഈ കാലത്തു തന്നെ അവൻ വ്യവകലനക്രിയയും നിർവഹിച്ചിരിക്കണം. പക്ഷേ അവ എപ്പോഴും ഒരു വലിയ സംഖ്യയിൽനിന്ന് ചെറിയ സംഖ്യ കുറച്ചായിരുന്നു ചെയ്തിരുന്നത്. പ്രായോഗികമായി അത്രയേ ആവശ്യമുണ്ടായിരുന്നുള്ളൂ. ഒരു സംഖ്യയിൽനിന്ന് അതേ സംഖ്യ കുറക്കുമ്പോഴുള്ള അവസ്ഥയിൽ അവൻ എത്തിയപ്പോഴാണ് പൂജ്യത്തിന്റെ ആവശ്യം അവന് നേരിട്ടത്. ഒരു സംഖ്യയിൽ നിന്ന് അതേ സംഖ്യ കുറച്ചാലുള്ള 'ഒന്നുമില്ലാത്ത' അവസ്ഥയെ പൂജ്യമെന്ന് വിളിക്കപ്പെട്ടു.

മധ്യ അമേരിക്കയിലെ മയന്മാരും 'ഒന്നുമില്ല' എന്ന ആശയത്തെ സൂചിപ്പിക്കാൻ പൂജ്യത്തെ ഉപയോഗിച്ചിരുന്നു. പക്ഷേ അവർ ഈ ആശയത്തിന് സംഖ്യകളുടെ സ്ഥാനം നൽകിയിരുന്നില്ല. 'ഒന്നുമില്ലായ്മയ്ക്ക്' സംഖ്യകളുടെ സ്ഥാനം ആദ്യമായി നൽകി ആദരിച്ചത് പുരാതനഭാരതീയരാണ്.

പുരാതനകാലത്ത് പൂജ്യത്തിന് 'ഒന്നുമില്ല' എന്നർഥം മാത്രമേ ഉണ്ടായിരുന്നുള്ളൂ. സംസ്കൃതത്തിൽ ഇതിനെ 'ശൂന്യ:'എന്നാണ് വിളിച്ചിരുന്നത്. പുരാതനഭാരതത്തിൽ സംസ്കൃതം വളരെ പ്രചാരമുണ്ടായിരുന്ന ഭാഷയായിരുന്നുവല്ലോ. 1478 ൽ ഇറ്റലിയിൽ പ്രസിദ്ധീകരിച്ച ഒരു പുസ്തകത്തിൽ പൂജ്യത്തെ ഇങ്ങനെ പരാമർശിക്കുന്നു.

0 is called cipher or nulla *i e* figure of nothing; By itself it has no value; though when joined to others, increases their value

ഒന്നുമില്ലായ്മയെ സൂചിപ്പിക്കാനാണ് പൂജ്യം ഉപയോഗിച്ചു തുടങ്ങിയതെങ്കിലും ഇപ്പോൾ പൂജ്യം ഒന്നുമില്ലാത്ത അവസ്ഥയല്ല. ഒരു ഗണത്തിൽ അംഗങ്ങളൊന്നുമില്ലെങ്കിൽ ആ ഗണത്തെ {0} എന്നു രേഖപ്പെടുത്തിക്കൂടാ. {0} എന്നത് പൂജ്യം അംഗമായ ഒരു ഏകാംഗമാണ്. അംഗങ്ങളൊന്നുമില്ലാത്ത ഗണത്തെ സാധാരണയായി 0 എന്നാണ് സൂചിപ്പിക്കുന്നത്.

ഒരു വസ്തുവിന്റെ താപനില 0°C എന്ന് രേഖപ്പെടുത്തിയിരിക്കുന്നു എന്നിരിക്കട്ടെ. ഈ വസ്തുവിന് താപനില ഇല്ല എന്ന് ഇത് അർഥമാക്കുന്നില്ല. പൂജ്യത്തേക്കാൾ കുറഞ്ഞ ഒരു താപനില സൃഷ്ടിക്കാൻ സാധിക്കുന്നതുകൊണ്ട് 0°C എന്നത് ഒരു നിശ്ചിതമായ ഊഷ്മാവിനെയാണ്

സൂചിപ്പിക്കുന്നത്.

ചാൾസിന്റെ നിയമപ്രകാരം നിശ്ചിത മർദത്തിൽ ഒരു വസ്തുവിന്റെ താപനില ഓരോ ഡിഗ്രി സെന്റിഗ്രേഡ് വർധിക്കുന്തോറും, അതിന്റെ 0°ര ലുള്ള വ്യാപ്തത്തിന്റെ $\frac{1}{273}$ഭാഗം വർധിക്കുന്നു. ഇതുപ്രകാരം ഒരു നിശ്ചിത മർദത്തിൽ താപനില ഓരോ ഡിഗ്രി സെന്റിഗ്രേഡ് കുറയുമ്പോഴും അതിന്റെ വ്യാപ്തം $\frac{1}{273}$ ഭാഗം എന്ന നിരക്കിൽ കുറയുന്നു. അതിനാൽ $-273^{\circ}C$ ൽ വസ്തുവിന്റെ വ്യാപ്തം പൂജ്യമായി മാറേണ്ടതാണ്. എന്നാൽ യാതൊരു വാതകവും $-273^{\circ}C$ വരെ വാതകാവസ്ഥ നിലനിർത്തുന്നതായി കാണുന്നില്ല. ഏറ്റവും കുറഞ്ഞ താപനിലയായി സ്വീകരിച്ചരിക്കുന്നത് $-273.16^{\circ}C$ ആകുന്നു. ഈ താപനിലയാണ് 'കേവല പൂജ്യം' [Absolute Zero] എന്നറിയപ്പെടുന്നത്. ഈ താപനിലയെ 0 K (കെൽവിൻ) എന്ന് സൂചിപ്പിക്കുന്നു. അതായത് 0 K= കെൽവിൻ രീതിയിലുള്ള താപമാന ത്തിൽ പൂജ്യം ഡിഗ്രി എന്നത് സെന്റിഗ്രേഡ് രീതിയിൽ -273.16 ആകുന്നു. അതേപോലെ 0° c = 273.16 K ആകുന്നു. സെന്റിഗ്രേഡ് രീതിയിലുള്ള പൂജ്യം ഡിഗ്രി കെൽവിൻ രീതിയിൽ 276.16^{0} ആണെന്ന് കാണാം. ഒരു വസ്തുവിന് താപമില്ലെങ്കിൽ ഏത് ഏകകം സ്വീകരിച്ചാലും പൂജ്യമാകേ ണ്ടതാണ്. ഒരു വസ്തുവിന്റെ നീളം പൂജ്യമാണെങ്കിൽ ഏത് ഏകക ത്തിനും പൂജ്യമായിരിക്കുമല്ലോ. അതിനാൽ പൂജ്യമെന്നത് ഒന്നുമില്ലാത്ത അവസ്ഥയല്ലെന്ന് നമുക്ക് മനസിലാക്കാം.

ഒരാൾക്ക് ഒരു ബാങ്കിലും അക്കൗണ്ടില്ലെന്നിരിക്കട്ടെ. അയാൾക്ക് ബാങ്ക് ബാലൻസായി ഒന്നുമുണ്ടായിരിക്കില്ല. അപ്പോൾ അയാളുടെ ബാങ്ക് ബാലൻസ് എത്രയായിരിക്കും? 'പൂജ്യം' എന്ന ഉത്തരം ശരിയായിരിക്ക യില്ല. ഒരാൾക്ക് ബാങ്കിൽ അക്കൗണ്ട് ഉണ്ടായിരിക്കുകയും അയാളുടെ അക്കൗണ്ടിലുള്ള പണം പൂർണമായും പിൻവലിക്കപ്പെടുകയും ചെയ്താ ലാണ് അയാളുടെ ബാങ്ക് ബാലൻസ് പൂജ്യമാകുന്നത്. ബാങ്ക് അക്കൗ ണ്ടിൽ പണം ഇല്ലാതിരിക്കുന്നതും ബാങ്കിൽ അക്കൗണ്ട് ഇല്ലാതിരിക്കു ന്നതും രണ്ട് വ്യത്യസ്ത അവസ്ഥകളാണ്.

ഇനി മറ്റൊരുദാഹരണം പരിശോധിക്കാം. (x-a)(x-b) എന്നീ വാച കങ്ങളുടെ ഗുണനഫലം $(x^2 -(a+b)x+ab^{-}$ ആണല്ലോ ഈ ഗുണനഫല ത്തിൽ ഃന്റെ ഏറ്റവും വലിയ കൃതി 2 ആകുന്നു. (x-a)(x-b)(x-c) എന്നീ മൂന്നു വാചകങ്ങളുടെ ഗുണനഫലത്തൽ ഃ ന്റെ ഏറ്റവും വലിയ കൃതി 3 ആണെന്ന് കാണാം. വാചകങ്ങൾ കൂടുതലാവുമ്പോൾ ഃന്റെ കൃതിയും ക്രമമായി വർധിക്കുന്നു. അപ്പോൾ (x-a)(x-b)(x-c)....(x-y)(x-z) വരെ യുള്ള വാചകങ്ങളുടെ ഗുണനഫലത്തിലെ ഏറ്റവും വലിയ കൃതി എന്താ യിരിക്കും? ഇവിടെ നാം ഇംഗ്ലീഷ് അക്ഷരമാലയിലെ എല്ലാ അക്ഷരങ്ങളും ഉപയോഗിച്ചിരിക്കയാണ്. ഇംഗ്ലീഷിൽ ആകെ 26 അക്ഷരങ്ങൾ ഉള്ളതു കൊണ്ട് ഗുണനഫലത്തിന്റെ കൃതി 26 എന്നായിരിക്കും ഒരുപക്ഷേ നിങ്ങ ളുടെ ഉത്തരം. എങ്കിൽ നിങ്ങൾ പൂർണമായും വഞ്ചിക്കപ്പെട്ടിരിക്കുന്നു. ഈ വാചകങ്ങളുടെയെല്ലാം ഗുണനഫലം പൂജ്യമായിരിക്കും. അതെ,

നമ്മുടെ കഥാപുരുഷനായ പൂജ്യം തന്നെ. ഒരു പദവും അവശേഷിപ്പിക്കാതെ എല്ലാറ്റിനെയും നശിപ്പിച്ച് വീരൻ ഞെളിഞ്ഞിരിക്കുകയാണ്.

നാം ഗുണിക്കാനുപയോഗിച്ച പദങ്ങളിലൊന്നും ഇവൻ ഉണ്ടായിരുന്നില്ല. നാം ഇംഗ്ലീഷ് അക്ഷരമാലയിലെ അക്ഷരങ്ങൾ മാത്രമേ ഉപയോഗിച്ചുള്ളൂ. അവയിൽ പൂജ്യത്തോട് സാദൃശ്യമുള്ള 0 കൊണ്ട് ഗുണിച്ചപ്പോഴും പ്രശ്നങ്ങളൊന്നുമുണ്ടാക്കുകയില്ല. പിന്നെ ഇവനെങ്ങനെ നമ്മുടെ ഗുണനക്രിയയിൽ കടന്നുകൂടി? കുഴപ്പമുണ്ടാക്കിയത് (x-x) ആണ്. ഇവനാണ് പൂജ്യത്തെ നാമറിയാതെ കടത്തിവിട്ടത്. ഏതായാലും ഈ വാചകങ്ങളുടെയെല്ലാം ഗുണനഫലം പൂജ്യം തന്നെ.

ഇനി നമ്മുടെ ഒരു ചോദ്യം അവശേഷിക്കുന്നു. ഗുണനഫലത്തിൽ x ന്റെ ഏറ്റവും വലിയ കൃതി ഏതാണ്? സ്വാഭാവികമായും കൃതി ഇല്ല എന്നു നമുക്കറിയാം. അപ്പോൾ x ന്റെ കൃതി 'പൂജ്യം' എന്ന് നമുക്ക് പറയേണ്ടിവരും. ഇവിടെയും നാം വഞ്ചിക്കപ്പെട്ടിരിക്കുന്നു. ഒരു ചരത്തിന്റെ കൃതി പൂജ്യമായാൽ ആ പദത്തിന്റെ വില ഒന്നായിരിക്കും. അതായത് മ പൂജ്യമല്ലെങ്കിൽ $മ^0 = 1$. അപ്പോൾ x ന്റെ കൃതി പൂജ്യം എന്നു പറഞ്ഞാൽ ഗുണനഫലം x^0 എന്നു ലഭിക്കുന്നു. ഇത് 1 ആണല്ലോ. പക്ഷേ നമുക്ക് കിട്ടിയ ഗുണനഫലം 0 ആകുന്നു.

ഇത് രണ്ടും വ്യത്യസ്തമാണ്. അപ്പോൾ ഒന്നുമില്ലാത്ത അവസ്ഥയെ പൂജ്യംകൊണ്ട് രേഖപ്പെടുത്തുവാൻ സാധിക്കുകയില്ല എന്ന് ഈ ഉദാഹരണത്തിൽ നിന്നും നമുക്ക് മനസിലാക്കാൻ സാധിക്കും.

പൂജ്യത്തിന്റെ പ്രസക്തി

പ്രാചീനമനുഷ്യർക്ക് സംഖ്യാബോധം വളരെ കുറവായിരുന്നു. ഇപ്പോഴും ആഫ്രിക്കയിലെ 'ഹോട്ടൻടോട്ട്' വർഗക്കാർക്ക് മൂന്നുവരെയുള്ള സംഖ്യകൾ മാത്രമേ പരിചയമുള്ളുവത്രെ. അതിനപ്പുറമുള്ള സംഖ്യകളെല്ലാം അവർക്ക് 'വളരെ' അഥവാ 'ധാരാളമാണ്'. അഞ്ചു മക്കളുള്ള ഹോട്ടൻടോട്ടിനോട് എത്ര മക്കളുണ്ടെന്ന് ചോദിച്ചാൽ അനേകം എന്നായിരിക്കും അയാളുടെ മറുപടി.

കൈവിരൽ ഉപയോഗിച്ചാണ് പ്രാചീന മനുഷ്യൻ എണ്ണാനാരംഭിച്ചത്. ഒന്നിനെ രേഖപ്പെടുത്താൻ ഒരു വരയും രണ്ടിനെ രേഖപ്പെടുത്താൻ രണ്ടു വരയും ഉപയോഗിച്ചു. ഇങ്ങനെ കുറെ വരകൾ ഉപയോഗിക്കുന്നത് പ്രായോഗികമായി വിഷമം നേരിട്ടപ്പോൾ കാര്യം സംക്ഷിപ്തമാക്കാൻ അവൻ ശ്രമിച്ചു. അങ്ങനെ അവൻ അഞ്ചിനെ V എന്ന് രേഖപ്പെടുത്തി. നിവർത്തിപ്പിടിച്ച കൈയുടെ ആകൃതികൊണ്ടാവാം ആ ചിഹ്നം ഉപയോഗിച്ചത്. കാരണം ഒരു കൈയിൽ അഞ്ചു വിരലുകളാണല്ലോ. രണ്ട് വിരലുകൾ ചേർന്നുള്ള പത്തിനെ രണ്ട് അഞ്ചായിട്ടു തന്നെയാണ് അവൻ സൂചിപ്പിച്ചത്. ഒരഞ്ച് മുകളിലും ഒരഞ്ച് തിരിച്ച് താഴെയും. ഇത് പിന്നീട് x എന്ന രൂപത്തിലെത്തി.

ഇങ്ങനെ കുടുതൽ വലിയ സംഖ്യകൾക്ക് പ്രത്യേക ചിഹനങ്ങൾ ഉപയോഗിക്കാൻ തുടങ്ങി. നൂറിന് C യും ആയിരത്തിന് M ഉം ഉപയോഗിക്കുന്നു. സെന്റീമീറ്റർ, മില്ലീ മീറ്റർ എന്നിവ ഓർത്താൽ നൂറിന് C യും ആയിരത്തിന് M ഉം ഉപയോഗിച്ചതിന്റെ ഔചിത്യം മനസിലാകും ലത്തീൻ ഭാഷയിലെ Centum (നൂറ്) Mile (ആയിരം) എന്നീ വാക്കുകളിൽ നിന്നാണ് C യും M ഉം ഉണ്ടായത്. C യുടെ പകുതി ഭാഗമാണ് L എന്ന രൂപപ്പെട്ടത്. അതിനാൽ 'L' അമ്പതിനെ സൂചിപ്പിക്കുന്നു.

V,X,L,C,M എന്നിവ ഉപയോഗിച്ച് സൂചിപ്പിക്കുന്ന സംഖ്യാസമ്പ്രദായത്തെ റോമൻ സംഖ്യാസമ്പ്രദായം എന്നു പറയുന്നു. ഈ സംഖ്യാ സമ്പ്രദായത്തിൽ പൂജ്യം ഉപയോഗിക്കുന്നില്ല.

ഇത്തരം ചിഹ്നങ്ങൾ ഉപയോഗിച്ചുള്ള സംഖ്യകളെക്കൊണ്ടുള്ള ചതുഷ്ക്രിയകൾ വളരെ വിഷമമുള്ളതാണ്. CXII, MCCVI എന്നീ സംഖ്യകളുടെ തുക, ഗുണനഫലം എന്നിവ കാണുന്നത് എളുപ്പമല്ല. ഇത്തരം ക്രിയകൾ ചെയ്തത് മണിച്ചട്ടം (Abacus) ഉപയോഗിച്ചായിരുന്നു. അക്കാലത്ത് മണിച്ചട്ടം ഇല്ലാതെ പാശ്ചാത്യർക്ക് കണക്കു കൂട്ടാൻ വളരെ പ്രയാസമായിരുന്നു.

ഭാരതത്തിൽ കണക്കുകൂട്ടാൻ മണിച്ചട്ടത്തിന്റെ ആവശ്യം ഉണ്ടായിരുന്നില്ല. ഇതിനു കാരണം ഇവിടെ പ്രചരിച്ച സംഖ്യാ സമ്പ്രദായമായിരുന്നു. പൂജ്യം ഉൾപ്പെടെ പത്തക്കങ്ങൾ ഉപയോഗിച്ച് എത്ര കോടി സംഖ്യകളെയും നിർമിക്കാമെന്ന കണ്ടുപിടിത്തം ഗണിതശാസ്ത്രലോകത്ത് വിപ്ലവകരമായ മാറ്റമാണ് ഉണ്ടാക്കിയത്. മാത്രമല്ല ഇവ ഉപയോഗിച്ചുള്ള ഗണിതക്രിയകളും വളരെ എളുപ്പമായിരുന്നു. ഈ എളുപ്പവിദ്യയ്ക്ക് വഴി തെളിച്ചത് പൂജ്യത്തിന്റെ കണ്ടുപിടിത്തമാണ്.

പതിനഞ്ചാം നൂറ്റാണ്ട് വരെയുള്ള പാശ്ചാത്യ ഗണിതശാസ്ത്രജ്ഞർക്ക് ആയിരത്തിൽ കൂടുതലുള്ള സംഖ്യകളെ രേഖപ്പെടുത്താൻ വളരെ വിഷമിക്കേണ്ടി വന്നിരുന്നു. പക്ഷേ അക്കാലത്ത് ഭാരതീയ ഗണിതശാസ്ത്രജ്ഞന്മാർ പതിനേഴ് സ്ഥാനങ്ങൾ വരെയുള്ള സംഖ്യകൾ കൈകാര്യം ചെയ്തിരുന്നു. വലിയ സംഖ്യകൾ കണ്ടുപിടിക്കുന്നതും അവയ്ക്ക് പേർ നൽകുന്നതും പുരാതന ഭാരതീയരുടെ ഒരു വിനോദമായിരുന്നു. നിത്യജീവിതത്തിലെ വസ്തുക്കളെ ബന്ധപ്പെടുത്തി സംഖ്യകൾക്ക് പേരിടുന്ന രീതി അന്ന് സാധാരണമായിരുന്നു. ഒന്നിനെ സൂചിപ്പിക്കാൻ സൂര്യൻ, ചന്ദ്രൻ, ഭൂമി എന്നീ പദങ്ങളും രണ്ടിനെ സൂചിപ്പിക്കാൻ കണ്ണ്, ചെവി, കൈകൾ എന്നിവയും ഉപയോഗിച്ചിരുന്നു. ആകാശവും ആകാശത്തിന്റെ പര്യായങ്ങളുമാണ് പൂജ്യത്തെ സൂചിപ്പിക്കാൻ ഉപയോഗിച്ചിരുന്നത്. അങ്ങനെ വ്യോമം, ഗഗനം, നഭസ്സ്, വാനം തുടങ്ങിയ പദങ്ങൾ പൂജ്യത്തിന്റെ സൂചകങ്ങളായി മാറി.

പൂജ്യത്തിന് ഇന്ന് ഉപയോഗിക്കുന്ന ചിഹ്നം '0' എന്നാണല്ലോ. ഈ ചിഹ്നം എപ്പോൾ ആർ ഉപയോഗിക്കാൻ തുടങ്ങി എന്നതിനെപ്പറ്റി വ്യക്തമായ തെളിവുകൾ ഇനിയും ലഭിച്ചിട്ടില്ല. കൗടില്യന്റെ കാലത്ത് ഒരു വൃത്തത്തിന്റെ മധ്യത്തിൽ ഒരു ബിന്ദു ചേർത്താണ് പൂജ്യത്തെ സൂചിപ്പിച്ചിരുന്നത്. പ്രാചീനകാലത്ത് ഒരു ബിന്ദു മാത്രവും ഉപയോഗിച്ചിരുന്നു. ഈ ബിന്ദുവിനെ വേർതിരിച്ചറിയാനായിരിക്കാം അതിനെ ഒരു വൃത്തത്തിനകത്താക്കിയത്. കടലാസും അച്ചടിയും പ്രചാരത്തിലില്ലാത്തതിനാൽ ഒരു ബിന്ദു ശ്രദ്ധിക്കപ്പെടാതെ പോയിരിക്കാം. അല്ലെങ്കിൽ ഒരു ബിന്ദുവിനെ കൂടുതൽ വ്യക്തമാക്കാൻ അതിനെ കടുപ്പിച്ച് കടുപ്പിച്ച് ഒടുവിൽ അത് വൃത്താകൃതി കൈവരിച്ചിരിക്കാം. പൂജ്യത്തിന് ഒരു അക്കത്തിന്റെ സ്ഥാനം

ലഭിച്ചതോടെ മറ്റ് അക്കങ്ങളുടെ അതേ വലിപ്പത്തിനുവേണ്ടി ബിന്ദുവിനെ കൂറെ വലുതാക്കി വൃത്താകൃതി കൈവന്നതായും അനുമാനിക്കാം.

'0' എന്ന ചിഹ്നം (വൃത്തം) ആദ്യം ഉപയോഗിച്ചത് ഗ്രീക്കുകാരാണെന്ന് ചില പണ്ഡിതന്മാർ അഭിപ്രായപ്പെടുന്നുണ്ട്. ഗ്രീക്കിൽ പൂജ്യത്തിനുള്ള പദം Omicron (ഒമിക്രോൺ) എന്നാകുന്നു. ഈ പദത്തിന്റെ അർഥം ഒന്നുമില്ല (nothing) എന്നാണ്. Omicron എന്ന പദത്തിന്റെ ആദ്യാക്ഷരമായ 0 ആണ് പൂജ്യത്തിന്റെ ചിഹ്നമായത് എന്ന് അവർ ചൂണ്ടിക്കാണിക്കുന്നു.

അറബികൾക്ക് 5 എന്ന അക്കത്തെ സൂചിപ്പിക്കാൻ പൂജ്യത്തിന്റെ ചിഹ്നത്തോട് സാദൃശ്യമുള്ള ഒരു പ്രതീകമാണുള്ളത്. അതിനാൽ അവർ പൂജ്യത്തെ പ്രതിനിധീകരിക്കാൻ ഒരു ബിന്ദുവാണ് ഉപയോഗിക്കുന്നത്.

ക്രിസ്തുവിനുശേഷം രണ്ടാംനൂറ്റാണ്ടിൽ നിർമിക്കപ്പെട്ടു എന്നു വിശ്വസിക്കപ്പെടുന്ന ഒരു പ്രധാനരേഖയാണ് ബാക്ഷാലി മാനു സ്ക്രിപ്റ്റ്. ഇപ്പോൾ പാകിസ്ഥാനിൽപ്പെട്ട പെഷവാറിനടുത്ത ബാക്ഷാലി ഗ്രാമത്തിൽ നിന്നാണ് ഇവ കണ്ടെടുത്തത്. ഈ ലിഖിതത്തിൽ 0 എന്ന ഒരടയാളം കാണുന്നുണ്ട്. ഹോർണലെ, കെയി എന്നീ പണ്ഡിതന്മാർ അഭിപ്രായപ്പെട്ടിട്ടുള്ളത് ഈ ചിഹ്നം ഗണിതക്രിയക്കുള്ള അടയാളമെന്നാണ്. എങ്കിലും ഈ അടയാളം ഇതേ ലിഖിതത്തിൽ ദശാംശഅങ്കഗണിത അങ്കനസന്ദർഭത്തിലും ഉപയോഗിച്ചതായി കാണുന്നു. ഈ പ്രതീകം പൂജ്യത്തിനുള്ള പ്രതീകമാണെന്നാണ് ദത്ത എന്ന പണ്ഡിതന്റെ അഭിപ്രായം. അഥർവവേദത്തിൽ പൂജ്യത്തെ ഒരു ബിന്ദുവിനെക്കൊണ്ട് സൂചിപ്പിച്ചതായി കാണുന്നു. ഈ ബിന്ദുവിന് സംസ്കൃതത്തിലുള്ള പേര് 'ശൂന്യ ബിന്ദു' എന്നാണെന്ന് ക്രിസ്തുവിനുശേഷം 600 ൽ സുബന്ധു രചിച്ച *വാസവദത്ത* എന്ന ഗ്രന്ഥത്തിൽ വ്യക്തമാക്കിയിരിക്കുന്നു.

പൂനയ്ക്കടുത്തുള്ള നാനാഘട്ട് കുന്നിനുമുകളിലുള്ള ഒരു ഗുഹയിലെ ചുമരിലുള്ള ലിഖിതങ്ങളിൽ 0 എന്ന ചിഹ്നം കാണുന്നുണ്ട്. ഈ ചിഹ്നം 20 നെ സൂചിപ്പിക്കാനാണ് ഉപയോഗിച്ചിരുന്നതെന്ന് അനുമാനിക്കപ്പെടുന്നു,

സുമാത്രയിൽ പൂജ്യത്തിന് ഒരു ബിന്ദു ഉപയോഗിച്ചിരുന്നതായി തെളിവുകൾ ലഭിച്ചിട്ടുണ്ട്. അവിടെയുള്ള ശ്രീവിജയശിലാലിഖിതങ്ങളിൽ പൂജ്യത്തിന്റെ സ്ഥാനത്ത് ബിന്ദുവാണ് ചേർത്തുകാണുന്നത്. 605 എന്ന സംഖ്യ സൂചിപ്പിക്കുന്ന ദിക്കിൽ 0 ത്തിന്റെ സ്ഥാനത്ത് ബിന്ദു കാണാം. 606, 608 എന്നീ സംഖ്യകളിലും പൂജ്യത്തെ ബിന്ദു ഉപയോഗിച്ചാണ് രേഖപ്പെടുത്തിയിട്ടുള്ളത്. ഈ ശിലാശാസനങ്ങൾ രചിക്കപ്പെട്ടത് ഏഴാം നൂറ്റാണ്ടിലാണെന്ന് അനുമാനിക്കപ്പെടുന്നു.

പൂജ്യത്തിനുള്ള ചിഹ്നത്തിന് പൂച്ചയുടെ ആകൃതിയുണ്ടെന്ന് സരസനായ ഒരു തമിഴ് അധ്യാപകൻ പറഞ്ഞതായി കാണുന്നു. "പറഞ്ഞാൽ പൂച്ചെ പോലിരിക്കും. അതിനാൽ പൂച്ചിയം എന്ന പെയർ" എന്ന് ഒരു തമിഴ് അധ്യാപകൻ പഠിപ്പിച്ചതായി തമാശയ്ക്ക് പറയാറുണ്ട്. അക്ബർ ചക്രവർത്തിയുടെ കാലഘട്ടത്തിന്റെ അന്ത്യത്തിൽ ജീവിച്ചിരുന്ന ഒരു കവി

യാണ് ബിഹാരിലാൽ (1652-1720). ഷാജഹാൻ ചക്രവർത്തിയുടെ കാലത്ത് യുവാവായിരുന്ന ബിഹാരിലാൽ അനേകം ശൃംഗാരകവിതകൾ എഴുതിയിട്ടുണ്ട്. അവയിൽ പലതിലും സ്ത്രീവർണ്ണന കാണാം. അത്തരമൊരു കവിതയിൽ അദ്ദേഹം ഇങ്ങനെ എഴുതിയിരിക്കുന്നു. "ഒരു സംഖ്യക്കു ശേഷം വട്ടമിടുന്നതുകൊണ്ട് സംഖ്യ പത്തിരട്ടിയാവുന്നു എന്ന് എല്ലാവരും പറയുന്നു. എന്നാൽ സ്ത്രീയുടെ നെറ്റിത്തടത്തിൽ വട്ടം (തിലകം) ചാർത്തിയാൽ അവളുടെ സൗന്ദര്യം അനേകം മടങ്ങ് വർധിക്കുന്നു.

കഹത് സബൈ ബെയ്ന്തി ദിയെ ആംകു ദസ് ഗുണൗ ഹേതു
തിയ് ലിലാർ ബേന്ദി ദിയൈ ആഗിനിതു ബഢത് ഉദോതു

പുരാതന ഭാരതീയർ സംഖ്യാഭീമന്മാരെ സൃഷ്ടിച്ചത് പൂജ്യത്തിന്റെ സഹായത്താലായിരുന്നു. സംഖ്യകളെ പത്തിന്റെ ഗുണിതങ്ങളാക്കി മാറ്റാനുള്ള ഒരു പ്രവണത തന്നെ ഭാരതത്തിലുണ്ടായിരുന്നു. ഭാസ്കരാചാര്യർ *ലീലാവതി*യിൽ സംഖ്യകളെ പത്തിന്റെ ഗുണിതങ്ങളായി പതിനെട്ട് സ്ഥാനങ്ങൾവരെ കണ്ടെത്തിയതായി കാണുന്നു. *ലീലാവതി*യിലെ പ്രസ്തുത ശ്ലോകം താഴെ കൊടുക്കുന്നു

"ഏകദശ ശതസഹസ്രാ-
യുത ലക്ഷപ്രയുത കോടയ: ക്രമശ:
അർബുദ മബ്ജം, ഖർവനി-
ഖർവ്വമഹാപത്മശങ്കവസ്തസ്മാൽ
ജലധിശ്ചാത്യം മധ്യം
പരാർദ്ധമിതദശഗുണോത്തരാ: സംജ്ഞാ:
സംഖ്യയാ: സ്ഥാനാനാം
വ്യവഹാരാർത്ഥം കൃതാ: പൂർവൈ:"

ഈ ശ്ലോകപ്രകാരം പേരുകൾ യഥാക്രമം ഏകം, ദശം, ശതം, സഹസ്രം, അയുതം, ലക്ഷം, പ്രയുതം, കോടി, അർബുദം, അബ്ജം, ഖർവം, നിഖർവം, മഹാപത്മം, ശംകു, ജലധി, അന്ത്യം, മധ്യം, പരാർധം, എന്നിവയാണ്.

പത്തിന്റെ ഗുണിതങ്ങളായ സഖ്യകളുടെ പേരുകൾ:

"ഒന്നും പത്തും നൂറൊടായിര
പതിനായിരങ്ങളും പിന്നെ
നൂറായിരമാങ്ങൊരു പതുനൂ-
റായിരമെന്നിതേഴുമൊരു വകയാം
കോടിമഹാകോടി തഥാ ശംഖും
പുകൽപവും മഹാകൽപം
ധൂളി മഹാധൂളി ജലം
പിന്നെ മഹാവെള്ളവും പരാർദ്ധംച"

എന്ന വരികളിൽ നിന്ന് മനസിലാക്കാം ഇവ ക്രമത്തിൽ ഒന്ന്, പത്ത്, നൂറ്, ആയിരം, പതിനായിരം, നൂറായിരം, പത്തുനൂറായിരം, കോടി, മഹാകോടി, ശംഖ്, പൂർവ്, കൽപ്പം, മഹാകൽപ്പം, ധൂളി, മഹാധൂളി, വെള്ളം,

മഹാവെള്ളം, പരാർഥം എന്നിവയാണ്.

ഭാരതത്തിലെ പ്രസിദ്ധ ശാസ്ത്രജ്ഞനായിരുന്ന ശ്രീധരൻ പത്തിന്റെ ഘാതങ്ങളായ സംഖ്യകളെ പേർ നൽകിയിരിക്കുന്നത്, ഏകം, ദശം, ശതം, സഹസ്രം, അയുതം, ലക്ഷം, പ്രയുക്തം, കോടി, അർബുദം, അബ്ജം, ഖർവം, നിഖർവം, മഹാസരോജം, ശങ്കു, സരിതാപതി, അന്ത്യം, മധ്യം, പരാർഥം എന്നിങ്ങനെയായിരുന്നു. ഇവിടെ പരാർധമെന്നത് 10^{17} ആകുന്നു.

പുരാതനഭാരതത്തിലെ പ്രശസ്തഗണിതശാസ്ത്രജ്ഞൻ മഹാവീരൻ 10^{23} വരെയുള്ള 24 സംഖ്യാനാമങ്ങൾ (100 എന്ന ഏകം ഉൾപ്പെടെ) ഉപയോഗിച്ചതായി കാണുന്നു. അദ്ദേഹത്തിന്റെ സംഖ്യാനാമങ്ങൾ 'ഏകം, ദശം, ശതം, സഹസ്രം, ദശസഹസ്രം, ലക്ഷം, ദശലക്ഷം, കോടി, ദശകോടി, ശതകോടി, അർബുദം, ന്യർബുദം, ഖർവം, മഹാഖർവം, പത്മം, മഹാപത്മം, ക്ഷോണി, മഹാക്ഷോണി, ശംഖം, മഹാശംഖം, ക്ഷിതി, മഹാക്ഷിതി, ക്ഷോഭം, മഹാക്ഷോഭം എന്നിവയാണ്. ഇവിടെ 'മഹാ' എന്ന പദം പൊതുവെ പത്തിന്റെ ഗുണിതമെന്ന അർഥത്തിൽ ഉപയോഗിച്ചതായി കാണാം.

മഹാവീരന്റെ പട്ടികയിൽ ഏറ്റവും വലിയ സംഖ്യ മഹാക്ഷോഭം അഥവാ 10^{23} ആകുന്നു. 'അനുയോജ്യമായ ദ്വാരസൂത്രത്തിൽ 'ശീർഷപ്രഹേളിക' എന്ന ഒരു സംഖ്യയെപ്പറ്റി പരാമർശിച്ചിട്ടുണ്ട്. ഇത് 10^{140} ആകുന്നു. പ്രാചീന കാലത്ത് രേഖപ്പെടുത്തപ്പെട്ട ഏറ്റവും വലിയ സംഖ്യ ഇതാണെന്ന് അനുമാനിക്കാം. കാത്യായനന്റെ പാലിവ്യാകരണത്തിൽ ഇതേ സംഖ്യ 'അസംഖ്യേയം' എന്ന പേരിൽ പ്രത്യക്ഷപ്പെടുന്നുണ്ട്.

പുരാതന ഭാരതത്തിൽ ക്രമമായി പത്തിന്റെ മാത്രമല്ല നൂറിന്റെ ധ10^2പ ഗുണിതങ്ങളായും പേർ നൽകപ്പെട്ടതായി വാത്മീകിരാമായണത്തിൽ പ്രസ്താവിച്ചതായി കാണുന്നു. 'ലളിത വിസ്താര' ത്തിൽ ഒരു കോടി കഴിഞ്ഞ് നൂറു മടങ്ങ് വീതം ഉയർന്ന സംഖ്യകൾ അർജുനൻ എന്ന ഗണിതജ്ഞൻ ബോധിസത്വന് പറഞ്ഞു കൊടുത്തതായി പ്രസ്താവിച്ചിട്ടുണ്ട്. കോടിക്ക് ശേഷമുള്ള നൂറിന്റെ ഗുണിതങ്ങൾ താഴെ കൊടുത്തിരിക്കുന്നവയാണ്.

100 കോടി	=	1 അയുതം
100 അയുതം	=	1 നിയുതം
100 നിയുതം	=	1 കങ്കരം
100 കങ്കരം	=	1 വിവരം
100 വിവരം	=	1 ക്ഷോഭ്യം
100 ക്ഷോഭ്യം	=	1 വിവാഹം
100 വിവാഹം	=	1 ഉത്സംഗം
100 ഉത്സംഗം	=	1 ബഹുലം

തുടർന്നുള്ള 100 മടങ്ങുകളുള്ള പേരുകൾ യഥാക്രമം നാഗബലം, തിടിലംഭം, വ്യവസ്ഥാന പ്രജ്ഞാപ്തി, ഹേതുഹില, കരഹു, ഹേത്വീന്ദ്രിയം, സമാപ്തലംഭം, ഗംഗാവതി, തിരവദ്യം, മുദ്രാ ബലം, സർവബലം,

വിബംജ്ഞാഗതി, സർവജ്ഞം, വിഭൂതംഗമം, തല്ലക്ഷണം, എന്നിവയാണ്.

പത്തിന്റെ ഗുണിതങ്ങളായ സംഖ്യാനാമങ്ങളിൽ വിദേശരാജ്യങ്ങളിൽ സമാനത കാണപ്പെടുന്നില്ല. ഉദാഹരണമായി Billion എന്ന സംഖ്യ ഇംഗ്ലണ്ടിൽ ലക്ഷം കോടിയാകുന്നു. പക്ഷേ അമേരിക്കയിൽ ആയിരം കോടി (10^{10}) ആകുന്നു. ഇതേപോലെ Trillion ഇംഗ്ലണ്ടിൽ 10^{18} ആകുന്നു. അമേരിക്കയിലും ഫ്രാൻസിലും 10^{12} ആകുന്നു. ആയിരത്തിനെ വിദേശികൾ Mile എന്നു വിളിക്കുന്നു. ഇതിന്റെ ആയിരം മടങ്ങാണ് Million താഴെ കൊടുത്തിരിക്കുന്ന പട്ടിക ശ്രദ്ധിക്കുക.

Mille $= 1000 = 10^3$
Million $= 1000000 = 10^6 = (10^3)^2$
Billion $= 10^{12} = (10^3)^4$
Trillion $= 10^{18} = (10^3)^6$

ഇവയെല്ലാം 1000 ങ്ങളുടെ ഗുണിതങ്ങളാണ്.

സ്ഥാനവിലകൾ നൽകി സംഖ്യയെ രേഖപ്പെടുത്തുന്ന രീതി ആവിഷ്കരിച്ചതും ഭാരതീയരാണ്. 77 എന്ന സംഖ്യയിൽ രണ്ട് ഏഴുകൾക്കും വ്യത്യസ്തവിലകളാണുള്ളത്. 4375 എന്ന സംഖ്യയിൽ 4 ആയിരവും 3 നൂറും 7 പത്തും 5 ഒറ്റയുമാണല്ലോ. ഇത്തരം സ്ഥാനവിലകൾ ആദ്യമായി പരാമർശിച്ചു കാണുന്നത് ക്രിസ്തുവിനുശേഷം ഒന്നാം നൂറ്റാണ്ടിൽ രചിച്ച അഗ്നിപുരാണത്തിലാണ്. അശോക ചക്രവർത്തിയുടെ കാലത്തുള്ള ശിലാസ്തൂപങ്ങളിൽ ദശാംശസമ്പ്രദായത്തെപ്പറ്റിയുള്ള സൂചനകൾ കണ്ടെത്തിയിട്ടുണ്ട്. പക്ഷേ ഈ കാലത്ത് ദശാംശസമ്പ്രദായം പൂർണമായും വികസിച്ചതായി തെളിവുകൾ ലഭിച്ചിട്ടില്ല. പുരാതന ഭാരതീയർ വലിയ സംഖ്യകളെ പത്തിന്റെ ഗുണിതങ്ങളായി എഴുതിയിരുന്നുവെങ്കിലും ഭിന്നിതത്തിന്റെ കാര്യത്തിൽ ഈ മാർഗം സ്വീകരിച്ചിരുന്നില്ല. ഒന്നിന്റെ പകുതി അർധം (1/2) അതിന്റെ പകുതി പാദം (1/4) എന്ന രീതിയിൽ 2ന്റെ ഗുണിതങ്ങളായാണ് താഴോട്ട് പോയത്. കേരളീയരുടെ ഭിന്നിതങ്ങൾ അര (1/2),കാൽ (1/4), അരക്കാൽ (1/8), മാകാണി (1/16), ഒരുമാ (1/20), കാണി (1/80), മുന്തിരിക (1 320), കീഴ്മാവ് (16400), കീഴ്കാണി 125000, ഇമ്മി(1102400) എന്നിവയാണ്.

ഭിന്നിതങ്ങളേയും പത്തിന്റെ ഘടകങ്ങളാക്കുന്ന രീതി ഭാരതീയർക്ക് അറിവുണ്ടായിരുന്നില്ല. വിദേശത്ത് എവിടെയോ ആണ് ദശാംശഭിന്നങ്ങൾ രൂപംകൊണ്ടത് എന്നു വിശ്വസിക്കപ്പെടുന്നു. ദശാംശഭിന്നിതത്തെപ്പറ്റിയും അതിന്റെ ഗണിതക്രിയകളെപ്പറ്റിയും വളരെ വിശദമായ പഠനം ആദ്യമായി കാണുന്നത് 1585 ൽ സ്റ്റെവിൽ പ്രസിദ്ധീകരിച്ച *ലാഡിസ്മെ* എന്ന ഗ്രന്ഥത്തിലാണ്. അതുവരെ ഭിന്നിതങ്ങളെ അംശഛേദങ്ങൾ ഉപയോഗിച്ചു മാത്രമേ എഴുതിയിരുന്നുള്ളൂ. 5237/1000 എന്ന ഭിന്നിതത്തെ സ്റ്റെവിൻ 5(0) 2(1) 3(2) 7(3) എന്ന രീതിയിൽ എഴുതുകയുണ്ടായി. ഈ രീതിയിൽ ചതുഷ്ക്രിയകൾ ചെയ്യുന്ന വിധവും വിശദീകരിച്ചു. ഇതു വളരെ എളുപ്പമായതിനാൽ യൂറോപ്പിൽ നല്ല പ്രചാരം ലഭിച്ചു.

സ്റ്റെവിന്റെ രീതിക്ക് കാലക്രമേണ മാറ്റം സംഭവിച്ചു. ബ്രാക്കറ്റിൽ അക്കങ്ങൾ എഴുതുന്നതിനു പകരം $5\ ,\ 2^{1}\ 3^{11}\ 7^{111}$ എന്ന രീതി ഉപയോഗിക്കാൻ തുടങ്ങി. ദശാംശത്തിന് ഇന്നത്തെ രൂപം നൽകിയത് Francious Vieta (വിയറ്റ) 1540-1603 എന്ന ഫ്രഞ്ച് ശാസ്ത്രജ്ഞനാണ്.

ദശാംശഭിന്നിതങ്ങളുടെ കണ്ടുപിടിത്തം ഭിന്നിതങ്ങളുടെ ചതുഷ്ക്രിയകൾ വളരെ എളുപ്പമാക്കിത്തീർത്തു. ഈ കണ്ടുപിടിത്തത്തിന്ന് പരോക്ഷമായി പൂജ്യത്തിന് വലിയ പങ്കുണ്ടെന്ന് കാണാം. ദശാംശഭിന്നങ്ങളെ അടിസ്ഥാനമാക്കി ഗുണനവും ഹരണവും വളരെ എളുപ്പമാക്കുന്ന 'ലോഗരിതം' ജോൺ നേപ്പിയർ കണ്ടുപിടിച്ചു. ഏത് സംഖ്യയെയും 10 ന്റെ കൃത്യങ്കരൂപത്തിൽ എഴുതാവുന്ന 'സ്റ്റാന്റേർഡ്' രൂപവും ആവിഷ്കരിക്കപ്പെട്ടു.

നാം ഇന്ന് സർവസാധാരണയായി ഉപയോഗിക്കുന്ന പദമാണ് ശതമാനം. നിത്യജീവിതത്തിൽ ശതമാനത്തിന് വളരെയേറെ പ്രാധാന്യമുണ്ട്. സ്കൂളിലെ വിജയശതമാനം, പരീക്ഷയിൽ കിട്ടിയ മാർക്കിന്റെ ശതമാനം, പുസ്തകത്തിനുള്ള കമീഷന്റെ നിരക്ക് തുടങ്ങി എത്രയോ ഉദാഹരണങ്ങളിൽ ശതമാനം ഉപയോഗിക്കുന്നു. ഈ ശതമാനം നൂറുമായി ബന്ധപ്പെട്ടിരിക്കുന്നു. നൂറിന് പൂജ്യവുമായുള്ള ബന്ധം വളരെ ദൃഢമാണ്.

ശതമാനത്തിന് നാം സാധാരണയായി ഉപയോഗിക്കുന്ന ചിഹ്നം '%' എന്നതാണ്. ആദ്യകാലത്ത് 100 എന്നുതന്നെയാണ് എഴുതിയിരുന്നത്. പതിനേഴാം നൂറ്റാണ്ടിൽ കൂടുതൽ സൗകര്യത്തിനുവേണ്ടി $(\frac{0}{0})$എന്നെഴുതാൻ തുടങ്ങി. ഹരണക്രിയയുമായി ഈ ചിഹ്നത്തിന് സാമ്യം കാരണം പിന്നീട് ഇതിനെ 0/0 എന്ന് രേഖപ്പെടുത്താൻ തുടങ്ങി. ഈ ചിഹ്നം സംഖ്യയുമായി കൂടിച്ചേരുമ്പോൾ തെറ്റിദ്ധരിക്കാൻ തുടങ്ങി. ഉദാഹരണമായി 70 ശതമാനത്തെ ഈ രീതിയിൽ എഴുതിയാൽ 70010 ആയി മാറും. അതിനാൽ ശതമാനത്തിന്റെ ഈ രൂപത്തിൽ പൂജ്യത്തിന് ചെറുപ്പം നൽകി % എന്ന് രൂപാന്തരപ്പെട്ടു.

ശതമാനം പോലെ സഹസ്രമാനവും (Permillage) ചില രാജ്യങ്ങളിൽ ഉപയോഗിക്കുന്നുണ്ട്. ന്യൂയോർക്കിലെ ചില പ്രമാണങ്ങളിൽ ഇവ ഉപയോഗിച്ചതായി കാണുന്നു. ഇതിനുള്ള ചിഹ്നം എന്നാകുന്നു.

പൂജ്യത്തിന്റെ ചരിത്രം

മനുഷ്യൻ എപ്പോഴാണ് എണ്ണാൻ ആരംഭിച്ചത്? അവന് സംഖ്യാബോധം എപ്പോഴുണ്ടായി? ഈ ചോദ്യങ്ങൾക്ക് ആധികാരികമായ ഉത്തരങ്ങളും തെളിവുകളുമൊന്നും നമുക്കില്ല. കുറേ ഊഹങ്ങളും അനുമാനങ്ങളും മാത്രം. അമ്പതിനായിരത്തിനും എഴുപതിനായിരത്തിനും ഇടയ്ക്ക് വർഷങ്ങൾക്കു മുമ്പായിരിക്കണം. മനുഷ്യന് സംഖ്യാബോധം ഉളവായിട്ടുള്ളതെന്നാണ് പൊതുവെ വിശ്വസിക്കപ്പെടുന്നത്. ഈ കാലഘട്ടത്തിലെ മനുഷ്യന് സംഖ്യാബോധം ഉളവാകാൻ ആവശ്യമായ ബുദ്ധിവികാസം ഉണ്ടായിരിക്കാമെന്ന് ശാസ്ത്രജ്ഞന്മാർ അഭിപ്രായപ്പെടുന്നു.

മനുഷ്യൻ ആദ്യം കണ്ടുപിടിച്ച അക്കവും സംഖ്യയും ഒന്ന്(1)തന്നെ. പതുക്കെപ്പതുക്കെ രണ്ട്, മൂന്ന്, നാല്, ... എന്നിങ്ങനെ വലിയ വലിയ സംഖ്യകളിലേക്ക് അവൻ ഇഴഞ്ഞുനീങ്ങി. ഒരു സംഖ്യയിൽ അടുത്ത് സംഖ്യയിലെത്താൻ നൂറ്റാണ്ടുകൾ വേണ്ടിവന്നിരിക്കാം.

ഒരു സംഖ്യയിൽ നിന്ന് അടുത്ത സംഖ്യയിലേക്ക് എത്തിയത് സങ്കലനക്രിയയിലൂടെയാണ്. ഒന്നിനോട് ഒന്ന് കൂട്ടി രണ്ടിലെത്തി. രണ്ടിനോട് ഒന്ന് കൂട്ടി മൂന്നിലെത്തി. അങ്ങനെ മുന്നോട്ട് നീങ്ങിക്കൊണ്ടിരുന്നു.

സങ്കലനം മാത്രമല്ല വ്യവകലനവും അവന്റെ നിത്യജീവിതത്തിൽ വേണ്ടിവന്നു. അഞ്ച് ആടുകളുള്ള ഒരാളുടെ രണ്ട് ആടുകൾ ചത്തുപോയി. ശേഷിച്ച ആടുകളുടെ എണ്ണം വ്യവകലനത്തിലൂടെ അവൻ കണ്ടെത്തി. നാമിന്ന് ചെയ്യുന്നതുപോലെ സങ്കലന വ്യവകലനക്രിയകളൊന്നും ചെയ്തിരുന്നില്ല. ഫലത്തിൽ പ്രായോഗികമായ ക്രിയകളാണ് ചെയ്തുവന്നത് എന്നുമാത്രം

ഒരു സംഖ്യയിൽ നിന്ന് അതിനേക്കാൾ ചെറിയ ഒരു സംഖ്യ കുറക്കേണ്ട ആവശ്യം മാത്രമേ അവൻ പരിഗണിച്ചിരുന്നുള്ളൂ. അത്തരം

സന്ദർഭങ്ങളിലുള്ള ഉത്തരത്തിന് അവന്റെ കൈകളിൽ സംഖ്യകളുണ്ടായിരുന്നു.

ക്രമേണ ഒരു സംഖ്യയിൽ നിന്ന് അതേ സംഖ്യ കുറയ്ക്കാനുള്ള, കുറക്കേണ്ടിവരുന്ന സന്ദർഭം അവന്റെ ശ്രദ്ധയിൽപ്പെട്ടു. അഞ്ച് ആടുകളുണ്ടായിരുന്നത് മുഴുവൻ ചത്തു; അല്ലെങ്കിൽ അവ മുഴുവൻ കൈമാറി കുറെ ധാന്യങ്ങൾ വാങ്ങി. തനിക്ക് ഇനി ആടുകൾ ശേഷിക്കുന്നില്ല. ഈ അവസ്ഥയെ അവൻ ശൂന്യമെന്ന് വിളിച്ചു. ഈ അവസ്ഥയാണ് പൂജ്യം.

ഭാരതത്തിലാണ് പൂജ്യം കണ്ടുപിടിക്കപ്പെട്ടതെങ്കിലും എവിടെ എപ്പോൾ ആര് എന്നതിനെപ്പറ്റി ആധികാരികമായ തെളിവുകൾ ഇതുവരെ നമുക്ക് ലഭിച്ചിട്ടില്ല. ക്രിസ്തുവിന് മുമ്പുതന്നെ പൂജ്യത്തെപ്പറ്റി ഭാരതീയർക്ക് അറിയാമായിരുന്നുവെന്ന് ചരിത്രകാരന്മാർ അഭിപ്രായപ്പെട്ടിട്ടുണ്ട്. പുരാതനകാലത്തെ പ്രമുഖ രാജ്യതന്ത്രജ്ഞനായിരുന്ന കൗടില്യൻ പല തവണ തന്റെ കൃതികളിൽ പൂജ്യത്തെ സൂചിപ്പിക്കുന്നുണ്ട്. ആര്യഭടൻ (AD 476) വർഗവും മൂലവും കൈകാര്യം ചെയ്യുന്നതിനിടയിൽ പൂജ്യം ഉപയോഗിച്ചുകാണുന്നു. അതിനാൽ ആര്യഭടന് മുമ്പ് പൂജ്യം ഭാരതത്തിൽ ഉപയോഗിച്ചിരുന്നു എന്ന് അനുമാനിക്കാം.

ക്രിസ്ത്വബ്ദം 876 ലെ ഗ്വാളിയർ ശിലാലിഖിതങ്ങളിലാണ് ഭാരതത്തിൽ പൂജ്യത്തെപ്പറ്റിയുള്ള ആദ്യത്തെ ലിഖിതങ്ങൾ കാണുന്നത്. ഇതിൽ 50,270 എന്നീ സംഖ്യകൾ പൂജ്യങ്ങൾ ഉപയോഗിച്ച് രേഖപ്പെടുത്തിക്കാണുന്നു.

മധ്യഅമേരിക്കയിലെ മയന്മാരും ബാബിലോണിയക്കാരും പൂജ്യത്തിന്റെ ആശയം മനസിലാക്കിയിരുന്നു. പക്ഷേ ഇതിന് ചിഹ്നമുണ്ടായിരുന്നില്ല. ഒരു സംഖ്യയായും അംഗീകരിച്ചിരുന്നില്ല. ഭാരതീയരാണ് ഇതിന് സംഖ്യാപദവി നൽകി ആദരിച്ചത്.

പൂജ്യം ഉപയോഗിച്ചുള്ള ക്രിയകളെപ്പറ്റി ആദ്യം പ്രസ്താവിച്ചുകാണുന്നത് ബ്രഹ്മഗുപ്തനാണ്. ക്രിസ്ത്വബ്ദം 598-660 കാലത്തു ജീവിച്ചിരുന്ന ഇദ്ദേഹത്തിന്റെ ബ്രഹ്മസ്ഫുടസിദ്ധാന്തത്തിൽ പൂജ്യത്തിന്റെ നാല് ക്രിയകളും നൽകിയിരുന്നു.

'ശൂന്യം' അഥവാ 'സുന്നം' എന്നറിയപ്പെട്ടിരുന്ന പൂജ്യം ഭാരതത്തിൽ നിന്ന് ബാഗ്ദാദ് വഴിയാണ് പാശ്ചാത്യരാജ്യങ്ങളിൽ എത്തിയത്. ആറുമുതൽ പത്തു നൂറ്റാണ്ട് വരെയുള്ള വർഷക്കാലം ഭാരതം ലോകത്തിന്റെ ഗണിത പഠനകേന്ദ്രമായിരുന്നു. വിദേശരാജ്യങ്ങളിൽനിന്ന് ധാരാളം വിദ്യാർഥികൾ പഠനത്തിന് ഭാരതത്തിലെത്തിയിരുന്നു. അവർ വഴി മറ്റ് അക്കങ്ങളോടൊപ്പം പൂജ്യവും വിദേശങ്ങളിലെത്തി.

പൂജ്യത്തെയും നമ്മുടെ സംഖ്യാസമ്പ്രദായത്തെയും ലോകമെമ്പാടും വ്യാപിപ്പിക്കുന്നതിൽ ധാരാളംപേർ വലിയ സംഭാവനകൾ നൽകിയിട്ടുണ്ട്. ഇവരിൽ പ്രമുഖർ അറബികളാണെന്ന് മാത്രം.

ക്രിസ്ത്വബ്ദം 662 ൽ സിറിയൻ ബിഷപ്പായിരുന്ന സെവേറസ് സെബോക്ക് (Severus Sebokht) ഭാരതത്തിലെ ഗണിതശാസ്ത്രസമ്പ്ര

ദായത്തിൽ ആകൃഷ്ടനായി. യൂഫ്രട്ടീസ് നദിക്കരയിൽ താമസിച്ചിരുന്ന അദ്ദേഹം ഭാരതീയ ഗണിത സമ്പ്രദായവും പൂജ്യവും പ്രചരിക്കുന്നതിൽ ശ്ലാഘനീയമായ പങ്കുവഹിച്ചിട്ടുണ്ട്. തന്റെ *Surpastes Description* എന്ന ഗ്രന്ഥത്തിൽ അദ്ദേഹം പൂജ്യത്തെപ്പറ്റി വിശദമായി പ്രതിപാദിക്കുന്നുണ്ട്.

ക്രിസ്തുവർഷം എട്ടാം ശതകത്തിൽ ജീവിച്ചിരുന്ന ഖലീഫ് മൻസൂറിന്റെ ഭരണകാലത്ത് 753 - 774 ഇന്ത്യയിൽ നിന്ന് ധാരാളം പണ്ഡിതന്മാർ ബാഗ്ദാദിലേക്ക് പോയിരുന്നതായി *ഇന്ത്യയെ കണ്ടെത്തൽ* എന്ന ഗ്രന്ഥത്തിൽ പണ്ഡിറ്റ് ജവഹർലാൽ നെഹ്റു പ്രസ്താവിക്കുന്നു. ഈ പണ്ഡിതന്മാർ തങ്ങളുടെ കൂടെ ജ്യോതിശ്ശാസ്ത്രം, ഗണിതശാസ്ത്രം, തുടങ്ങിയ ശാസ്ത്രഗ്രന്ഥങ്ങൾ കൊണ്ടുപോയിരുന്നു. അതിൽ *ആര്യഭടീയം* എന്ന ഗ്രന്ഥവും ഉൾപ്പെട്ടിരുന്നു. അവർ കൊണ്ടുപോയ ഗ്രന്ഥങ്ങളിൽ പൂജ്യത്തെപ്പറ്റിയുള്ള വിവരങ്ങൾ ഉണ്ടായിരുന്നു. ഇവ പിന്നീട് അറബിയിലേക്ക് പരിഭാഷപ്പെടുത്തി. അങ്ങനെ പൂജ്യം ഉൾപ്പെട്ടിട്ടുള്ള ഭാരതീയ അക്കങ്ങൾ അറബിനാട്ടിലെത്തി. അക്കങ്ങൾക്ക് 'ഹിന്ദ്സാ' എന്ന വാക്കാണ് അറബിയിലുപയോഗിക്കുന്നത്. 'ഹിന്ദിൽ നിന്ന്' എന്നാണ് ആ വാക്കിന്റെ അർഥം. ഹിന്ദുസ്ഥാൻ എന്ന വാക്കിന്റെ ചുരുക്കമാണ് ഹിന്ദ്. ഹിന്ദുസ്ഥാൻ ഭാരതം തന്നെ. അപ്പോൾ അറബികൾ ഉപയോഗിച്ചിരുന്ന അക്കങ്ങൾ അവർക്ക് ഭാരതത്തിൽ നിന്ന് കിട്ടിയതാണെന്നതിന് തെളിവുകൾ വേറെ ആവശ്യമില്ല.

അറബിനാട്ടിലെത്തിയ ഭാരതീയപണ്ഡിതന്മാർ അവിടെ വിദ്യാകേന്ദ്രങ്ങൾ സ്ഥാപിച്ചു. ഈ പഠന കേന്ദ്രങ്ങൾ വളർന്നു. യൂറോപ്യന്മാർ അറബിപഠനകേന്ദ്രങ്ങളിലെത്തി. അവർ പുതിയ സംഖ്യാസമ്പ്രദായത്തിൽ ആകൃഷ്ടരായി. അവർ ഭാരതത്തിലെ അക്കങ്ങളെ അറബ് അക്കങ്ങൾ എന്നു വിളിച്ചു. അവർക്ക് ഇവ ലഭിച്ചത് അറബികളിൽ നിന്നായതുകൊണ്ടാണ് അങ്ങനെ പേർ വിളിച്ചത്. ഈ അക്കങ്ങളുടെ ഉത്ഭവം ഇന്ത്യയിലാണെന്ന് പിന്നീട് മനസിലാക്കുകയും ഇവയെ ഹിന്ദുഅറബ് അക്കങ്ങൾ [Hindu - Arab Numerals]എന്ന് വിളിച്ചു തുടങ്ങുകയും ചെയ്തു.

പൂജ്യം പ്രചരിപ്പിക്കുന്നതിൽ നിസ്തുലമായ പങ്കുവഹിച്ച ഒരുപണ്ഡിതനാണ് അൽഖൊറ്സ്മി (780 - 850). പ്രസിദ്ധ അറബി ഗണിത ശാസ്ത്രജ്ഞനായിരുന്ന ഇദ്ദേഹം ഭാരതം സന്ദർശിക്കുന്നതിനിടയിലാണ് പൂജ്യത്തെ പരിചയപ്പെട്ടത്. പൂജ്യം ഉപയോഗിച്ചുള്ള ഗണിതക്രിയ അദ്ദേഹത്തിന് വളരെ ഇഷ്ടപ്പെട്ടു. അദ്ദേഹം ബാഗ്ദാദിൽ തിരിച്ചത്തിയ ഉടനെ എളുപ്പത്തിലും വേഗതയിലുമുള്ള ഈ സമ്പ്രദായത്തെപ്പറ്റി ഒരു ഗ്രന്ഥമെഴുതി. ആ ഗ്രന്ഥമാണ് *കിതാബ്-അൽ- ജബർ വാ അൽ മുഖാബല (Kitab-al-jabar wa-al muqabala)* ഭാരതത്തിലെ 'ശൂന്യം' 'അൽ-സിഫർ' (Al-sifr) ആയി രൂപാന്തരപ്പെട്ടു. പിന്നെ അത് സിഫർ (sifr) മാത്രമായി. ഈ ഗ്രന്ഥം പിന്നീട് ലാറ്റിൻ ഭാഷയിലേക്ക് പരിഭാഷപ്പെടുത്തി. അങ്ങനെ ഈ സംഖ്യകൾ യൂറോപ്പിൽ പ്രചരിച്ചു.

പ്രസിദ്ധ ഗണിത ശാസ്ത്രജ്ഞനും രാജ്യതന്ത്രജ്ഞനുമായ ഗർ

ബർട്ട് (Gerbert) (940-1003) തന്റെ യാത്രക്കിടയിൽ പൂജ്യം ഉൾപ്പെട്ട സംഖ്യാസമ്പ്രദായത്തെപ്പറ്റി പഠിക്കാനിടയായി. അദ്ദേഹവും എളുപ്പവും വേഗതയുമുള്ള ഈ സമ്പ്രദായം യൂറോപ്യന്മാരെ പഠിപ്പിക്കാൻ നല്ല പരിശ്രമം നടത്തിയിട്ടുണ്ട്.

പൂജ്യം പ്രചരിപ്പിക്കുന്നതിൽ വളരെ വലിയ പങ്ക് വഹിച്ച മറ്റൊരു ഗണിതശാസ്ത്രജ്ഞനാണ് ഫിബൊനാച്ചി (AD 1170-1230) ഇദ്ദേഹം ഒരു സഞ്ചാരപ്രിയനായിരുന്നു. ഗ്രീസ്, സിറിയ, ഇറ്റലി തുടങ്ങിയ രാജ്യങ്ങൾ സന്ദർശിച്ചിരുന്നു. അവിടങ്ങളിലുള്ള പണ്ഡിതന്മാരെയും കച്ചവടക്കാരെയും കണ്ട് ധാരാളം വിജ്ഞാനം സമ്പാദിച്ചു. തന്റെ സഞ്ചാരത്തിനിടയിൽ അദ്ദേഹത്തെ ഏറ്റവും ആകർഷിച്ചത് ഭാരതത്തിലെ സംഖ്യാസമ്പ്രദായമായിരുന്നു. മണിച്ചട്ടം ഉപയോഗിച്ച് മാത്രം ക്രിയചെയ്തിരുന്ന അദ്ദേഹത്തിന് ഈ രീതി വളരെ എളുപ്പമായ തോന്നി. അദ്ദേഹം മണിച്ചട്ടം ഉപേക്ഷിച്ചു. ലാറ്റിൻ ഭാഷയിൽ *ഗണിതക്രിയാപുസ്തകം* [*Liber-Abaci: Book of Computation*] രചിച്ച് യൂറോപ്പിലാകമാനം ഇതുപയോഗിക്കണം എന്നു നിഷ്കർഷിച്ചു. ഗണിതത്തിന് വലിയ പുരോഗതി ഇല്ലാതിരുന്ന യൂറോപ്പിൽ രണ്ടു നൂറ്റാണ്ടുകാലത്തോളം ഇത് പാഠപുസ്തകമായിരുന്നു.

അറബിയിലെ സിഫർ ലാറ്റിനിലെത്തിയപ്പോൾ സിഫറം [Zephirum] യൂറോപ്പിലൂടെ സഞ്ചരിച്ചതിനിടയിൽ ധാരാളം പേരുകൾ സ്വീകരിച്ചു. മാക്സിമസ് പ്ലാരിൻഡസ് (1340) ഇതിനെ സിഫ്രാ [Tziphra] എന്നു വിളിച്ചു. ഇറ്റലിയിലെ ജക്കോപോഡോഫിറെൻസെ 1307 ൽ സിയൂറോ [Zeuro] എന്നു വിളിച്ചു. ഗ്യോവന്നിഡെ, ഡാന്റിയോഫ് അറെസ്സോ 1307 ൽ ഇതിനെ സിയെറോ [Ceuero] എന്നു വിളിച്ചു. പിന്നീട് സിപോസ് (Sipos), സിഫ്രോൺ (Tsiphoron), സിറോൺ (Zeron), സിഫ്രാ (Cifra) ,സീറോ (Zero) തുടങ്ങിയ പേരുകളും വന്നു. ഗ്രീക്കുകാർ ഇതിനെ ഒമിക്രോൺ (Omicron) എന്നാണ് വിളിച്ചത്. ഒന്നുമില്ല (Lacuna) എന്നാണ് ഈ വാക്കിനർഥം. പൂജ്യത്തിന് ഇന്ന് ഉപയോഗിക്കുന്ന 0 എന്ന ചിഹ്നം Omicron എന്ന പദത്തിന്റെ ആദ്യാക്ഷരമാണ് എന്ന് ചിലർ അഭിപ്രായപ്പെടുന്നത് മുമ്പ് സൂചിപ്പിച്ചുവല്ലോ. സെനറോ (Zenero), സെപിറോ [Zepiro], ഇസിഫ്രാ [Iziphra], സിനെറോ [Cenero], സൈഫർ [Cypher] എന്നിവയും പൂജ്യത്തിന്റെ പേരുകളാണ്. ഇപ്പോൾ അംഗീകരിക്കപ്പെട്ട പേര് സീറോ [ZERO] എന്നാകുന്നു.

പൂജ്യത്തിന്റെ പ്രത്യേകതകൾ

നിഷ്ക്രിയത്വവും സംഹാരകത്വവും പൂജ്യത്തിന്റെ മാത്രം പ്രത്യേകതയാണ്. ഗുണനകാര്യത്തിൽ 'ഒന്നിന്' നിഷ്ക്രിയത്വമുണ്ട്. ഏതു സംഖ്യയേയും ഒന്നുകൊണ്ട് ഗുണിച്ചാൽ അതേ സംഖ്യയായിരിക്കും ഫലം. ഹരണത്തിന്റെ കാര്യത്തിലും ഇവൻ നിഷ്ക്രിയൻ തന്നെ.. പൂജ്യത്തിനും ഈയൊരു നിലപാടുണ്ട്. ആരോട് ചേർത്താലും യാതൊരു ഭാവവ്യത്യാസവുമില്ല. 'ഒന്ന്' ഗുണനകാര്യത്തിലും ഹരണകാര്യത്തിലുമാണെങ്കിൽ പൂജ്യം സങ്കലനത്തിലും വ്യവകലനത്തിലുമാണ് നിഷ്ക്രിയൻ. എത്ര വലിയവനോട് ചേർന്നാലും എത്ര ചെറിയവനോട് ചേർന്നാലും താൻ എത്രതവണ ചേർന്നാലും തന്റെ യാതൊരു സാന്നിധ്യവും അറിയിക്കാതെ അവൻ മറഞ്ഞിരിക്കും. അക്ഷോഭ്യനായി നിർവികാരനായി ആരുടെകൂടെ ചേർന്ന് ലയിക്കുന്നതിനും ഇവന് മടിയില്ല. കഥകളിലെ ഭൂതങ്ങളും മറ്റും അപ്രത്യക്ഷമാകുന്നതുപോലെ ഇവൻ പൂർണമായും അപ്രത്യക്ഷമാകുകയും ചെയ്യും.

സങ്കലനത്തിൽ കാണിച്ച നിഷ്ക്രിയത്വവും നിർവികാരതയുമൊന്നും പൂജ്യം ഗുണനകാര്യത്തിൽ കാണിക്കാറില്ല. സംഹാരരുദ്രനായി എത്ര വലിയവനെയും എത്ര ചെറിയവനെയും വലിപ്പച്ചെറുപ്പം പരിഗണിക്കാതെ പൂർണമായും നശിപ്പിച്ച് താൻ മാത്രമായി മാറുന്ന അത്ഭുതപ്രക്രിയ നമുക്കിവിടെ കാണാം. ഏറ്റവും വലിയ സംഖ്യ ഇതുവരെ കണ്ടുപിടിക്കപ്പെട്ടിട്ടില്ല എന്നു നമുക്കറിയാം. നമുക്ക് കണ്ടുപിടിക്കാൻ കഴിയുന്ന, അഥവാ മണിക്കൂറുകളോ, ദിവസങ്ങളോ, മാസങ്ങളോ, വർഷങ്ങളോ ഉപയോഗിച്ച് എഴുതാൻ കഴിയുന്ന ഏറ്റവും വലിയ സംഖ്യയെപ്പോലും ഗുണനത്തിൽ ഇവൻ നശിപ്പിച്ചുകളയും.

നമ്മുടെ സംഖ്യാസമ്പ്രദായത്തിൽ കോടാനുകോടി സംഖ്യകൾ ഉണ്ടെന്ന് നമുക്കറിയാം. സംഖ്യാരേഖ ഇടത്തോട്ടും വലത്തോട്ടും അന

ന്തമായി നീണ്ടുപോകുന്നതു കാണാം. ഇതേപോലെ ഏതു രണ്ടു രേഖീയ സംഖ്യകൾക്കും ഇടയിൽ അനേകകോടി സംഖ്യകളുണ്ട്. സംഖ്യകളുടെ എണ്ണം നമുക്ക് ഊഹിക്കാൻ സാധിക്കുന്നതിലും എത്രയോ വലുതാണ്. ഭൂമിയിലുള്ള മണൽത്തരികളുടെയെല്ലാം എണ്ണത്തേക്കാൾ കൂടുതൽ, ബ്രഹ്മാണ്ഡത്തിലുള്ള കോടാനുകോടി നക്ഷത്രങ്ങളുടെയെല്ലാം എണ്ണത്തേക്കാൾ കൂടുതൽ സംഖ്യകൾ ഏതു രണ്ട് വ്യത്യസ്തസംഖ്യകൾക്കിടയിലും നമുക്ക് കണ്ടെത്താൻ സാധിക്കും. ഈ സംഖ്യകളുടെയെല്ലാം ഗുണനഫലം എത്രവലുതായിരിക്കും! ഇവിടെയും പൂജ്യം അത്ഭുതം കാണിക്കുന്നു. രേഖീയസംഖ്യകളുടെയെല്ലാം ഗുണനഫലം പൂജ്യം തന്നെ. മനുഷ്യൻ ഇന്നേവരെ കണ്ടുപിടിച്ച സർവനാശകാരിയായ ആറ്റം ബോംബിനേക്കാളും ശക്തി ഇവനുണ്ടെന്ന് നമുക്ക് സമ്മതിക്കേണ്ടിവരും. ആറ്റംബോംബ് ഉപയോഗിച്ച് എത്ര നശിപ്പിച്ചാലും കുറെ അവശിഷ്ടങ്ങൾ ബാക്കി നിൽക്കാതിരിക്കില്ല. പക്ഷേ പൂജ്യത്തിന്റെ പ്രയോഗത്തോടെ സംഖ്യാലോകം മുഴുവൻ പൂർണമായും നശിക്കുന്നു. നോക്കണേ 'ഒന്നുമില്ലാത്തവനെന്നു കരുതുന്ന നിസ്സാരനായ ഈ വട്ടപ്പൂജ്യക്കാരന്റെ ശക്തി! കണക്കുപരീക്ഷയിൽ വട്ടപ്പൂജ്യം ലഭിക്കുന്ന മണ്ടശിരോമണികൾക്ക് തങ്ങൾക്കു കിട്ടിയ പൂജ്യത്തിന്റെ അത്ഭുതശക്തിയിൽ അഭിമാനിക്കാം. ഗുണനക്രിയയിൽ പൂജ്യം കാണിക്കുന്ന അസാധാരണമായ പ്രതിഭാസം നാം മനസിലാക്കിയല്ലോ. ഹരണക്രിയയുടെ കാര്യത്തിൽ ഈ 'ആറ്റം ബോംബി'ന്റെ പ്രകടനം എന്താണെന്ന് ഇന്നേവരെ ആർക്കും കണ്ടുപിടിക്കാൻ സാധിച്ചിട്ടില്ല! വീണ്ടും നോക്കണേ, ഇവന്റെയൊരു കഴിവ്! ലോകത്തിൽ എത്രയെത്ര പ്രതിഭകളും ബുദ്ധിരാക്ഷസന്മാരും ജീവിച്ചു! എത്രയെത്ര അത്ഭുതകരമായ കണ്ടുപിടിത്തങ്ങൾ ഉണ്ടായി!! പക്ഷേ ഒരു സംഖ്യയെ പൂജ്യംകൊണ്ട് ഹരിക്കാൻ ഒരു പ്രതിഭാശാലിക്കും ഇതേവരെ സാധിച്ചിട്ടില്ല.

നൂറ്റാണ്ടുകൾക്കുമുമ്പ് തന്നെ പൂജ്യംകൊണ്ട് ഹരിക്കാനുള്ള ശ്രമം തുടങ്ങിയിരുന്നു. പുരാതനഭാരതത്തിലെ പ്രസിദ്ധ ശാസ്ത്രജ്ഞനായിരുന്ന ബ്രഹ്മഗുപ്തൻ (5988-660 AD) ഏതെങ്കിലും ഒരു സംഖ്യയെ പൂജ്യം കൊണ്ട് ഹരിച്ചാൽ ഫലം പൂജ്യമായിരിക്കുമെന്ന് പ്രസ്താവിച്ചതായി കാണുന്നു.

ഈ പ്രസ്താവനയും ആധുനിക ഗണിതശാസ്ത്രജ്ഞന്മാർ അംഗീകരിക്കുന്നില്ല. പൂജ്യം കൊണ്ടുള്ള ഹരണം തന്നെ അവർ മാറ്റി വെച്ചിരിക്കുകയാണ്. 'നിർവചിക്കപ്പെട്ടിട്ടില്ല' എന്ന മുടന്തൻന്യായം പറഞ്ഞ് പൂജ്യംകൊണ്ടുള്ള ഹരണം ഉണ്ടാക്കാൻ സാധ്യതയുള്ള രംഗത്തുനിന്നും ഒഴിഞ്ഞുമാറുകയാണിപ്പോൾ ചെയ്യുന്നത്.

പൂജ്യംകൊണ്ടുള്ള ഹരണം വിചിത്രമായ പല അനുഭവങ്ങളിലും നമ്മെ കൊണ്ടുചെന്നെത്തിക്കും. ഒന്ന് രണ്ടിന് തുല്യമാണെന്നും രണ്ട് മൂന്നിന് തുല്യമാണെന്നുമുള്ള വളരെ വിചിത്രമായ ഫലങ്ങളിൽ നമുക്ക് എത്തിച്ചേരാൻ സാധിക്കും.

ഉദാഹരണമായി,

$a = b$ എന്ന ഒരു സമത പരിഗണിക്കുക.

ഇതിന്റെ രണ്ടു വശത്തെയും b കൊണ്ട് ഗുണിച്ചാൽ

$a \times b = b \times b$

$ab=b^2$

a^2 കുറച്ചാൽ, $ab-a^2=b^2-a^2$

ഘടകങ്ങളാക്കിയാൽ $a(b-a) = (b+a)(b-a)$

(b-a) കൊണ്ട് ഹരിച്ചാൽ,

$a=b+a$

$a=a+a$ $\qquad b=a$

$a=2a$

a യെ കൊണ്ട് ഹരിച്ചാൽ

$a/a = 2\ a/a$

$1 = 2$

ഇങ്ങനെ ഏത് സംഖ്യയെയും മറ്റേത് സംഖ്യയുമായി തുല്യമാണെന്ന് സ്ഥാപിക്കാൻ കഴിയും. അതായത് 1=2=3=4=5=6....

എന്ന് തെളിയിക്കാൻ കഴിയും. ഇതെല്ലാം തുല്യമായതിനാൽ എല്ലാ സംഖ്യകളും തുല്യം തന്നെ.

ഒരുദാഹരണം കൂടി:

$\frac{X^2-1}{X-1}$ ഒരു രസകരമായ വാചകമാണ് ഇതിൽ $X=1$ ആയാൽ

$$\frac{X^2-1}{X-1} = \frac{1^2-1}{1-1} = \frac{0}{0}$$

$\frac{X^2-1}{X-1}$ ഘടകക്രിയ ചെയ്താൽ $\frac{(X-1)(X+1)}{(X-1)}$ എന്നു ലഭിക്കും.

അംശത്തിൽ നിന്നും ഒരു പദം നീക്കിയാൽ ഫലം $x+1$ എന്ന് ലഭിക്കും. ഇവിടെ $X=1$ ആയാൽ പദത്തിന്റെ വില 1 + 1 = 2 എന്ന് ലഭിക്കും. ഒരേ പദത്തിന് രണ്ടുത്തരങ്ങൾ വിലയായി ലഭിക്കുന്നു. ഇത്തരം തെളിവുകൾ സാധ്യമാണെങ്കിലും ഗണിതശാസ്ത്രപരമായോ പ്രായോഗികമായോ ഇവയ്ക്ക് യാതൊരു സാധൂകരണവുമില്ല.

ഭാരതത്തിലെ പ്രസിദ്ധ ഗണിതശാസ്ത്രജ്ഞനായിരുന്ന ഭാസ്കരാചാര്യർ (1114-1185) പൂജ്യത്തെപ്പറ്റി തന്റെ *ലീലാവതി* എന്ന ഗ്രന്ഥത്തിൽ ഇങ്ങനെ പ്രസ്താവിച്ചിരിക്കുന്നു.

‘യോഗേ ഖം ക്ഷേപസമം
വർഗ്ഗാ ദൌ ഖം ഖഭാജിതോരാശി ഃ
ഖഹര ഃ സ്യാത് ഖഗുണ ഃ ഖം
ഖഗുണ ഗുണകേ ജാതേ

ശൂന്യേ ഗുണകേ ജാതേ
ഖം ഹാരശ്മേത് പുനസ്തദാ രാശി ഃ
അവികൃത ഏവ ജ്ഞേയ
സ്തഥൈവ ഖേനോനിതശ്ച യുതഃ

അതായത് ശൂന്യത്തോട് രാശി ചേർത്താൽ ആ ചേർത്ത രാശി തന്നെയായിരിക്കും ഫലം. ശൂന്യത്തിന്റെ വർഗം, വർഗമൂലം, ഘനം, ഘന മൂലം എന്നിവയും ശൂന്യം തന്നെ. ഒരു രാശിയെ ശൂന്യംകൊണ്ട് ഹരി ച്ചാലുള്ള ഫലത്തെ ഖഹരം എന്നു പറയുന്നു. ശൂന്യംകൊണ്ട് ഗുണിച്ച ശേഷം വേറെയും ക്രിയകളുണ്ടെങ്കിൽ ഫലം ചിന്ത്യമാണ്. അണുപ്രാ യമായ സംഖ്യകളെയും ശൂന്യമായി പരിഗണിക്കാമെന്നും ആചാര്യൻ പ്രസാതാവിക്കുന്നുണ്ട്. ഈ ശൂന്യത്തെ കൽപ്പിത ശൂന്യമായി കണ ക്കാക്കി, ഒരു രാശിയെ കൽപ്പിത ശൂന്യംകൊണ്ട് ഗുണിച്ച ശേഷം അതേ ശൂന്യംകൊണ്ട് ഹരിച്ചാൽ ഫലത്തിന് (രാശിക്ക്) മാറ്റം സംഭവിക്കുന്നില്ല. അതായത് $\frac{axa^0}{0} = a$

കൂടാതെ ഒരു രാശിയെ പൂജ്യംകൊണ്ട് ഹരിച്ചാലുള്ള ഫലം പരാർധ മായിരിക്കുമെന്നും പുരാതന ഭാരതീയഗ്രന്ഥങ്ങളിൽ കാണാം. അക്കാ ലത്ത് ഭാരതത്തിലുപയോഗിച്ചിരുന്ന ഏറ്റവും വലിയ സംഖ്യ പരാർധം (10^{17}) ആയിരുന്നു. പരാർധം അനന്തതയ്ക്കു തുല്യമായി പരിഗണിക്ക പ്പെട്ടിരുന്നു.

ഭാരതത്തിന്റെ സർവകാലത്തേക്കുമുള്ള അഭിമാനഭാജനമായ ശ്രീനി വാസരാമാനുജനെപ്പറ്റിയുള്ള രസകരമായ ഒരു സംഭവം ഇവിടെ പരാ മർശയോഗ്യമാണ്. ലോകപ്രസിദ്ധ ശാസ്ത്രജ്ഞനായിരുന്ന രാമാനുജൻ പ്രൈമറി ക്ലാസിൽ പഠിക്കുമ്പോഴാണ് സംഭവം നടന്നത്. ഗണിശാസ്ത്ര ക്ലാസിൽ അധ്യാപകൻ ഒരു സംഖ്യയെ അതേ സംഖ്യകൊണ്ട് ഹരിച്ചാ ലുള്ള ഫലം 'ഒന്ന്' ആയിരിക്കും എന്ന് പഠിപ്പിക്കുകയായിരുന്നു. നിത്യ ജീവിതത്തിലുള്ള ചില ഉദാഹരണങ്ങൾ അദ്ദേഹം വിദ്യാർഥികളുടെ മുന്നിൽ അവതരിപ്പിച്ചു. 5 ആപ്പിളുകൾ സമമായി 5 പേർക്ക് വീതിച്ചാൽ ഓരോരുത്തർക്കും ഓരോ ആപ്പിൾ വീതം ലഭിക്കും, അതായത് 5/ 5=1. . 10 ആപ്പിളുകൾ പത്തു പേർക്ക് തുല്യമായി ഭാഗിച്ചാൽ ഓരോരുത്തർക്കും ഓരോ ആപ്പിൾ വീതം ലഭിക്കും. അതായത് 10/10=1 ഇങ്ങനെ പല ഉദാ ഹരണങ്ങൾ വഴി അദ്ദേഹം ഒരു പൊതു തത്വത്തിൽ എത്തിച്ചേർന്നു. "ഏതൊരു സംഖ്യയെയും അതേ സംഖ്യകൊണ്ട് ഹരിച്ചാൽ ഫലം '1' ആയിരിക്കും." ഇതു കേൾക്കേണ്ട താമസം, രാമാനുജൻ എഴുന്നേറ്റ് ഒരു ചോദ്യം ചോദിച്ചു. "പൂജ്യത്തെ പൂജ്യംകൊണ്ട് ഹരിച്ചാൽ ഒന്ന് കിട്ടുമോ? പൂജ്യം ആപ്പിൾ പൂജ്യം പേർക്ക് സമമായി വീതിച്ചാൽ ഒരാപ്പിൾ ലഭി ക്കുമോ?'' രാമാനുജന്റെ ബുദ്ധിശക്തിയിൽ അധ്യാപകന് വളരെ സന്തോഷം തോന്നി. അധ്യാപകൻ ഈ ചോദ്യത്തിന് എന്ത് മറുപടി നൽകി എന്ന് നമുക്കറിയില്ല. പക്ഷേ പൂജ്യം കൊണ്ടുള്ള ഹരണം

പ്രൈമറി സ്കൂളിൽ പഠിക്കുന്ന കാലത്തുതന്നെ രാമാനുജനെ ആകർഷിച്ചിരുന്നു എന്ന് നമുക്കു മനസിലാക്കാം.

രേഖീയ സംഖ്യകളെ പൊതുവെ പോസിറ്റീവ്, നെഗറ്റീവ് എന്നിങ്ങനെ രണ്ടായി തരംതിരിച്ചിട്ടുണ്ട്. ഈ രണ്ടിലും പെടാത്ത, 'ചേരിചേരാനയം' സ്വീകരിച്ച ഒരേ ഒരു രേഖീയ സംഖ്യ പൂജ്യമാണ്. ഗുണനവിപരീതമില്ലാത്ത ഏക സംഖ്യയും പൂജ്യം തന്നെ.

മറ്റ് സംഖ്യകൾ പാലിക്കുന്ന പല നിയമങ്ങളും പൂജ്യം പാലിക്കാറില്ല. ഒരു സംഖ്യയുടെ കൃതി (ഘാതം) പൂജ്യമായാൽ ഈ പദത്തിന്റെ വില 1 ആയിരിക്കും. അതായത് $1^0=1$,, $2^0=1$,, $5^0=1$. പക്ഷേ 0^0 എന്നത് ഒന്നാണെന്ന് പറയാൻ സാധ്യമല്ല. സംഖ്യയുടെ ഒരു പൊതുനിയമത്തിൽ നിന്നും പൂജ്യം തന്ത്രപൂർവം രക്ഷപ്പെട്ടിരിക്കുന്നു.

ഏറ്റവും ഒടുവിൽ കണ്ടുപിടിക്കപ്പെട്ട അക്കമാണ് പൂജ്യമെങ്കിലും പൂജ്യത്തെ അക്കങ്ങളുടെ കാരണവരായി കണക്കാക്കുന്നവരുമുണ്ട്. പത്തക്കങ്ങളിൽ മൂല്യത്തിന്റെ കാര്യത്തിൽ പൂജ്യം ഏറ്റവും ചെറുതാണെന്ന് കാണാം. പക്ഷേ ഏറ്റവും വലിയ ഒരു സ്ഥാനത്തിരുത്തി ചിലരെങ്കിലും ഇവനെ ആദരിക്കാറുണ്ട്. ടെലിഫോൺ തന്നെ ഉദാഹരണം. ടെലിഫോണിൽ ആദ്യത്തെ അക്കം 1 ആണ്. പിന്നീട് അതിന്റെ വലിയ അക്കം 2. അങ്ങനെ വലിപ്പത്തിനനുസരിച്ച് അക്കങ്ങൾ ക്രമീകരിച്ചിരിക്കുന്നു. 9 ന് ശേഷമാണ് അവിടെ പൂജ്യത്തിന് സ്ഥാനം. ടൈപ്പ് റൈറ്ററിലെ കീബോർഡിലും പൂജ്യത്തിന് ഉയർന്ന സ്ഥാനം നൽകിയിരിക്കുന്നു.

നാം എണ്ണാൻ ഉപയോഗിക്കുന്ന സംഖ്യകളാണ് 1,2,3,4...എന്നിവ. ഇവയെ എണ്ണൽ സംഖ്യകൾ അഥവാ നിസർഗസംഖ്യകൾ [Natural Numbers or Counting Numbers] എന്നുപറയുന്നു. ഈ സംഖ്യാഗണത്തെ N എന്നറിയപ്പെടുന്നു. ഇത് ഒരു അനന്തഗണമാണ്.

പൂജ്യത്തെ ഒരു എണ്ണൽ സംഖ്യയായി പരിഗണിക്കാറില്ല. കാരണം എണ്ണുവാൻ പൂജ്യം ഉപയോഗിക്കാറില്ല. 1 മുതലാണ് നാം എണ്ണാൻ ആരംഭിക്കുന്നത്. പൂജ്യവും എണ്ണൽ സംഖ്യകളും ചേർന്നുള്ളവയെ അഖണ്ഡ സംഖ്യകൾ (Whole Numbers) എന്നു വിളിക്കുന്നു. ഈ സംഖ്യാഗണം അഖണ്ഡ സംഖ്യാഗണമാണ് W. ഏറ്റവും ചെറിയ അഖണ്ഡസംഖ്യ പൂജ്യമായിരിക്കും.

പൂജ്യം വേദകാലഗണിതത്തിൽ

പുരാതനകാലത്ത് ഭാരതത്തിലുണ്ടായിരുന്ന വിജ്ഞാന പുരോഗതിയുടെ മികച്ച തെളിവുകളാണ് വേദങ്ങൾ. വേദങ്ങളിൽ ആദ്യത്തെ വേദമായ *ഋഗ്വേദം* ലോകത്തിലെ ആദ്യത്തെ ബൃഹത് വിജ്ഞാന ഗ്രന്ഥമായും കണക്കാക്കിവരുന്നു. ക്രിസ്തുവിന് മുമ്പ് 500 വർഷം മുതൽ 6000 വർഷം വരെയുള്ള കാലമാണ് വേദകാലമെന്ന് പൊതുവെ അംഗീകരിക്കപ്പെട്ടിരുന്നു.

സർവവിജ്ഞാനങ്ങളുടെയും സമാഹാരമാണ് വേദങ്ങൾ എന്നു പറയാം. വേദങ്ങളിൽ ഗണിതത്തിന് വളരെ പ്രമുഖമായ സ്ഥാനമാണ് നൽകിക്കാണുന്നത്. വേദാംഗ ജ്യോതിഷത്തിൽ ഗണിതത്തിന്റെ പ്രാധാന്യത്തെപ്പറ്റി ഇങ്ങനെ പ്രസ്താവിച്ചു കാണുന്നു.

"യഥാ ശിഖാ മയൂരാണാം
നാഗാനാം മണയോ തഥാ
തദ്വദ് വേദാംഗ ശാസ്ത്രാണാം
ഗണിതം മൂർധനിസ്ഥിതം"

മയിലുകളുടെ ശിരസിൽ ചൂഡയെന്ന പോലെയും സർപ്പങ്ങളുടെ ശിരസിൽ മാണിക്യമെന്നപോലെയും ശാസ്ത്രങ്ങളുടെ ശിരസിൽ ഗണിതം ശോഭിക്കുന്നു എന്ന് ഈ ഭാഗം അർഥമാക്കുന്നു.

ഗണിത ക്രിയകൾ അത്ഭുതകരമായ വേഗതയിൽ ചെയ്യാൻ സാധിക്കുന്ന സൂത്രവാക്യങ്ങൾ വേദകാലഗണിതത്തിൽ കാണാം. മിക്ക ക്രിയകളും ഒറ്റ വരിയിൽ ചെയ്യാൻ സാധിക്കും എന്നതാണ് ഈ സൂത്രവാക്യങ്ങളുടെ സവിശേഷത. ഗണിത ക്രിയകൾ എളുപ്പത്തിൽ നിർവഹിക്കാൻ സഹായിക്കുന്ന പതിനാറ് സൂത്രങ്ങളും പതിമൂന്ന് ഉപസൂത്രങ്ങളും താഴെ കൊടുക്കുന്നു.

സൂത്രങ്ങൾ

1. ഏകാധികേന പൂർവേണ (ആദ്യത്തെതിനെക്കാൾ ഒന്നു കൂടുതൽ)
2. നിഖിലം നവതശ്ചരമം ദശതഃ (എല്ലാം ഒമ്പതിൽ നിന്ന് അവസാനത്തേത് പത്തിൽ നിന്ന്
3. ഊർധ്വതിര്യഗ് ഭ്യാം (കുത്തനെയും വിലങ്ങനെയും)
4. ശൂന്യം സാമ്യസമുച്ചയേ (തുക തുല്യമാണെങ്കിൽ പൂജ്യമായി കരുതുക.)
5. പരാവർത്ത്യ യോജയേത് (സ്ഥാനക്കയറ്റം വരുത്തി പ്രയോഗിക്കുക)
6. ആനുരൂപ്യേന ശൂന്യമന്യത് (ഒന്ന് ആനുപാതികമായിരിക്കേ മറ്റേത് പൂജ്യമായിരിക്കും.)
7. സങ്കലന വ്യവകലനാഭ്യാം (സങ്കലനവും വ്യവകലനവും)
8. പൂരണാ പൂരണാഭ്യാം (പൂരണവും അപൂരണവും)
9. ചലനകലനാഭ്യാം (അവകലനം)
10. യാവദൂനം (കുറവിന്റെ അളവ് വീണ്ടും കുറയ്ക്കുക)
11. വ്യഷ്ടി സമഷ്ടിഃ (ശരാശരി ആകെത്തുകയ്ക്ക് തുല്യം)
12. ശേഷാണ്യങ്കേന ചരമേണ (ശിഷ്ടങ്ങൾ അവസാന അക്കം കൊണ്ട്)
13. സോപാന്ധ്യദ്വയമന്ത്യം (അവസാനത്തെയും തൊട്ടുമുമ്പുള്ളതിന്റെ രണ്ടിരട്ടിയും)
14. ഏകന്യൂനേന പൂർവേണ (മുമ്പുള്ളതിൽനിന്ന് ഒന്നു കുറച്ചുള്ളത്)
15. ഗുണിതസമുച്ചയഃ (ഗുണാങ്കങ്ങളുടെ ആകെത്തുക)
16. ഗുണകസമുച്ചയഃ (ഗുണകങ്ങളുടെ ആകെ തുക)

ഉപസൂത്രങ്ങൾ

1. ആനുരൂപ്യേണ
2. ശിഷ്യതേ ശേഷസംജ്ഞ
3. ആദ്യമാദ്യേനാന്ത്യമന്ത്യേന
4. കേവലൈഃ സപ്തകം ഗുണ്യാത്
5. വേഷ്ടനം
6. യാവദൂനം താവദൂനം
7. യാവദൂനം താവദൂനീകൃത്യവർഗംചയേജയേത്
8. അന്ത്യയോർദശകേപി
9. അന്ത്യയോരേവ
10. സമുച്ചയ ഗുണിതഃ
11. ലോപനസ്ഥാപനാഭ്യാം
12. വിലോകനം
13. ഗുണിത സമുച്ചയഃ സമുച്ചയ ഗുണിതഃ

ഈ സൂത്രവാക്യങ്ങളും ഉപസൂത്രവാക്യങ്ങളും അത്ഭുതകരമായ രീതിയിൽ എളുപ്പമാകാനുള്ളതിന്റെ പ്രധാന കാരണം പത്ത് എന്ന സംഖ്യക്ക് നൽകപ്പെട്ടിട്ടുള്ള പ്രാധാന്യമാണ്. പത്തും പത്തിന്റെ ഗുണിതങ്ങളും പൂജ്യവുമായി ബന്ധപ്പെട്ടിരിക്കുന്നു. ഒരു സംഖ്യയെ പത്തുകൊണ്ട് ഗുണിക്കാൻ ഒരു പൂജ്യം ചേർത്താൽ മതിയല്ലോ. ഗണിതക്രിയകൾ പത്തുമായി ബന്ധപ്പെടുത്തുമ്പോൾ അവ ലളിതമായി മാറുന്നതു കാണാം. ഉദാഹരണമായി ഒരു സംഖ്യയെ ഒമ്പതുകൊണ്ട് ഗുണിക്കുന്നതിന് സംഖ്യയോട് പൂജ്യം ചേർത്ത് സംഖ്യ കുറച്ചാൽ മതിയാകും. അഞ്ചുകൊണ്ട് ഗുണിക്കാൻ ഒരു പൂജ്യം ചേർത്ത് 2 കൊണ്ട് ഹരിച്ചാൽ മതി.

പത്തുമായി ബന്ധപ്പെടുത്തിയിട്ടുള്ള ഒരു സൂത്രവാക്യമാണ് 'നിഖിലം നവതശ്ചരമം ദശതഃ.' രണ്ട് സംഖ്യകൾ തമ്മിലുള്ള ഗുണനത്തിന് ഈ സൂത്രവാക്യം ഉപയോഗിക്കാം.

ഏറ്റവും ചെറിയ ഒരു ഉദാഹരണമെന്ന നിലയിൽ ഒരക്കം മാത്രമുള്ള രണ്ട് സംഖ്യകൾ തമ്മിലുള്ള ഗുണനം 8 X 7 പരിഗണിക്കാം.. ഈ സംഖ്യകൾ തമ്മിലുള്ള ഗുണനത്തിന് അടിസ്ഥാനമായി സ്വീകരിക്കുന്നത് 'പത്ത്' ആകുന്നു. പത്തിൽ നിന്ന് ഈ സംഖ്യകൾ കുറച്ച് ഫലം വലതുഭാഗത്തായി ചേർക്കണം. ഇങ്ങനെ കുറച്ചുകിട്ടുന്ന ഫലത്തെ 'ഡിഫിഷ്യൻസി' എന്നു പറയാം. പത്തിൽ കുറവാകുമ്പോൾ പത്തിൽനിന്നുള്ള ഡിഫിഷ്യൻസി നെഗറ്റീവ് ആയിരിക്കും. അപ്പോൾ ഡിഫിഷ്യൻസിക്ക് നെഗറ്റീവ് ചേർക്കുന്നു.

8 X 7 നുള്ള ക്രിയ നിർവഹിക്കുന്നത് ആദ്യം ഡിഫ്യൻസി കണ്ടുപിടിച്ച് താഴെ കൊടുത്തിരിക്കുന്ന രീതിയിൽ എഴുതുക.

8 – 2

7 – 3

ഇനി ഡിഫിഷ്യൻസികൾ തമ്മിൽ ഗുണിക്കുക. ഇവ രണ്ടും നെഗറ്റീവ് ആയതിനാൽ ഫലം പോസിറ്റീവ് ആയിരിക്കും. ഈ ഫലം (= 6) ഗുണനഫലത്തിന്റെ ഒന്നാം സ്ഥാനത്തെ അക്കമായി കണക്കാക്കാം.

ഗുണനഫലത്തിന്റെ മറ്റേ അക്കം കണ്ടുപിടിക്കാൻ നാലുവഴികളുണ്ട്.

1. 7ൽ നിന്ന് 2 കുറയ്ക്കുക.
2. 8ൽ നിന്ന് 3 കുറയ്ക്കുക.
3. അടിസ്ഥാനസംഖ്യ (10) യിൽനിന്ന് 2ന്റെയും മൂന്നിന്റെയും തുക കുറയ്ക്കുക.
4. 8+7 നിന്ന് 10 കുറയ്ക്കുക.

ഈ ഫലങ്ങൾ 5 ആയിരിക്കും. അതിനാൽ ഗുണനഫലം 56 ആയിരിക്കും.

ഈ രീതി ഉപയോഗിച്ച് പത്തിൽ കൂടുതലായുള്ള സംഖ്യകളുടെ ഗുണനഫലവും കാണാം. ഉദാഹരണമായി 12, 8 എന്നീ സംഖ്യകളുടെ ഗുണനഫലം കാണണമെന്നിരിക്കട്ടെ. 12 ന്റെ ഡിഫിഷ്യൻസി +2 ഉം 8

ന്റെ ഡിഫിഷ്യൻസി -2 ഉം ആകുന്നു. ഡിഫിഷ്യൻസികളുടെ ഗുണന ഫലം -2 X +2 = 4. ഇടതുഭാഗത്തുള്ള ക്രിയ 12-2=10 എന്നു കിട്ടുന്നു. ഇത് യഥാർഥത്തിൽ 100 ആകുന്നു. ഇതിൽനിന്ന് 4 കുറയ്ക്കുക (ഡിഫിഷ്യൻസിയുടെ ഗുണനഫലം നെഗറ്റീവ് ആയതിനാൽ) ഫലം 96 ആയിരിക്കും. അതിനാൽ 12 X 8 = 96.

ഡിഫിഷ്യൻസി രണ്ടും പോസിറ്റീവ് ആണെങ്കിൽ ഗുണനഫലവും പോസിറ്റീവ് ആയിരിക്കും. അപ്പോൾ ആദ്യരീതിയിൽ തന്നെ ഫലമെഴുതാം.

ഗുണിക്കേണ്ടുന്ന സംഖ്യകൾ നൂറിനോടടുത്താകുമ്പോൾ അടിസ്ഥാനസംഖ്യയായി 100 സ്വീകരിക്കേണ്ടതാണ്.

ഉദാഹരണമായി 92 X 93ന്റെ ഫലം കാണണമെന്നിരിക്കട്ടെ. ഡിഫിഷ്യൻസികൾ യഥാക്രമം -8 ഉം -7 ഉം ആകുന്നു. ക്രിയ താഴെ കൊടുക്കുന്നു.

92	-	8
93	-	7
85		56

ഡിഫിഷ്യൻസികൾ തമ്മിലുള്ള ഗുണനഫലത്തിൽ ഒരക്കം മാത്രമേ ഉള്ളൂ എങ്കിൽ നമ്മുടെ കഥാനായകനായ പൂജ്യം ചേർത്ത് രണ്ടക്ക സംഖ്യ ആക്കേണ്ടതാണ്. 100 അടിസ്ഥാനമായുള്ള ക്രിയക്കാണ് ഇങ്ങനെ ഒരു പൂജ്യം ചേർക്കേണ്ടത്.

ഉദാഹരണമായി 98 x 97 ന്റെ ഫലം കാണുമ്പോൾ ഡിഫിഷ്യൻസികളുടെ ഗുണനഫലം -2 x -3 = 6.

98	-	2
97	-	3
95		6

ഗുണനഫലമായി 6 ന്റെ ഇടതുഭാഗത്ത് പൂജ്യം ചേർത്ത് 9506 എന്ന് എഴുതണം. 1000 അടിസ്ഥാനമായി ചെയ്യുന്ന ക്രിയയിൽ ഡിഫിഷ്യൻസികൾ തമ്മിലുള്ള ഗുണനഫലത്തിൽ 3 അക്കങ്ങൾ വേണം. ഇതിന് ഒന്നോ രണ്ടോ പൂജ്യങ്ങൾ ചേർക്കേണ്ടിവരും.

മേൽക്കൊടുത്തിരിക്കുന്ന സൂത്രവാക്യങ്ങളിൽ രണ്ടെണ്ണം പൂജ്യവുമായി നേരിട്ട് ബന്ധപ്പെട്ടിരിക്കുന്നതായി കാണാം. 'ശൂന്യം സാമ്യ സമുച്ചയേ, 'ശൂന്യം അന്യത്' എന്നിവയാണ് അവ.

ശൂന്യം സാമ്യസമുച്ചയേ എന്ന സൂത്രം ധാരാളം വ്യത്യസ്തസന്ദർഭങ്ങളിൽ ഉപയോഗിക്കാൻ പറ്റിയതാണ്. ഒരേപോലെയാകുമ്പോൾ പൂജ്യമാകുന്നു. അഥവാ പൂജ്യമായി സമീകരിക്കണം എന്ന് ഈ സൂത്രം വ്യഖ്യാനിക്കാം.

'സമുച്ചയം' എന്ന പദത്തിന് വ്യത്യസ്തസന്ദർഭങ്ങളിൽ വ്യത്യസ്ത അർഥങ്ങൾ കൽപ്പിക്കപ്പെടുന്നുണ്ട്. പ്രധാനമായും 4 അർഥങ്ങൾ കൽപ്പിച്ചുകൊണ്ട് 4 രീതിയിൽ ഈ സൂത്രം ഉപയോഗിക്കുന്നു.

പരിഗണിക്കുന്ന എല്ലാ പദങ്ങളിലും പൊതുഘടകമായി വരുന്ന ഒരു

പദം എന്നാണ് സമുച്ചയപദത്തിന് കൽപ്പിച്ചിട്ടുള്ള ഒരു അർഥം.

ഉദാഹരണമായി:

15 x +3 x =7 x +4x എന്ന സമവാക്യത്തിൽ x ന്റെ വില കാണണ മെന്നിരിക്കട്ടെ. ഇവിടെ സാധാരണ ചെയ്യാറുള്ള ക്രിയ

15 x + 3 x+-7x+-4 x =7x+4x+-7x-4x

15x+3x-7x-4x=7x+-7x+4x+-4x

15x+3x-7x-7x=0

(15+3-7-4)x=0

7x=0

x=0

'ശൂന്യം സാമ്യസമുച്ചയേ' എന്ന സൂത്രമുപയോഗിക്കുമ്പോൾ ഈ വഴികളൊന്നും തന്നെ ആവശ്യമില്ല.

ഈ പദങ്ങളിലും പൊതുഘടകമായി വരുന്നത് x ആകുന്നു.

അത് പൂജ്യമായിരിക്കും. അതായത് x = 0

3(x 1) = 2(x 1) എന്ന സമവാക്യം നിർധാരണം ചെയ്യാൻ സാധാരണ രീതിയിൽ കുറെ സ്റ്റെപ്പുകൾ ആവശ്യമാണ്. പക്ഷേ നമ്മുടെ സൂത്ര പ്രകാരം ഇവിടെ പൊതുവായി വരുന്ന പദം x-1 കുന്നു. ഇത് പൂജ്യം.

അതുകൊണ്ട്, x = 1

സ്വതന്ത്രപദങ്ങളുടെ ഗുണനഫലം എന്നാണ് സമുച്ചയപദത്തിന് മറ്റൊരു അർഥം കൽപ്പിച്ചിരിക്കുന്നത്.

ഉദാഹരണമായി:

(x+3) (x+16)=(x+12)(x+4) എന്ന സമവാക്യം നിർധാരണം ചെയ്യാൻ മൂന്നോ അതിലധികമോ സ്റ്റെപ്പ് ആവശ്യമാണ്. ഇവിടെ സ്വത ന്ത്രപദങ്ങളുടെ ഗുണനഫലം

3 X 16 = 48, 12 X 4 = 48 ഇവ തുല്യമായതിനാൽ സൂത്രവാക്യപ്ര കാരം X = 0 എന്ന് ഉത്തരം എഴുതാം.

ഒരേ സംഖ്യ അംശമുള്ള 2 ഭിന്നിതങ്ങളുടെ ഛേദങ്ങളുടെ തുക എന്നാണ് സമുച്ചയപദത്തിന് മറ്റൊരു അർഥം നൽകിയിട്ടുള്ളത്.

ഉദാഹരണമായി:

$\frac{1}{3x-2}+\frac{1}{2x-3}=0$ എന്ന സമവാക്യം പരിഗണിക്കുക.

ഇവിടെ അംശങ്ങൾ തുല്യമാണ്. അതിനാൽ അംശങ്ങളുടെ തുക പൂജ്യമാക്കുക.

അതായത് 3x-2+2x-3 =0

5x- 5=0 x=1

സമുച്ചയപദത്തിന് തുക എന്ന അർഥമാണ് വ്യത്യസ്തസന്ദർഭങ്ങളിൽ ഉപയോഗിക്കുന്നത് അംശത്തിന്റെയും ഛേദത്തിന്റെയും തുക തുല്യമായാൽ ആ തുക പൂജ്യമായി കണക്കാക്കാം.

$2x+5 = 2X+3$

$\frac{2x+5}{2x+3} = \frac{2x+5}{2x+3}$ എന്ന സമവാക്യത്തിൽ

അംശങ്ങളുടെ $2X+5+2X+3=4X+8$

ഛേദങ്ങളുടെ തുക $2X+3+2X+5=4X+8$

ഇവിടെ അംശങ്ങളുടെയും ഛേദങ്ങളുടെയും തുക തുല്യമാണ്.

അതിനാൽ $4X+8=0$: $X=-2$

ഇതേ അർഥത്തിൽ മറ്റു സന്ദർഭങ്ങളിലും ഉപയോഗിക്കാം.

പൂജ്യവുമായി ബന്ധപ്പെട്ട മറ്റൊരു സൂത്രമാണ് 'ആനുരൂപ്യേന ശൂന്യം അന്യത്' ഒരു ഭാഗം ഒരേ അംശബന്ധത്തിലായതിനാൽ മറ്റേ ഭാഗം പൂജ്യമായിരിക്കും എന്ന് ഈ സൂത്രം വ്യാഖ്യാനിക്കാം.

ഉദാഹരണമായി: $3X + 2Y = 5$
$7X + 6Y = 15$

എന്നീ സമവാക്യങ്ങൾ പരിഗണിക്കുക. Y യുടെ ഗുണോത്തരങ്ങളും സ്ഥിരങ്ങളും ഒരേ അംശബന്ധത്തിലാണുള്ളത്. അതിനാൽ $X=0$
$Y=5/2$

ഈ സൂത്രവാക്യമുപയോഗിച്ച് ഒറ്റവരിയിൽ തന്നെ ഉത്തരം കണ്ടുപിടിക്കാൻ സാധിക്കും.

പൂജ്യത്തിന്റെ ചങ്ങാതികൾ

പൂജ്യത്തിന് അനേകം ചങ്ങാതിമാരുണ്ടെങ്കിലും, രണ്ട് ചങ്ങാതിമാരാണ് പ്രധാനം. പൂജ്യത്തെപ്പോലെ, ഈ ചങ്ങാതികളും വികൃതികളാണ്. 'ഒന്നും' അനന്തത (∞) യുമാണ് ഈ രണ്ട് ചങ്ങാതികൾ. ഇവരിൽ അനന്തത (INFINITY)യാണ് ഏറെ വികൃതിക്കാരൻ. ഇവർ മൂന്നുപേരും തമ്മിലുള്ള ബന്ധം ഇതാ $1 / 0 = \infty$.

ഒരു സംഖ്യയുടെ അംശവും ഛേദവും പരസ്പരം മാറ്റിയാൽ കിട്ടുന്ന സംഖ്യയെ വ്യുൽക്രമം എന്നു പറയുന്നു. അതായത് 2 / 3 ന്റെ വ്യുൽക്രമമാണ് 3 / 2. ഛേദം ഇല്ലാത്ത സംഖ്യക്ക് അതിന്റെ ഛേദമായി 'ഒന്ന്' എടുക്കുകയാണ് പതിവ്. അപ്പോൾ പൂജ്യത്തിന്റെ വ്യുൽക്രമമാണ് അനന്തത.

അംശവും ഛേദവും തമ്മിലുള്ള പരസ്പരബന്ധമാണ് നമ്മെ അനന്തതയിലേക്ക് നയിക്കുന്നത്. ഒരു സംഖ്യയുടെ അംശവും ഛേദവും തുല്യമായാൽ അത് 'ഒന്ന്' ആയിരിക്കും. ഛേദം കുറയുന്നതിനനുസരിച്ച് സംഖ്യയുടെ വില കൂടിക്കൊണ്ടിരിക്കും. ഇങ്ങനെ ഛേദം കുറഞ്ഞ് ഏറ്റവും ചെറിയ ഒരു പോസിറ്റീവ് അവസ്ഥ എത്തുമ്പോൾ സംഖ്യ പരമാവധി വലിയ വിലയിൽ എത്തുന്നു. ഏറ്റവും കുറഞ്ഞ വിലയെയാണ് പൂജ്യമായി കണക്കാക്കുന്നത്.

ഗണിതശാസ്ത്രപരമായി അനന്തതയ്ക്ക് രൂപം നൽകുന്നതിനുമുമ്പ് തന്നെ അനന്തത എന്ന ആശയം പ്രചരിപ്പിക്കപ്പെട്ടിരുന്നു. വിഫലതയുടെയും ഭയത്തിന്റെയും പ്രതീകമായിട്ടാണ് അനന്തതയെ സൂചിപ്പിച്ചിരിക്കുന്നത്. പ്ലാറ്റോവും പൈഥഗോറസും അനന്തതയെ അംഗീകരിച്ചിരുന്നില്ല. പക്ഷേ അരിസ്റ്റോട്ടിൽ അനന്തതയെ അംഗീകരിക്കുകയും ലോകത്തിലെ അനേകം പ്രതിഭാസങ്ങളിൽ അനന്തതയുണ്ടെന്ന് വിശ്വസിക്കുകയും ചെയ്തു. അനന്തതയ്ക്ക് ഉദാഹരണമായി അദ്ദേഹം ചൂണ്ടിക്കാ

ട്ടിയത് സമയമായിരുന്നു. ആദിയും അന്തവുമില്ലാത്തതാണ്, കാലപ്രവാഹം.

പതിനേഴാം നൂറ്റാണ്ടിലാണ് അനന്തതയ്ക്ക് '∞' എന്ന ചിഹ്നം ലഭിച്ചത്. ഗണിതത്തിലെ അനന്തത സംഖ്യയിൽ മാത്രം ഒതുങ്ങുന്നില്ല. രേഖയിലെ ബിന്ദുക്കൾ അനന്തമാണ്. ഗലീലിയോവിന്റെ വിരോധാഭാസം ഇത്തരുണത്തിൽ ശ്രദ്ധേയമാണ്. തുടർച്ചയായ എണ്ണൽ സംഖ്യകളും അവയുടെ വർഗങ്ങളും പരിഗണിക്കുക. ഏത് എണ്ണൽ സംഖ്യക്കും ഒരു വർഗമുണ്ട്. അതിനാൽ ഇവയുടെ എണ്ണം തുല്യമാണെന്ന് കാണാം. അതായത് 1, 2, 3, 4.... 1, 4, 9, 16 ...... എന്നീ സംഖ്യാഗണങ്ങൾ തുല്യ എണ്ണമുള്ളവയാണെന്ന് വരുന്നു. പക്ഷേ ഇവ യഥാർഥത്തിൽ തുല്യമായ അംഗങ്ങളുള്ളവയല്ലെന്ന് നമുക്ക് മനസിലാക്കാൻ സാധിക്കും. ഈ വിരോധാഭാസം അവതരിപ്പിച്ച ഗലീലിയോ ഗലീലി അഭിപ്രായപ്പെട്ടത് അനന്തതയെ സംബന്ധിച്ചിടത്തോളം വലുത്, ചെറുത് എന്നിവ ഉപയോഗിക്കാൻ പാടില്ല എന്നാണ്. ഗലീലിയോവിനുശേഷം 250 വർഷങ്ങൾ കഴിഞ്ഞ് ജോർജ് കാന്റർ വിവിധയിനം അനന്തതകളെപ്പറ്റി വിശദമായി പഠിച്ചു. അനന്തതയുടെ അനന്തതവും അജ്ഞാതവും അവർണനീയവുമായ മേഖലകളിലേക്ക് വെളിച്ചം വീശാൻ കാന്ററിന്റെ കണ്ടുപിടിത്തങ്ങൾ സഹായിച്ചുവെങ്കിലും അനന്തത ഒരു വലിയ പ്രഹേളികയായി ഇന്നും തുടരുന്നു. ലോകത്തിൽ ആദ്യമായി കണ്ടുപിടിക്കപ്പെട്ട സംഖ്യയായ 'ഒന്നാണ്' പൂജ്യത്തിന്റെ മറ്റൊരു കൂട്ടുകാരൻ. പുരാതനകാലത്ത് ഒന്നിനെ സംഖ്യയായി കണക്കാക്കിയിരുന്നില്ല. ഏതൊരു സംഖ്യയോടും 'ഒന്ന്' കൂട്ടിയാൽ അടുത്ത സംഖ്യ ലഭിക്കുന്നതുകൊണ്ട് സംഖ്യകളെ സൃഷ്ടിക്കാനാണ് 'ഒന്നി' നെ ഉപയോഗിച്ചിരുന്നത്.

ഒന്നും പൂജ്യവും മാത്രം ഉപയോഗിച്ചുള്ള സംഖ്യാസമ്പ്രദായത്തെ ദ്വയാങ്കസമ്പ്രദായം (Binary System) എന്നു പറയുന്നു.

ഈ രണ്ട് അക്കങ്ങൾ ഉപയോഗിച്ച് ഏതു സംഖ്യകളെയും രേഖപ്പെടുത്താൻ സാധിക്കും. സാധാരണയായി നാം ഉപയോഗിക്കുന്ന സംഖ്യകളിൽ 10 അക്കങ്ങളാണല്ലോ ഉപയോഗിക്കുന്നത്. മനുഷ്യന് 10 വിരലുകൾ ഉള്ളതുകൊണ്ടാണ് ലോകത്തിൽ 10 അക്കങ്ങളുള്ള സംഖ്യാസമ്പ്രദായം പ്രചരിച്ചിട്ടുള്ളത്. അക്കം എന്നർഥമുള്ള digit എന്ന വാക്കിന് 'വിരൽ' എന്ന് അർഥമുണ്ട്. പത്തക്കങ്ങൾ ഉപയോഗിച്ചുള്ള സംഖ്യാസമ്പ്രദായത്തെ ദശാംശസമ്പ്രദായം (Decimal System) എന്നു വിളിക്കുന്നു. ദശാംശസമ്പ്രദായത്തിലുള്ള ചില സംഖ്യകളെ ദ്വയാങ്കസമ്പ്രദായത്തിൽ എഴുതിയിരിക്കുന്നത് താഴെ കൊടുത്തിരിക്കുന്നു.

ദശാംശസമ്പ്രദായം	ദ്വയാങ്കസമ്പ്രദായം
0	0
1	1
2	10
3	11

5	100
6	101
7	110
8	111
9	1000
10	1001
15	1 111
20	10100
40	101000
100	1100100

അക്കങ്ങളുടെ എണ്ണം കുറയുമ്പോൾ സ്ഥാനങ്ങളുടെ എണ്ണം വർധിക്കുന്നതായി കാണാം. എങ്കിലും ദശാംശസമ്പ്രദായത്തിലുള്ള ഏത് സംഖ്യയെയും 'പൂജ്യം', 'ഒന്ന്' എന്നീ അക്കങ്ങൾ മാത്രം ഉപയോഗിച്ച് എഴുതാൻ സാധിക്കും. പൂജ്യത്തിന്റെ ഒരു അത്ഭുതശക്തിയായി ഈ ഗുണത്തെ വിശേഷിപ്പിക്കാം.

കമ്പ്യൂട്ടറും പൂജ്യവും

യന്ത്രങ്ങളുടെ ഒരു ലോകത്തിലാണ് നാം ജീവിക്കുന്നതെന്ന് പറയാം. നമ്മുടെ ജീവിതത്തിൽ എത്രയെത്ര യന്ത്രങ്ങളാണ് നാം കൈകാര്യം ചെയ്യുന്നത്! സൈക്കിൾ, ഫാൻ, റേഡിയോ, മിക്സി, ടെലിവിഷൻ, ഫ്രിഡ്ജ് തുടങ്ങി അനേകം യന്ത്രങ്ങൾ പ്രത്യക്ഷമായും പരോക്ഷമായും നാം ഉപയോഗിക്കുന്നു.

മനുഷ്യന്റെ ആവശ്യങ്ങൾക്കും ആജ്ഞകൾക്കും അനുസരിച്ചാണ് യന്ത്രങ്ങൾ പ്രവർത്തിക്കുന്നത്. യന്ത്രം മനുഷ്യന്റെ ആജ്ഞകൾക്ക് അനുസരിച്ച് പ്രവർത്തിക്കണമെങ്കിൽ യന്ത്രത്തിന് ആജ്ഞ നൽകേണ്ടതുണ്ട്. ആജ്ഞ കൊടുക്കുന്നതും യന്ത്രം അത് അനുസരിക്കുന്നതും യഥാർഥത്തിൽ മനുഷ്യനും യന്ത്രവും തമ്മിൽ ഒരു സംഭാഷണം നടക്കുന്നതിന് തുല്യമാണ്.

ഉദാഹരണമായി ഒരു വലിയ കെട്ടിടത്തിന്റെ ഏറ്റവും താഴെയുള്ള നിലയിൽ നിങ്ങൾ എത്തിയെന്നിരിക്കട്ടെ. നിങ്ങൾക്ക് അഞ്ചാമത്തെ നിലയിൽ പോകണം. കെട്ടിടത്തിൽ ലിഫ്റ്റ് പ്രവർത്തിക്കുന്നുണ്ട്. നിങ്ങൾ ലിഫ്റ്റിന്റെ അടുത്തേക്ക് ചെല്ലുന്നു. ചുവന്ന വെളിച്ചത്തിൽ 3 എന്നു കാണുന്നു. "ഞാൻ ഇപ്പോൾ മൂന്നാം നിലയിലാണുള്ളത്. അൽപ്പം കാത്തിരിക്കുക" എന്നാണ് ലിഫ്റ്റ് നിങ്ങളോട് പറഞ്ഞത്. അൽപ്പം കഴിഞ്ഞശേഷം 2 എന്നു തെളിയുന്നു. അപ്പോൾ ലിഫ്റ്റ് നിങ്ങളോട് പറയുന്നതിതാണ്. "ദാ ഞാൻ രണ്ടാം നിലയിലെത്തിക്കഴിഞ്ഞു" അൽപ്പം കഴിയുമ്പോൾ '1' എന്നും 'G' എന്നും കാണിച്ചശേഷം നിങ്ങളുടെ മുന്നിലെത്തി വാതിൽ തുറക്കുന്നു. "കയറൂ ഞാൻ നിങ്ങളെ മുകളിലേക്ക് ഏത് നിലയിലേക്കും കൊണ്ടുപോകാം" എന്ന് നിങ്ങളോട് പറയുന്നു. നിങ്ങൾ കയറിയശേഷം "അഞ്ചാമത്തെ നിലയിലേക്ക് എന്നെ കൊണ്ടുപോകൂ" എന്നു പറയുന്നു. ഇങ്ങനെ പറയുന്നതിന് നിങ്ങൾ ഒരു ബട്ടൺ അമർത്തുന്നു.

ലിഫ്റ്റ് മുകളിലോട്ട് പോകുന്നു. ഇങ്ങനെ ഓരോ നിലയിലേക്ക് പോകുമ്പോഴും ഏതു നിലയിലെത്തി എന്ന് നിങ്ങളോട് ഇടയ്ക്കിടയ്ക്ക് യന്ത്രം നിങ്ങളോട് പറഞ്ഞുകൊണ്ടിരിക്കും. ഒടുവിൽ അഞ്ചാം നിലയിലെത്തിയാൽ "ഇതാ അഞ്ചാം നിലയിലെത്തി ഇറങ്ങിക്കോള്ളൂ" എന്ന് പറഞ്ഞ് വാതിൽ തുറക്കും.

ലിഫ്റ്റ് യഥാർഥത്തിൽ നിങ്ങളോട് വാചകരൂപത്തിൽ ഒന്നും പറഞ്ഞില്ലെന്നത് ശരിയാണ്. പക്ഷേ യാന്ത്രികമായി ഈ കാര്യങ്ങൾ ലിഫ്റ്റ് നിങ്ങളെ അറിയിച്ചുകൊണ്ടിരിക്കുന്നുണ്ടായിരുന്നു. നിങ്ങളും യന്ത്രവും ആശയങ്ങൾ കൈമാറിക്കൊണ്ടിരുന്നു. ഇങ്ങനെ ആശയങ്ങൾ കൈമാറാനുള്ള ഒരു സംഭാഷണത്തിന് രണ്ട് ഉത്തരങ്ങൾ സഹായകമാകും.

സംഭാഷണത്തിന് സഹായകമായ ഉത്തരങ്ങൾ അതെ (ഉണ്ട്) 'Yes' ഇല്ല, അല്ല 'No' എന്നിവയാകുന്നു. ഇവിടെ ഉത്തരം പറയുന്ന ആൾക്ക് രണ്ട് ഉത്തരം Yes or No മാത്രമേ അറിയുകയുള്ളൂ എന്ന് പറയാം. ഉദാഹരണമായി 2 വ്യക്തികൾ തമ്മിലുള്ള സംഭാഷണം ശ്രദ്ധിക്കുക.

"നിങ്ങൾ ഇന്ന് സ്കൂളിൽ പോയിരുന്നോ"

"ഇല്ല"

"ഇന്ന് അവധി ആയിരുന്നോ?"

"അതെ"

"അവധി ദിവസം മൃഗശാലയിൽ പോകുമെന്ന് പറഞ്ഞിരുന്നല്ലോ. ഇന്ന് പോയോ?"

"ഉവ്വ്"

"മൃഗശാലയിൽ നീർക്കുതിര ഉണ്ടായിരുന്നോ?"

"ഉവ്വ്"

"മൃഗശാലയിലേക്ക് ബസിലാണോ പോയത്?"

"അതെ"

"ബസിലാണോ തിരിച്ചുവന്നത്?"

"അല്ല"

"കാൽനടയായി വന്നു അല്ലേ?"

"അതെ"

അതെ (Yes) അല്ലെങ്കിൽ അല്ല (No) എന്ന രണ്ട് അവസ്ഥകൾ തികച്ചും വ്യത്യസ്തങ്ങളാണ്. ഒരു ബൾബിന് രണ്ട് അവസ്ഥയാണുള്ളത്. 'കത്തുക' അല്ലെങ്കിൽ 'കത്താതിരിക്കുക' ഒരു സ്വിച്ചിന് രണ്ടവസ്ഥയാണുള്ളത്. On അല്ലെങ്കിൽ Off. യന്ത്രവുമായി ബന്ധപ്പെട്ട ഇത്തരത്തിലുള്ള അനേകം ഉദാഹരണങ്ങൾ നമുക്ക് ചൂണ്ടിക്കാണിക്കാം.

ഇതിൽ ഒരവസ്ഥയെ 'ഒന്നു' കൊണ്ടും മറ്റേ അവസ്ഥയെ 'പൂജ്യം' കൊണ്ടും രേഖപ്പെടുത്താം. ബൾബ് കത്തുന്ന അവസ്ഥ, സ്വിച്ച് On ആയ അവസ്ഥ എന്നിവയാണ് ഒന്നുകൊണ്ട് രേഖപ്പെടുത്തുന്നത്. ബൾബ് കത്താത്ത അവസ്ഥയും സ്വിച്ച് Off ആയ അവസ്ഥയും 'പൂജ്യം' ആയിരിക്കും.

അപ്പോൾ പൂജ്യവും ഒന്നും ഒരു യന്ത്രഭാഷയായി മാറുന്നു. ഈ യന്ത്രഭാഷ ഏറ്റവും കൂടുതൽ ഉപയോഗിക്കുന്നത് കമ്പ്യൂട്ടറുകളിലാണ്.

'കൃത്രിമമസ്തിഷ്കം', 'ബുദ്ധിയന്ത്രം' തുടങ്ങിയ വിശേഷണങ്ങൾക്ക് അർഹമായ കമ്പ്യൂട്ടർ ഒരു അത്ഭുതയന്ത്രമാണ്. മനുഷ്യന്റെ നിത്യജീവിതത്തിൽ കമ്പ്യൂട്ടറിന്റെ സ്വാധീനം അനുദിനം വർധിച്ചുവരികയാണ്. ഈ അത്ഭുതയന്ത്രം ഒരുതരത്തിൽ ഗണിത ശാസ്ത്രത്തിന്റെ സംഭാവനയാണ്.

ഗണിതവും കമ്പ്യൂട്ടറും തമ്മിലുള്ള ബന്ധത്തെ വിശദീകരിക്കുന്നതിനുമുമ്പ് കമ്പ്യൂട്ടറിനെപ്പറ്റി അൽപ്പം മനസിലാക്കുന്നത് നന്നായിരിക്കും.

ഒരു കമ്പ്യൂട്ടറിന് പ്രധാനമായി 5 ഭാഗങ്ങളാണുള്ളത്.

1. അന്തർവിഭാഗം
2. സംഭരണവിഭാഗം
3. ക്രിയാവിഭാഗം
4. നിയന്ത്രണവിഭാഗം
5. ബഹിർഗ വിഭാഗം

ഉത്തരം കാണേണ്ടുന്ന പ്രശ്നങ്ങൾ കമ്പ്യൂട്ടറിന്റെ 'മനസിലേക്ക്' കടത്തിവിടുന്ന ഭാഗമാണ് അന്തർവിഭാഗം. മനുഷ്യന്റെ ഓർമശക്തിക്ക് തുല്യമായ ഭാഗമാണ് കമ്പ്യൂട്ടറിലെ സംഭരണ വിഭാഗം. ആവശ്യമായ വസ്തുതകൾ വിവിധമാർഗങ്ങൾ വഴി ഇവിടെ ശേഖരിച്ചിരിക്കും. കമ്പ്യൂട്ടറിന് നൽകുന്ന വിവരങ്ങൾക്കനുസരിച്ച് ക്രിയകൾ ചെയ്യുന്ന വിഭാഗമാണ് ക്രിയാവിഭാഗം. എന്തുചെയ്യണമെന്ന് മനസിലാക്കുന്നത് അന്തർവിഭാഗത്തിലൂടെ കിട്ടുന്ന നിർദേശങ്ങൾക്കനുസരിച്ചാണ്. നിർദേശിക്കപ്പെട്ട രീതിയിൽ പ്രവർത്തനം നടത്തുന്നതിനെ നിയന്ത്രിക്കുകയാണ് നിയന്ത്രണ വിഭാഗം ചെയ്യുന്നത്. നിർദേശപ്രകാരം ക്രിയ ചെയ്തതിനുശേഷം ലഭിക്കുന്ന ഉത്തരം ബഹിർഗവിഭാഗത്തിലൂടെ ഉപഭോക്താവിന് മനസിലാക്കാൻ കഴിയും.

ഇലക്ട്രിക്ക് പൾസിന്റെ രൂപത്തിലാണ് കമ്പ്യൂട്ടറിൽ വിവരങ്ങൾ ശേഖരിച്ചുവെച്ചിരിക്കുന്നത്. പൾസിന്റെ അഭാവം പൂജ്യത്തെയും സാന്നിധ്യം ഒന്നിനെയും സൂചിപ്പിക്കുന്നു. കമ്പ്യൂട്ടറിന് നാം അന്തർവിഭാഗം വഴി നൽകുന്ന നിർദേശങ്ങൾ കമ്പ്യൂട്ടറിന്റെ പ്രത്യേകഭാഷ ഉൾക്കൊള്ളുന്നതായിരിക്കും. കൂടാതെ സങ്കീർണമായ പ്രശ്നങ്ങളിൽ നിർദേശങ്ങൾ അടങ്ങിയ ഒരു ഫ്ളോ ചാർട്ടും ഉണ്ടായിരിക്കും. ഇതിൽ ഏറ്റവും പ്രധാനപ്പെട്ട ഭാഗമായ സംഭരണ വിഭാഗമാണ് തലച്ചോറ് അഥവാ മെമ്മറി. 'ലോകം' മുഴുവൻ സംഖ്യാമയമാണെന്ന് പൈഥഗോറസ് പ്രസ്താവിച്ചതുപോലെ കമ്പ്യൂട്ടറിനെ സംബന്ധിച്ചിടത്തോളം ലോകം മുഴുവൻ സംഖ്യാമയമാണ്. കമ്പ്യൂട്ടർ ആജ്ഞകൾ സ്വീകരിക്കുന്നതും ഓർമയിൽ വെക്കുന്നതും, നിർദേശങ്ങൾക്കനുസരിച്ച് പ്രവർത്തിക്കുന്നതുമെല്ലാം സംഖ്യകൾ ഉപയോഗിച്ചാണ്.

സംഖ്യകൾ എന്ന ആശയം നമ്മുടെ മുന്നിലെത്തുമ്പോൾ 0, 1, 2,

3,.......9 എന്നിങ്ങനെയുള്ള പത്ത് സംഖ്യകളാണ് നമ്മുടെ മനസിൽ ഉദിക്കാൻ സാധ്യതയുള്ളത്. പക്ഷേ കമ്പ്യൂട്ടറിന് രണ്ട് അക്കങ്ങൾ മാത്രമേ പരിചയമുള്ളൂ. നമ്മുടെ കഥാനായകനായ പൂജ്യവും ലോകത്തിൽ ആദ്യമായി കണ്ടുപിടിക്കപ്പെട്ട, സംഖ്യകളുടെ സൃഷ്ടികർത്താവായി അറിയപ്പെടുന്ന 'ഒന്നും' 'പൂജ്യവും' ഉപയോഗിച്ചുള്ള ബൈനറി സമ്പ്രദായത്തെപ്പറ്റി നാം മനസിലാക്കിയല്ലോ.

കമ്പ്യൂട്ടറിന്റെ ഇൻപുട്ട് സാധാരണയായി ടൈപ്പ്റൈറ്ററിന്റെ കീബോർഡുപോലെയുള്ള ഒരു കീബോർഡായിരിക്കും. ഇതിൽ അക്ഷരങ്ങളും ചിഹ്നങ്ങളും നിർദേശങ്ങളും അടങ്ങുന്ന 'കീ' ഉണ്ടായിരിക്കും. ടൈപ്പ്റൈറ്ററിൽ ടൈപ്പ് ചെയ്യുന്നതുപോലെ തന്നെയാണ് നാം കമ്പ്യൂട്ടറിന് നിർദേശം നൽകുന്നത്.

കമ്പ്യൂട്ടറിലെ ഓരോ അക്ഷരത്തിനും ഓരോ കോഡ് ഉണ്ടായിരിക്കും. ഇത്തരം കോഡിനും 8 സ്ഥാനങ്ങൾ ഉള്ള ഒരു ബൈനറി സംഖ്യ ഉണ്ടായിരിക്കും. 8 സ്ഥാനമുള്ള ഒരു ബൈനറി സംഖ്യയെ ബൈറ്റുകൾ എന്നു വിളിക്കുന്നു. ബൈറ്റുകൾ 2 ന്റെ ഗുണിതങ്ങളായിരിക്കും. 1024 ബൈറ്റുകൾ സുമാർ ആയിരം എന്ന രീതിയിൽ കിലോബൈറ്റ് എന്നു വിളിക്കുന്നു.

ബൈനറി സമ്പ്രദായത്തിൽ 8 സ്ഥാനങ്ങൾകൊണ്ട് 128 സംഖ്യകൾ രേഖപ്പെടുത്താം. പക്ഷേ 32 മുതൽ മാത്രമേ സാധാരണയായി കമ്പ്യൂട്ടറിൽ ഉപയോഗിക്കാറുള്ളൂ. 32 എന്നത് 'ബ്ലാങ്ക്' സൂചിപ്പിക്കുന്നു. 33 മുതൽ 47 വരെ വിവിധ ചിഹ്നങ്ങളാണ്. 48 മുതൽ 57 വരെ, പൂജ്യം മുതൽ 9 വരെയുള്ള 10 അക്കങ്ങളാകുന്നു.

S എന്ന അക്ഷരം കോഡ് പ്രകാരം 83 ആകുന്നു. 83 ബൈനറി സമ്പ്രദായത്തിൽ 1010011 ആകുന്നു. ഇത് 8 അക്കങ്ങളുടെ കോഡിൽ 01010011 ആകുന്നു. A എന്ന അക്ഷരത്തിന്റെ കോഡ് 65 ഉം 65 ന്റെ ബൈനറി സംഖ്യ 01000001 ഉം ആകുന്നു. ഈ രണ്ട് അക്ഷരങ്ങളും നൽകി ഇവ alphebetical order ൽ എഴുതാൻ ആവശ്യപ്പെട്ടാൽ വലുതേത് ചെറുതേത് എന്ന് താരതമ്യം ചെയ്യും. കമ്പ്യൂട്ടറിന്റെ കീബോർഡിൽ A എന്നും S എന്നുമുള്ള 'കീ' കൾ അമർത്തിയാലും കമ്പൈലർ വഴി കമ്പ്യൂട്ടർ 'മനസിലാക്കുന്നത്' അവയ്ക്കുള്ള കോഡിലുള്ള ബൈനറി സംഖ്യകൾ ആയിരിക്കും. ഈ സംഖ്യകൾ താരതമ്യം ചെയ്ത് ചെറിയ സംഖ്യ സൂചിപ്പിക്കുന്ന അക്ഷരം ആദ്യവും വലുത് സൂചിപ്പിക്കുന്ന അക്ഷരം പിന്നിലുമായി സ്ക്രീനിൽ തെളിച്ചു കാണിക്കും. പ്രിന്റ് ചെയ്യാൻ ആവശ്യപ്പെട്ടാൽ പ്രിന്ററിലൂടെ പ്രിന്റ് ചെയ്തുതരും. ഈ രീതിയിൽ കമ്പ്യൂട്ടറിനകത്തു നടക്കുന്ന മിക്ക പ്രവൃത്തികളും പൂജ്യവും ഒന്നും ആയി അഭേദ്യമായി ബന്ധപ്പെട്ടിരിക്കുന്നു.

പൂജ്യത്തിനുശേഷം............

പൂജ്യത്തിന്റെ മഹത്തായ കണ്ടുപിടിത്തത്തോടെ ഗണിതക്രിയകളിൽ ഒരു നവോന്മേഷം ഉണ്ടായി. ഗണിതക്രിയകൾ എളുപ്പമായതോടെ ഗണിതശാസ്ത്രം മാത്രമല്ല പുരോഗമിച്ചത്, മറ്റ് ശാസ്ത്രങ്ങളും വളരെ വേഗത്തിൽ വികസിക്കാൻ തുടങ്ങി. ശാസ്ത്രത്തിന്റെ വളർച്ചയിൽ തന്നെ വലിയ മാറ്റം അനുഭവപ്പെട്ടു. സമതലങ്ങളിലൂടെ ഒഴുകിക്കൊണ്ടിരുന്ന ഒരു നദിക്ക് പെട്ടെന്ന് താഴോട്ട് ചരിഞ്ഞ ഒരു പ്രതലം ലഭിച്ചതുപോലെയുള്ള പ്രതീതിയാണ് ശാസ്ത്രത്തിന് അനുഭവപ്പെട്ടത്.

പൂജ്യത്തിന് അക്കത്തിന്റെ സ്ഥാനം ലഭിച്ചതോടെ അളവു ഉപകരണങ്ങളിലും സ്ഥാനം ലഭിച്ചു. അളവുകളുടെയും തൂക്കങ്ങളുടെയും ഏകകങ്ങളിലും വിപ്ലവകരമായ മാറ്റം വന്നു. ഒന്നര നൂറ്റാണ്ടിനു മുമ്പുവരെ ലോകത്ത് പ്രചാരത്തിലുള്ള ഏകകങ്ങൾ വളരെ പ്രാകൃതവും അശാസ്ത്രീയവുമായിരുന്നു. ആദ്യകാലത്ത് അളവുകൾക്കും തൂക്കങ്ങൾക്കും അത്ര സൂക്ഷ്മത ആവശ്യമുണ്ടായിരുന്നില്ല. നീളങ്ങൾ അളക്കാൻ സ്വന്തം ശരീരത്തിന്റെ ഭാഗങ്ങൾ തന്നെയാണ് ഏകകമായി സ്വീകരിച്ചതും. എപ്പോഴും എവിടെയും ഇവ ലഭ്യമാണല്ലോ. കൈപ്പത്തിയിലെ പെരുവിരൽ മുതൽ ചെറുവിരലിന്റെ അഗ്രം വരെയുള്ള നീളം ഒരു ചാൺ ആകുന്നു. കുറച്ചുകൂടി വലിയ അളവാണ് മുഴം. കൈമുട്ടു മുതൽ വിരലഗ്രം വരെയുള്ള നീളമാണ് മുഴം.

കുളത്തിൽ മുട്ടോളം ഉയരത്തിൽ അഥവാ അരയോളം ഉയരത്തിൽ വെള്ളമുണ്ട്, കിണറ്റിൽ അഞ്ചാളുടെ ഉയരത്തിൽ വെള്ളമുണ്ട് എന്നൊക്കെ സാധാരണ പറയാറുണ്ട്. ആളുകളുടെ വലിപ്പച്ചെറുപ്പത്തിനനുസരിച്ച് ഇവ വ്യത്യാസപ്പെട്ടിരിക്കും എന്ന് പറയേണ്ടതില്ലല്ലോ.

സുമാർ രണ്ടു നൂറ്റാണ്ടു മുമ്പുവരെ ലോകത്തിൽ വിവിധഭാഗങ്ങളിൽ

വളരെ വ്യത്യസ്തമായ ഏകകങ്ങളാണ് നിലവിലുണ്ടായിരുന്നത്. ഇവയിൽ പ്രധാനം ബ്രിട്ടീഷ് അളവുകളാണ്. സൂര്യൻ അസ്തമിക്കാത്ത സാമ്രാജ്യത്തിന്റെ അധിപന്മാരായതിനാലായിരിക്കാം ഈ അളവുകൾക്ക് ഇത്രയും പ്രചാരം കിട്ടിയത്. ബ്രിട്ടീഷ് നീള അളവ് പ്രകാരം 12 ഇഞ്ച് = 1 അടി, ഒരു പെരുവരലിന്റെ നീളമാണ് ഒരു ഇഞ്ച്. 3 അടി = 1 വാര. 660 വാര=1 ഫർലോങ്, 8 ഫർലോങ് = 1 മൈൽ എന്നിവയാണല്ലോ. ഇവ കണക്കുകൂട്ടാൻ എത്രമാത്രം പ്രായോഗികമായി വിഷമമുണ്ടാക്കുമെന്ന് ഊഹിക്കാൻ പ്രയാസമില്ല.

ഫർലോങ് എന്ന വാക്ക് ഉണ്ടായതുതന്നെ രസകരമാണ്. Furrow, long എന്നീ ഇംഗ്ലീഷ് പദങ്ങളിൽ നിന്നാണ് ഫർലോങ് ഉണ്ടായത്. Furrow എന്നാൽ ഉഴവുനിലം ഉഴുകാൻ ഉപയോഗിക്കുന്ന കുതിര. കുതിരയെ പണ്ടുകാലത്ത് ഉഴുകാൻ ഉപയോഗിച്ചിരുന്നു. നിലം ഉഴുകുമ്പോൾ ഒരു കുതിരക്ക് വിശ്രമമില്ലാതെ ഒറ്റ മൂച്ചിന് ഓടാൻ സാധിക്കുന്ന ദൂരമാണ് ഒരു ഫർലോങ്.

നീളങ്ങൾക്കുള്ള അളവുകൾ മാത്രമല്ല, മറ്റെല്ലാ ഏകകങ്ങളും ഇതേപോലെ അശാസ്ത്രീയവും പ്രാകൃതവുമായിരുന്നു. ഔൺസ്, പൗണ്ട്, ഗ്രാം, ഷില്ലിങ്, സ്റ്റോൺ, ലിബ്രാ തുടങ്ങിയ മിക്ക ഏകകങ്ങളും സന്ദർഭങ്ങൾക്കനുസരിച്ച ഏകകങ്ങളാണ്. ഇവയ്ക്ക് ഒരു സാർവദേശീയത്വമില്ല. ഒരേപോലുള്ള ഏകകം തന്നെ വ്യത്യസ്ത സ്ഥലങ്ങളിൽ വ്യത്യസ്ത അളവുകളെ സൂചിപ്പിച്ചിരുന്നു.

ദശാംശസംഖ്യകളുടെ കണ്ടുപിടിത്തത്തോടെ ദശാംശരീതിയിലുള്ള ഒരു അളവുസമ്പ്രദായവും ആവിഷ്കരിക്കപ്പെട്ടു. ശാസ്ത്രീയമായ ആവശ്യങ്ങൾക്ക് ഇവ വളരെ അനുയോജ്യമാണെന്ന് മാത്രമല്ല, ഇവ കൈകാര്യം ചെയ്യാനും വളരെ എളുപ്പമാണ്. പത്തൊമ്പതാം നൂറ്റാണ്ടിന്റെ ആരംഭത്തിൽ ഫ്രാൻസിൽ വെച്ച് ചേർന്ന ശാസ്ത്രജ്ഞന്മാരുടെ ഒരു കമ്മിറ്റിയിൽ വെച്ച് ദശാംശസമ്പ്രദായത്തിലുള്ള ഒരു ഏകകപരിപാടി ആവിഷ്കരിച്ചു. ഈ പുതിയ സമ്പ്രദായത്തിൽ നീളത്തിന്റെ ഏകകം മീറ്ററാണ്. അതിനാൽ ഈ സമ്പ്രദായം മെട്രിക് സമ്പ്രദായം എന്നറിയപ്പെട്ടു.

എല്ലാ അളവുകളും ഭൂമിയെ അടിസ്ഥാനമാക്കിയുള്ളതായിരിക്കണമെന്നാണ് ഈ സമ്പ്രദായത്തിന്റെ ഉപജ്ഞാതാക്കളുടെ ആശയം. അതുകൊണ്ട് ഉത്തരധ്രുവത്തിന് ഭൂമധ്യരേഖയിൽനിന്നുമുള്ള അകലം കണ്ടുപിടിച്ച് അതിന്റെ ഒരു കോടിയിലൊരംശം ദൂരത്തെ ഒരു മീറ്ററായി നിർണയിച്ചു.

ഫ്രാൻസിലെ സെവേഴ്സിൽ തൂക്കങ്ങളുടെയും അളവുകളുടെയും അന്താരാഷ്ട്ര ബ്യൂറോയിൽ സൂക്ഷിച്ചിരിക്കുന്ന പ്ലാറ്റിനം ഇറീഡിയം ലോഹദണ്ഡിന്റെ മേൽ വരച്ചിരിക്കുന്നു. 2 അങ്കനങ്ങൾ തമ്മിൽ 0^0C

ഊഷ്മാവിലും സാധാരണ അന്തരീക്ഷത്തിലുള്ള മർദത്തിലുമുള്ള ദൂരമായി പിന്നീട് മീറ്റർ നിർവചിക്കപ്പെട്ടു.

ഈ ഏകകം നശിക്കാനിടയുള്ളതുകൊണ്ട് ശാശ്വതവും സ്ഥിരവുമായ ഒരു നിർവചനത്തിന് ശാസ്ത്രജ്ഞന്മാർ ശ്രമിച്ചതിന്റെ ഫലമായി പ്രകാശരശ്മികളുടെ വെയ്വ് ലങ്ത്തിനെ അടിസ്ഥാനമാക്കിയുള്ള സ്റ്റാന്റേർഡ് ഏർപ്പെടുത്തുകയുണ്ടായി. അതുപ്രകാരം ക്രിപ്റ്റൺ 86 എന്ന വാതകം പുറപ്പെടുവിക്കുന്ന ഓറഞ്ച് റെഡ് രശ്മിയുടെ വെയ്വ്ലങ്ത്തിന്റെ 1650763.73 മടങ്ങാണ് ഒരു മീറ്റർ. ഈ ഏകകം എത്ര സൂക്ഷ്മമാണെന്ന് പറയേണ്ടതില്ലല്ലോ.

ഈ സമ്പ്രദായത്തിൽ പത്തിന്റെ ഗുണിതങ്ങളായാണ് ഏകകങ്ങൾ ആവിഷ്കരിച്ചിട്ടുള്ളത്. മീറ്ററിനെ മുകളിലോട്ടും താഴോട്ടും ഭാഗിച്ചിരിക്കുന്നു. അവ താഴെ കൊടുക്കുന്നു.

10 മില്ലി മീറ്റർ (mm)	=	1 സെന്റിമീറ്റർ (cm) = 0.01മീ.
10 സെ.മീ	=	1 ഡെസി മീറ്റർ (dm) = 0.1 മീ.
10 ഡെ.മീ	=	1 മീറ്റർ
10 മീറ്റർ	=	1 ഡെക്കാ മീറ്റർ
10 ഡെക്കാ മീറ്റ	=	1 ഹെക്റ്റോ മീറ്റർ
10 ഹെ.മീ	=	1 കിലോ മീറ്റർ

ഇവയിൽ കൊടുത്തിരിക്കുന്ന പേരുകളെല്ലാം സാധാരണ പ്രയോഗത്തിലുള്ള പേരുകളത്രെ. ഉദാഹരണമായി സെന്റിമീറ്റർ എന്ന വാക്കിനുള്ള Centi എന്ന പദം നൂറുമായി ബന്ധപ്പെട്ടതാണ്. Century നൂറ്റാണ്ടാണെന്ന് ഓർക്കുക. ഡെസീമീറ്ററിലെ 'ദശ' ശബ്ദം പത്തിനെ സൂചിപ്പിക്കുമെന്നത് മലയാളികൾക്കുപോലും അറിയാം.

ഇവ ഉപയോഗിച്ചുള്ള ഗണിതക്രിയകൾ എത്ര എളുപ്പമാണെന്ന് പ്രത്യേകം വിവരിക്കേണ്ടതില്ലല്ലോ. ബ്രിട്ടീഷ് സമ്പ്രദായത്തിൽ അളവ് മറ്റൊരു അളവിലേക്ക് മാറ്റാനുള്ള പ്രയാസം അനുഭവിച്ചവർക്കേ ഇവയുടെ എളുപ്പം ശരിക്കും ബോധ്യപ്പെടുകയുള്ളൂ. ബ്രിട്ടീഷ് സമ്പ്രദായത്തിലുള്ള ഒരു ഇഞ്ചിനെ മെട്രിക്ക് സമ്പ്രദായത്തിലുള്ള സെന്റിമീറ്ററിലേക്ക് മാറ്റാൻ 2.540005 കൊണ്ട് ഗുണിക്കണം. അതേപോലെ സെ മീനെ ഇഞ്ചിലേക്ക് മാറ്റാൻ 0.3937 കൊണ്ട് ഗുണിക്കണം.

മറ്റ് ചില അളവുകൾ മാറ്റുന്നതിനുള്ള ക്രിയ താഴെ കൊടുക്കുന്നു.

ഒരു അടി	-	സെന്റീമീറ്ററാക്കാൻ	ഗുണിക്കുക	30.48006
ഒരു വാര	-	മീറ്ററാക്കാൻ	,,	0.914402
മൈൽ	-	കി.മീ	,,	1.60935
മീറ്റർ	-	അടി	,,	3.28083
കി.മി	-	മൈൽ	,,	0.621372

ചതു.ഇഞ്ച് - ചതു.സെമീ	,,		6.451626
ചതു.അടി - ചതു.മീ	,,		0.0929034
ചതു.വാര - ചതു.മീ	,,		0.8361307
ഏക്കർ - ആർ	,,		40.46873
ഘനഇഞ്ച് - ഘന സെ.മീ	,,		16.38716
ഗ്യാലൻ - ലിറ്റർ	,,		3.785332

ഗുണനക്രിയകളിൽ ഇവ എത്രമാത്രം ശ്രമകരവും ദുഷ്കരവുമാണെന്ന് ഓർക്കുമ്പോൾ മെട്രിക് രീതിയുടെ ലാളിത്യം സുന്ദരമായി നമുക്ക് അനുഭവപ്പെടും. പൂജ്യത്തിന്റെ കണ്ടുപിടിത്തം കണക്കുകുട്ടുന്നതിൽ എത്ര സഹായമാണ് എന്നത് നമ്മെ അത്ഭുതപ്പെടുത്തും. പൂജ്യത്തെ നമുക്ക് എത്ര പുകഴ്ത്തിയാലും അധികമാവുകയില്ല.

നെഗറ്റീവ് സംഖ്യകൾ ആവിഷ്കരിക്കപ്പെട്ടതാണ് പൂജ്യത്തിന്റെ മറ്റൊരു നേട്ടം. മനുഷ്യൻ ആദ്യകാലത്ത് ഒരു സംഖ്യയിൽ നിന്ന് അതിനെക്കാൾ ചെറിയ ഒരു സംഖ്യ മാത്രമേ കുറച്ചു ശീലിച്ചിരുന്നുള്ളൂ. ആ ക്രിയക്കുള്ള ഉത്തരം അവൻ കണ്ടെത്തിയ സംഖ്യാസമ്പ്രദായത്തിലുണ്ടായിരുന്നു. ഒരു സംഖ്യയിൽ നിന്ന് അതേ സംഖ്യ കുറച്ചാലുള്ള ഫലം പൂജ്യത്തിന്റെ കണ്ടുപിടിത്തത്തിൽ കലാശിച്ചു. പിന്നീട് സ്വാഭാവികമായി ഒരു സംഖ്യയിൽ നിന്നും അതിനേക്കാൾ വലിയ ഒരു സംഖ്യ കുറയ്ക്കാനുള്ള പ്രവണതയുണ്ടായി. ഇതിനുള്ള ഉത്തരം അവൻ അതുവരെ കണ്ടുപിടിച്ച സംഖ്യാസമ്പ്രദായത്തിൽ ഉണ്ടായിരുന്നില്ല. അവൻ ഒരു പുതിയ സംഖ്യാഗണം കണ്ടുപിടിക്കുവാൻ നിർബന്ധിതനായി. പൂജ്യത്തിൽ കുറവായ കുറേ സംഖ്യകളുടെ ലോകത്ത് അവൻ പ്രവേശിച്ചു. വിസ്മയകരമായ ഒരു ലോകം. കണ്ണാടിയിൽ നോക്കിയാൽ പ്രതിബിംബം കാണുന്ന ഒരു പ്രതീതി. ഇവയാണ് നെഗറ്റീവ് സംഖ്യകൾ. നെഗറ്റീവ് ആശയത്തോടെ പോസിറ്റീവ് ആശയവുമുണ്ടായി. ഇവയുടെ തുക പൂജ്യമാക്കുന്ന ഒരു ശൂന്യാവസ്ഥയും.

പത്തൊൻപതാം നൂറ്റാണ്ടിന്റെ ആരംഭത്തോടെ വൈദുതിയുഗം വന്നു. വൈദുതിയുടെ പഠനം ഉൾക്കൊള്ളുന്ന ഒരു പുതിയ ശാഖ ഇലക്ട്രോണിക്സ് (Electronics) നിലവിൽ വന്നു. ഇവയിൽ പ്രോട്രോൺ, ന്യൂട്രോൺ, ഇലക്ട്രോൺ എന്നിവയുടെ ചാർജുകൾ വ്യാഖ്യാനിക്കുവാൻ നെഗറ്റീവ്, പോസിറ്റീവ് പദങ്ങൾ സഹായകമായി. അതോടെ പോസിറ്റീവ്, നെഗറ്റീവ് ആശയങ്ങൾക്ക് പുതിയ സ്ഥാനവും അർഥവും കൈവന്നു. ഈ വിജ്ഞാനശാഖ വികസിപ്പിക്കുന്നതിൽ ഈ ആശയങ്ങൾക്ക് സീമാതീതമായ കടപ്പാടുണ്ട്.

സംഖ്യാശാസ്ത്രജ്ഞന്മാരെ (Numerologists) സംബന്ധിച്ചിടത്തോളം പൂജ്യം അനന്തതയുടെ ചിഹ്നമാണ്. അനന്തത വിശ്വപ്രകൃതിയെ പ്രതിനിധീകരിക്കുന്നു. ലോകത്തിൽ ഏറ്റവും സുന്ദരവും ലഘുവുമായ രൂപം

വൃത്തമാണെന്ന് പൈഥഗോറസ് വിശ്വസിച്ചിരുന്നു. ഏറ്റവും സുന്ദരമായ ത്രിമാനരൂപം ഗോളമാണ്. പ്രപഞ്ചത്തിൽ കാണപ്പെടുന്ന കോടാനുകോടി നക്ഷത്രങ്ങളും ഗോളങ്ങളും ഭൂമിയുമെല്ലാം സുമാർ വൃത്താകൃതിയിലത്രെ. ഇവയുടെ സഞ്ചാരപഥം ഏതാണ്ട് വൃത്തം തന്നെ. ഇത്രയും സർവവ്യാപിയായ ചിഹ്നം മറ്റൊന്നുമില്ല. ഈ ചിഹ്നം പൂജ്യത്തെ പ്രതിനിധീകരിക്കുന്നത് അതിന്റെ മഹത്വം വർധിപ്പിക്കുന്നു. ഈ അത്ഭുതവളയം ലോകത്ത് ചെലുത്തുന്ന സ്വാധീനം അനുപമമാണ്. ഭാരതാംബയുടെ തിരുനെറ്റിയിൽ ഒരു തിലകമായി പൂജ്യം പരിലസിക്കുന്നു.

സംഖ്യകളുടെ ജീവിതം

ഒരു സംഖ്യയുടെ ആത്മകഥ

സംഖ്യകൾ ലോകം ഭരിക്കുന്നു

പൈഥഗോറസ്

ലുഡോൾഫ് വാൻ ക്യുലൻ

എന്റെ കഥ പറഞ്ഞു തുടങ്ങും മുമ്പ് ഞാൻ എന്നെ പരിചയപ്പെടുത്തട്ടെ. മനുഷ്യൻ ഇന്നേവരെ കണ്ടുപിടിച്ചതിൽ ഏറ്റവും അത്ഭുതകരവും രസകരവുമായ സംഖ്യയാണ് ഞാൻ. ഒരു സംഖ്യ എന്ന നിലയിൽ ഇന്നേവരെ ഏറ്റവും കൂടുതൽ പഠനം നടന്നിട്ടുള്ളത് എന്നെപ്പറ്റിയാണ്. എന്റെ ആകർഷണവലയത്തിൽപ്പെട്ട് നിരവധി മനുഷ്യർ എത്രയോ സമയം ചെലവഴിച്ചിട്ടുണ്ട്, അഥവാ ചെലവഴിച്ചു കൊണ്ടിരിക്കുന്നുണ്ട്. പാവം ഒരു മനുഷ്യൻ എന്നെപ്പറ്റി മനസിലാക്കാൻ, എന്റെ രഹസ്യങ്ങളറിയാൻ തന്റെ ജീവിതകാലം മുഴുവൻ തന്നെ ചെലവഴിക്കുകയുണ്ടായി. ലുഡോൾഫ് വാൻ ക്യുലൻ (Ludolf Van Cuelan) എന്നായിരുന്നു അദ്ദേഹത്തിന്റെ പേര്. എനിക്കുവേണ്ടി ജീവിതം തന്നെ ഹോമിച്ച ആ മനുഷ്യനോടുള്ള ആദരസൂചകമായി ഞാൻ ലുഡോൾഫ്യൻ സംഖ്യ (Ludolfian Number) എന്ന് അറിയപ്പെടുന്നുണ്ട്. ഇതുപോലെ ഗ്രീക്ക് ഗണിതശാസ്ത്രജ്ഞൻ ആർക്കിമിഡിസും എനിക്കുവേണ്ടി ഒരുപാട് സമയം ചെലവഴിച്ചിട്ടുണ്ട്. ഒരു പക്ഷേ ആദ്യകാലത്ത് എനിക്കുവേണ്ടി ഏറ്റവും കൂടുതൽ സമയം ചെലവഴിച്ചതും അദ്ദേഹമായിരിക്കണം. ഏതായാലും അദ്ദേഹത്തോടുള്ള ആദര

സൂചകമായി ഞാൻ ആർക്കിമിഡീസ് സ്ഥിരസംഖ്യ (Archimedes Constant) എന്നും അറിയപ്പെടുന്നുണ്ട്.

ഇപ്പോൾ ഞാനാരാണെന്ന് നിങ്ങൾക്ക് മനസിലായല്ലോ? ഒരു വൃത്തത്തിന്റെ പരിധിയും വ്യാസവും തമ്മിലുള്ള അംശബന്ധമായ എന്നെ ഗ്രീക്ക് ഭാഷയിലെ π എന്ന അക്ഷരം കൊണ്ടാണ് സൂചിപ്പിക്കുന്നത്. ഗ്രീക്ക് ഭാഷയിലെ പതിനാറാമത്തെ അക്ഷരമായ π (പൈ) എന്ന പേര് ഈ അടുത്തകാലത്താണ് ലഭിച്ചത്. അപ്പോൾ ഞാൻ വളരെക്കാലം മുമ്പ് ജനിച്ചു എന്ന് വ്യക്തമായല്ലോ.

ജനനം

ഞാൻ എപ്പോൾ എവിടെ ജനിച്ചു എന്ന കാര്യം ഇപ്പോഴും അജ്ഞാതമാണ്. എന്റെ ജനനത്തെപ്പറ്റി എനിക്ക് വ്യക്തമായ അറിവില്ല എന്ന് തുറന്ന് പറയാം. ഏകദേശം നാലായിരം വർഷങ്ങൾക്കുമുമ്പ് തന്നെ ഞാൻ ജനിച്ചിട്ടുണ്ടാവണം. ക്രിസ്തുവിനുമുമ്പ് 1650 ൽ ഈജിപ്തുകാർ രചിച്ച പപ്പൈറസ് ലിഖിതങ്ങളിൽ എന്നെപ്പറ്റി പറഞ്ഞിട്ടുണ്ട്. പക്ഷേ ഞാൻ നേരത്തെ സൂചിപ്പിച്ചതുപോലെ പൈ എന്ന രസികൻ പേരൊന്നും എനിക്കുണ്ടായിരുന്നില്ല. എന്റെ അമ്മയെപ്പറ്റി പറയുമ്പോൾ എന്നെയും സൂചിപ്പിച്ചു എന്ന് മാത്രം.

അതെ എന്റെ അമ്മ വൃത്തമാണ്. പ്രപഞ്ചത്തിലെ ഏറ്റവും ലഘുവും സുന്ദരവുമായ രൂപം. ഒരു നിശ്ചിത ചുറ്റളവിൽ പരമാവധി കൂടുതൽ വിസ്തീർണം കിട്ടുന്ന രൂപം. ഒരു ദ്വിമാനരൂപമായ വൃത്തവുമായി ബന്ധപ്പെട്ട ത്രിമാനരൂപം ഗോളമാണ്. പ്രപഞ്ചത്തിലെ അനേകം വസ്തുക്കൾ

വൃത്തവും ഗോളവുമായി ബന്ധപ്പെട്ടിരിക്കുന്നു. ഭൂമിയും ചന്ദ്രനും മറ്റ് ജ്യോതിർരൂപങ്ങളും ഫുട്ബോളും, ആപ്പിളുമൊക്കെ ഗോളവുമായി സാദൃശ്യമുള്ള രൂപങ്ങളാണ്.

വൃത്തത്തിന്റെ രൂപം തന്നെയാണ് ചക്രത്തിനുള്ളത്. ചക്രത്തിന്റെ പ്രാധാന്യം നിങ്ങൾക്കറിയാമെന്നു വിശ്വസിക്കുന്നു. ചക്രങ്ങളുടെ കണ്ടുപിടിത്തം മാനവരാശിയുടെ ഏറ്റവും മികച്ച കണ്ടുപിടിത്തങ്ങളിലൊന്നാണ്.

എന്റെ മാതാവിന്റെ രൂപം തന്നെയാണ് ഏറ്റവും പ്രധാനപ്പെട്ട മറ്റൊരു സംഖ്യയായ പൂജ്യത്തിനുള്ളത്. മാനവരാശിയുടെ ഏറ്റവും മികച്ച കണ്ടുപിടിത്തങ്ങളിലൊന്നായ പൂജ്യം മനുഷ്യപുരോഗതിയിൽ അനുനിമിഷം കൂടുതൽ കൂടുതൽ സ്വാധീനം ചെലുത്തിക്കൊണ്ടിരിക്കുകയാണ്. കമ്പ്യൂട്ടർ, മൊബൈൽ ഫോൺ, സിനിമ, ടെലിവിഷൻ തുടങ്ങി അനേകം യന്ത്രങ്ങളിൽ പൂജ്യം ഒരു അവശ്യസംഖ്യയാണ്. ത്രികോണം, ചതുരം, സമചതുരം, പഞ്ചഭുജം, ഷഡ്ഭുജം തുടങ്ങിയ രൂപങ്ങളെല്ലാം ബഹുഭുജ (Polygon) ങ്ങളായിട്ടാണ് അറിയപ്പെടുന്നത്. അമ്മ ഒരു ബഹുഭുജമല്ലെങ്കിലും ബഹുഭുജമായി കണക്കാക്കപ്പെടുന്നു. അനേകം വശങ്ങളുള്ള ഒരു ബഹുഭുജം. ഇരിക്കട്ടെ അതും ഒരു ക്രഡിറ്റല്ലേ?

എന്റെ പേര്

ഒരു വൃത്തത്തിന്റെ പരിധിയും വ്യാസവും തമ്മിലുള്ള അംശബന്ധം ഒരു സ്ഥിരസംഖ്യയാണെന്ന് സഹസ്രാബ്ദങ്ങൾക്കുമുമ്പ് തന്നെ അറിയാമായിരുന്നു. പക്ഷേ പതിനേഴാം നൂറ്റാണ്ടിൽ മാത്രമാണ് എനിക്ക് ഒരു പേർ ലഭിച്ചത്. പൈ എന്ന എന്റെ പേര് എനിക്ക് ലഭിക്കാൻ ഇടയായത് വില്യം ഔട്രഡ് (William Oughtred) ആണെന്ന് പ്രസിദ്ധ ഗണിതശാസ്ത്രചരിത്രകാരൻ ഫ്ളോറിയൻ കജോറി (Florian Cajori) കണ്ടെത്തിയിട്ടുണ്ട്. 1650 ൽ പൈ എന്ന അക്ഷരം അദ്ദേഹം ഒരു വൃത്തത്തിന്റെ ചുറ്റളവിന്റെ (Circumference) നെ സൂചിപ്പിക്കാനാണ് ഉപയോഗിച്ചത്. ചുറ്റളവ് എന്നർഥമുള്ള പെറിഫെറി (Peripheri) എന്ന ഗ്രീക്ക് വാക്ക് അക്ഷരങ്ങൾ ഉപയോഗിച്ച് എഴുതിയാലുണ്ടാകുന്ന ആദ്യാക്ഷരമാണ് π. ഒരു വൃത്തത്തിന്റെ പരിധിയും വ്യാസവും തമ്മിലുള്ള അംശബന്ധമാണല്ലോ ഞാൻ. അതായത് പരിധി/വ്യാസം. ഇത് സൂചിപ്പിക്കാൻ ഔട്രഡ് π/δ എന്ന് എഴുതി. ഇതിൽ ഒരു വൃത്തത്തിന്റെ പരിധിയെ സൂചിപ്പിക്കാൻ പൈയും വ്യാസത്തെ സൂചിപ്പിക്കാൻ ഡെൽറ്റ (δ)യുമാണ് ഉപയോഗിച്ചത്.

വില്യം ജോൺസ് (William Jones) തന്റെ *സിനോപ്സിസ് പാൾമോറിയം മാത്തിസിയോസ്* (Synopsis Palmarioum Matheseos)എന്ന ഗ്രന്ഥത്തിലാണ് എന്നെ സൂചിപ്പിക്കാൻ π എന്ന അക്ഷരം ഉപയോഗിച്ചത്. പക്ഷേ പ്രസിദ്ധ സ്വിസ് ഗണിതശാസ്ത്ര

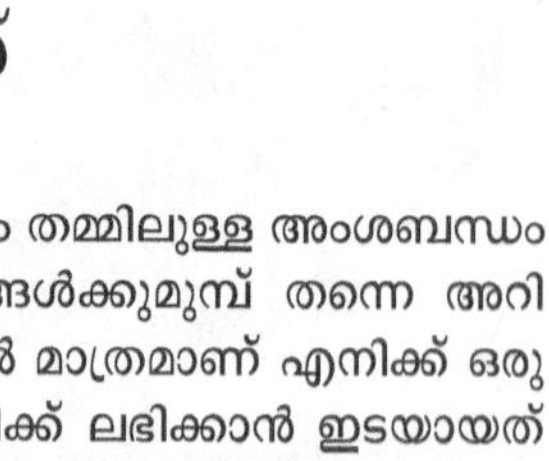

കജോറി

വില്യം ഔട്രഡ്

ലിയോനാർഡ് ഓയ്‌ലർ

ജ്ഞൻ ലിയോനാർഡ് ഓയ്‌ലർ (Leonard Euler) ആണ് എന്റെ പേര് പ്രചരിപ്പിക്കുന്നതിൽ നിർണായകമായ പങ്ക് വഹിച്ചിരുന്നത്. പ്രമുഖ ഗ്രന്ഥകാരനായിരുന്ന ഓയ്‌ലർ തന്റെ ഗ്രന്ഥത്തിൽ വൃത്തത്തിന്റെ പരിധിയും വ്യാസവും തമ്മിലുള്ള അംശബന്ധത്തെ സൂചിപ്പിക്കാൻ π ഉപയോഗിച്ചു. ആദ്യമായാണ് ഒരു ശാസ്ത്രജ്ഞൻ എന്നെ സൂചിപ്പിക്കാൻ എന്റെ പേര് ഒരു ഗ്രന്ഥത്തിൽ എഴുതിയത്. ആ പ്രശസ്ത പുസ്തകത്തിന്റെ പേര് *ഇൻട്രോഡ്യുഷ്യോ ഇൻ അനാലിസിൻ ഇൻഫിനിറ്റോറം* (Introductio in Analysin infinitorum എന്നാണ്. 1748 ലാണ് അദ്ദേഹം ആദ്യമായി എനിക്ക് ഒരു പേര് ഒരു ഗ്രന്ഥത്തിൽ ഉപയോഗിച്ചത്.

സംഖ്യകളുടെ ഒരു അത്ഭുത ലോകത്തിലാണ് മനുഷ്യർ ജീവിക്കുന്നത് എന്ന് പറയുന്നതിൽ ഒട്ടും അതിശയോക്തിയില്ല. ദൈവം ഈ പ്രപഞ്ചം സൃഷ്ടിച്ചിട്ടുള്ളത് ഗണിതശാസ്ത്രം ഉപയോഗിച്ചാണെന്ന് ഗലീലിയോ ഗലീലിയും സംഖ്യകൾ ലോകം ഭരിക്കുന്നു എന്ന് പൈഥഗോറസും പറഞ്ഞിട്ടുണ്ട്. ആയിരക്കണക്കിന് അഥവാ കോടിക്കണക്കിന് സംഖ്യകൾ മനുഷ്യർ കൈകാര്യം ചെയ്യുന്നുണ്ട്. അവരിൽ നിന്നൊക്കെ വ്യത്യസ്തമായി എനിക്കുമാത്രമായി ധാരാളം പ്രത്യേകതകൾ ഉണ്ട് എന്ന് നിങ്ങളെ അറിയിക്കുന്നതിൽ എനിക്കുള്ള അഭിമാനവും സന്തോഷവും വാക്കുകൾകൊണ്ട് വർണിക്കാൻ സാധ്യമല്ല.

ഞാൻ വളരുന്നു

ഞാൻ ഒരു സ്ഥിരസംഖ്യയാണെന്ന് സഹസ്രാബ്ദങ്ങൾക്ക് മുമ്പ് തന്നെ കണ്ടെത്തിയിരുന്നു എന്ന് ഞാൻ സൂചിപ്പിച്ചുവല്ലോ. എങ്കിലും പല രാജ്യക്കാരും എനിക്ക് വ്യത്യസ്ത വിലകളാണ് തന്നത്. ഞാൻ ജനിച്ച കാലം മുതൽ തന്നെ എന്റെ കൃത്യമായ വില കണ്ടുപിടിക്കാൻ ശ്രമങ്ങൾ ആരംഭിച്ചിരുന്നു. ഗ്രീക്ക് ഗണിത ശാസ്ത്രജ്ഞൻ ആർക്കിമിഡീസാണ് ആദ്യകാലത്ത് ഇക്കാര്യത്തിൽ ഏറ്റവും കൂടുതൽ പരിശ്രമം നടത്തിയിരുന്നത്. ക്രിസ്തുവിന് മുമ്പ് ഏകദേശം 200 വർഷങ്ങൾക്ക് മുമ്പ് ജീവിച്ചിരുന്ന ശാസ്ത്രജ്ഞനാണ് ആർക്കിമിഡീസ്. വൃത്തത്തിനുള്ളിൽ സമബഹുഭുജങ്ങൾ വരച്ചാണ് അദ്ദേഹം എന്റെ കൃത്യമായ വില കണ്ടുപിടിക്കാൻ ശ്രമിച്ചത്. ബഹുഭുജത്തിന്റെ എല്ലാ ശീർഷങ്ങളും വൃത്തത്തിൽ ഉൾപ്പെടുത്തക്കവിധമാണ് അദ്ദേഹം വൃത്തവും ബഹുഭുജവും വരച്ചിരുന്നത്. ഗണിതഭാഷയിൽ ഇത് വൃത്തത്തിൽ ബഹുഭുജം അന്തർലേഖനം ചെയ്യുക എന്ന് അറിയപ്പെടും.

ആർക്കിമിഡിസ്

ഇങ്ങനെ വൃത്തത്തിനുള്ളിൽ വരയ്ക്കുന്ന ബഹുഭുജങ്ങളുടെ എണ്ണം വർധിപ്പിച്ചാണ് അദ്ദേഹം കൂടുതൽ കൂടുതൽ കൃത്യമായ വിലകളിൽ എത്തിച്ചേർന്നത്.അനേക നാളുകളിലെ പ്രവർത്തനം കൊണ്ട് അദ്ദേഹം എന്റെ വില 22/7നും 223/71നും ഇടക്കാണെന്ന് പ്രസ്താവിച്ചു. തീർച്ച

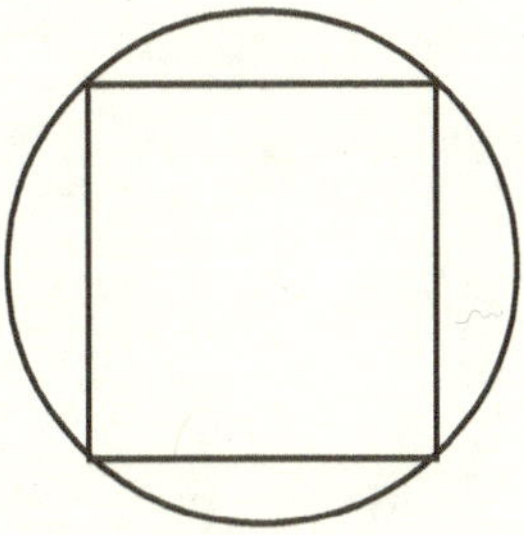

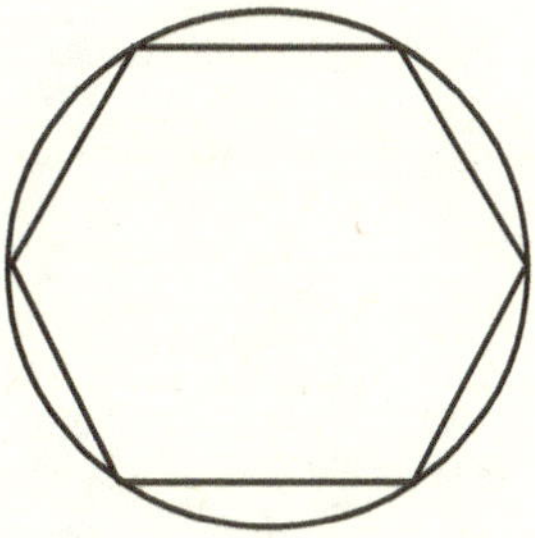

യായും ആർക്കിമിഡിസ് തന്റെ ഈ വിലകൾ കൃത്യമായ വിലയാണെന്ന് അവകാശപ്പെട്ടിരുന്നില്ല. അക്കാലത്ത് ഇന്നത്തെപ്പോലെ ദശാംശസംഖ്യ കൾ രൂപപ്പെട്ടിരുന്നില്ല. ഇതു കാരണം ഭിന്നസംഖ്യകളായിട്ടാണ് എന്റെ വിലകൾ എഴുതിയിരുന്നത്. ഇതേപോലെ 25/8, 256/81 എന്നിങ്ങനെ പുരാ തനകാലത്ത് ഉപയോഗിച്ച വിലകളും ഭിന്നസംഖ്യകൾ തന്നെ.

ഭാരതീയരുടെ സംഭാവനകൾ

പിൽക്കാലത്ത് എന്റെ വില കണ്ടുപിടിക്കുന്നതിൽ ഏറ്റവും കൂടുതൽ ശ്രദ്ധിച്ചിരുന്ന ഒരാൾ ഇന്ത്യക്കാരനായ, മിക്കവാറും കേരളീയനായ ആര്യഭടനാണ്. അഞ്ചാം നൂറ്റാണ്ടിൽ (476-550) ജീവിച്ചിരുന്ന ആര്യഭടൻ 384 വശങ്ങളുള്ള ഒരു സമബഹുഭുജം ഒരു വൃത്തത്തിൽ അന്തർലേഖനം ചെയ്തുകൊണ്ട് 62832/2000 എന്ന വിലയിലേക്ക് എത്തിച്ചേർന്നു. ഇത് ദശാംശരൂപത്തിൽ 3.1416 ആണ്. നാല് ദശാംശസ്ഥാനം വരെയുള്ള ഏറ്റവും തൃപ്തികരമായ വില. ഇത് കേരളീയനായ ആര്യഭടൻ കണ്ടുപിടിച്ചതിൽ മലയാളികൾക്ക് അഭിമാനിക്കാം.

ആര്യഭടൻ

ആര്യഭടൻ തന്റെ പ്രസിദ്ധഗ്രന്ഥമായ *ആര്യഭടീയ*ത്തിലെ ഗണിതപാദത്തിൽ ഇങ്ങനെ എഴുതിയിരിക്കുന്നു.

'ചതുരധികം ശതം അഷ്ടഗുണം
ദ്വാദഷ്ടി; തഥാ സഹസ്രാണാം
അയുത ദ്വയ വിഷ്കംഭസ്യാ
ആസന്നോ വൃത്തപരിണാഹ'

ഇത് സംസ്കൃതത്തിലായതിനാൽ മനസിലാക്കാൻ അൽപ്പം പ്രയാസമുണ്ടല്ലേ? എന്തുചെയ്യാം. പുരാതനകാലത്തെ ഭാരതത്തിലെ മിക്ക ഗണിതഗ്രന്ഥങ്ങളും കവിതരൂപത്തിലും സംസ്കൃതത്തിലുമാണു

ള്ളത്. മേൽക്കൊടുത്തിരിക്കുന്ന കവിതയുടെ ആശയങ്ങളെ ലഘുവായി ഇങ്ങനെ വിശദീകരിക്കാം.

ചതുരധികം ശതം എന്നത് നൂറിൽ നാല് കൂടുതൽ എന്നർഥമാകുന്നു. അതായത് 104. അഷ്ടം എട്ടായതിനാൽ അഷ്ടഗുണം 8 കൊണ്ട് ഗുണിച്ചത് അഥവാ എട്ടിരട്ടി. അതായത് 104 X 8 = 832. ഷഷ്ടിപൂർത്തി ആഘോഷിക്കുന്നത് 60 വയസാകുമ്പോഴാണല്ലോ. ദ്വാദഷ്ടി എന്നത് 62. അയുതം പതിനായിരമായതിനാൽ അയുതദ്വയം ഇരുപതിനായിരമാണ്. ആസന്നം എന്നാൽ ഏകദേശം. പരിണാഹ എന്നാൽ പരിധിയാണ് എന്ന് അർഥം. അതായത് 104നെ 8 കൊണ്ട് ഗുണിച്ച് 62000 കൂട്ടിയാൽ 20000 വ്യാസമുള്ള വൃത്തത്തിന്റെ ഏകദേശ പരിധി ആയിരിക്കും.

പരിധി = 62832

വ്യാസം = 20000

വൃത്തത്തിന്റ പരിധിയും വ്യാസവും തമ്മിലുള്ള അംശബന്ധമാണല്ലോ ഞാൻ. അപ്പോൾ π = പരിധി / വ്യാസം = 62 832/20000 = 3.1416

ആര്യഭടൻ മാത്രമല്ല മറ്റൊരു ഭാരതീയ ഗണിതശാസ്ത്രജ്ഞൻ ഭാസ്കരാചാര്യരും എന്റെ വില കണ്ടുപിടിക്കാൻ ശ്രമിച്ചിരുന്നു. അദ്ദേഹത്തിന്റെ പ്രശസ്ത ഗ്രന്ഥമായ *ലീലാവതി*യിലെ വൃത്തവ്യവഹാരം എന്ന അധ്യായത്തിൽ ഇങ്ങനെ എഴുതിയിരിക്കുന്നു.

'വ്യാസേ ഭഗന്ദാഗ്നി ഹതേ വിഭക്തേ
ഖബാണ സൂര്യൈഃ പരിധിഃ സസൂക്ഷ്മഃ
ദ്വാവിംശക്തി ഘ്നേന വിഹൃതേഥ ശൈല
സ്ഥൂലോ ഥവാ സ്യാദ്വാവഹാരയോഗ്യഃ'

ഇതും ആര്യഭടീയശ്ലോകം പോലെ സംസ്കൃതം തന്നെ. ഇതിനെ ലഘുവായി ഇങ്ങനെ വ്യാഖ്യാനിക്കാം. വ്യാസത്തെ 3927 കൊണ്ട് ഗുണിച്ച് 1250 കൊണ്ട് ഹരിച്ചാൽ സൂക്ഷ്മമായ പരിധി കിട്ടും. 22 കൊണ്ട് വ്യാസത്തെ ഗുണിച്ച് 7 കൊണ്ട് ഹരിച്ചാൽ സ്ഥൂലമായ പരിധി കിട്ടും. സാധാരണ ആവശ്യങ്ങൾക്ക് ഇത്രയും സൂക്ഷ്മത മതിയാകും.

ഇവിടെയും ഭാസ്കരാചാര്യർ എന്റെ വില കൃത്യമാണെന്ന് പറഞ്ഞിട്ടില്ല. സാധാരണ ആവശ്യങ്ങൾക്ക് ഒരു വിലയും സൂക്ഷ്മമായ ആവശ്യങ്ങൾക്ക് മറ്റൊരു വിലയും തന്നിരിക്കുന്നു.

കോഴിക്കോട് ജില്ലയിലെ വടകരയ്ക്കടുത്ത കടത്തനാട്ടിലെ ശങ്കരവർമരാജ തന്റെ സദ്രത്നമാലയിൽ എന്റെ 16 ദശാംശസ്ഥാനങ്ങൾ വരെയുള്ള വിലക്ക് 'ഭദ്രാം ബുധിസിദ്ധജയ ഗണിതശ്രദ്ധയാസ്മൽ ഭ്രൂപഗി' എന്ന് നൽകിയിരിക്കുന്നു. അയ്യോ ഇത് കടുകട്ടിതന്നെ അല്ലേ? ഈ വരി എങ്ങനെ ഓർക്കും? എങ്ങനെ അക്കമാക്കി മാറ്റും? ആകെ പ്രശ്നം തന്നെ.

ഭാരതത്തിൽ പ്രചാരത്തിലുള്ള കടപയാദി അനുസരിച്ചാണ് ഇതിലെ അക്ഷരങ്ങളുടെ വില നിർണയിക്കുന്നത്. ക, ട, പ, യ എന്നീ അക്ഷരങ്ങൾ 1 എന്ന അക്കത്തെ സൂചിപ്പിക്കുന്നതുകൊണ്ടാണ് കടപയാദി എന്ന പേർ വന്നത്. ഈ രീതിയിൽ അ, ആ, ഇ, ഈ, ... എന്നീ സ്വരക്ഷരങ്ങ

ളെല്ലാം പൂജ്യത്തെ സൂചിപ്പിക്കുന്നു. മറ്റ് അക്ഷരങ്ങൾ സൂചിപ്പിക്കുന്ന അക്കങ്ങൾ താഴെ കൊടുക്കുന്നു.

1	2	3	4	5	6	7	8	9	10
ക	ഖ	ഗ	ഘ	ങ	ച	ഛ	ജ	ഝ	ഞ
ട	ഠ	ഡ	ഢ	ണ	ത	ഥ	ദ	ധ	ന
പ	ഫ	ബ	ഭ	മ					
യ	ര	ല	വ	ശ	ഷ	സ	ഹ	ള	റ,ഴ

ഇതനുസരിച്ച് ശങ്കരവർമയുടെ മേൽ സൂചിപ്പിച്ച വരി 3.14159265358979324 നെയാണ് സൂചിപ്പിക്കുന്നത്.

ഒരു പ്രാചീനഗ്രന്ഥമായ *കണക്കുസാര*ത്തിൽ π-യെപ്പറ്റി എഴുതിയിട്ടുള്ളത് നോക്കൂ;

ഏഴിൽപ്പെരുക്കീട്ടിരുപത്ത് രണ്ടിൽ
കിഴക്കവെട്ടത്തിനെ വിട്ടമാക്കാം.
വിട്ടത്തെ ഏറ്റീട്ടിരുപത്തുരണ്ടിൽ
കഴിച്ചിട്ടേഴാമത് വട്ടമല്ലോ

നേരത്തെ നാം ശ്രദ്ധിച്ച രണ്ട് സംസ്കൃത ശ്ലോകങ്ങളെ അപേക്ഷിച്ച് ഇത് കുറച്ച് എളുപ്പം തന്നെ. വട്ടം, വിട്ടം എന്നീ വാക്കുകളാണ് പ്രശ്നം. വട്ടം എന്നത് പരിധിയും, വിട്ടമെന്നത് വ്യാസവുമാണ്. π-ക്കുള്ള സാധാരണ വിലയായ 22/7നെയാണ് ഈ വരികൾ സൂചിപ്പിക്കുന്നത്.

π-യെപ്പറ്റി മലയാളത്തിലുള്ള മറ്റൊരു കവിത ഇതാ.

ലകടം കൊണ്ട് വട്ടത്തെ
പ്പെരുകി കിഴി ശർമ്മഗൈ
വിട്ടമായി സൂക്ഷ്മമായ് വട്ടം
വരുത്താം വിപരീതമായ്

ഇവിടെ ലകടത്തിനും ശർമഗൈക്കും വില നൽകേണ്ടത് നേരത്തെ സൂചിപ്പിച്ച കടപയാദി പ്രകാരമാണ്. ല = 3 , ക = 1 , ട = 1, ശ = 5 , മ = 5 , ഗ = 3 ആണ് വിലകൾ. കപടയാദിയിൽ ഒരു വാക്കിന്റെ അക്ഷരപ്രകാരമുള്ള വില നൽകുന്നത് വലത്തു നിന്ന് ഇടത്തോട്ടാണ്. അതായത് ല, ക, ട എന്നീ അക്ഷരങ്ങൾ യഥാക്രമം 3, 1, 1 എന്നീ അക്കങ്ങളെ സൂചിപ്പിക്കുമെങ്കിലും ലകടം സൂചിപ്പിക്കുന്നത് 113 നെ ആയിരിക്കും. ഇതുപോലെ ശർമഗം 355 നെ സൂചിപ്പിക്കുന്നു. ഇതനുസരിച്ച് π-യുടെ വില 355/113 ആയിരിക്കും. ഇതും ഒരു ഭിന്നസംഖ്യ ആണല്ലോ.

ക്രിസ്തുവർഷം ഏകദേശം 1400 ൽ കേരളീയ ഗണിതശാസ്ത്ര പ്രതിഭ മാധവൻ π-യുടെ വില കണ്ടുപിടിക്കുന്നതിന് വേണ്ടി ഒരു സംഖ്യാശ്രേണി അവതരിപ്പിക്കുകയുണ്ടായി. ഇന്നത്തെ ചിഹ്നസങ്കേതങ്ങളുപയോ

ശ്രീനിവാസരാമാനുജൻ

ഗിച്ച് ഈ സംഖ്യാശ്രേണിയെ $\pi/4 = 1 - (1/3) + (1/5) - (1/7) + (1/9) + ...$എന്നിങ്ങനെ എഴുതാം. പക്ഷേ നിർഭാഗ്യമെന്നു പറയട്ടെ കേരളീയന്റെ ഈ കണ്ടുപിടുത്തമൊന്നും പാശ്ചാത്യരുടെ ശ്രദ്ധയിൽപ്പെട്ടില്ല. പതിനേഴാം നൂറ്റാണ്ടിൽ ജീവിച്ചിരുന്ന സർ ഐസക്ന്യൂട്ടനും, ലിബനിസുമൊക്കെ കണ്ടുപിടിച്ചതായിട്ടാണ് ഇപ്പോഴും നാം ഈ ശ്രേണി പഠിക്കുന്നതും, പഠിപ്പിക്കുന്നതും അവർ പരസ്പരം അറിയാതെ കാൽക്കുലസ് എന്ന ഗണിതശാസ്ത്രശാഖയുടെ ഭാഗങ്ങൾ കണ്ടുപിടിച്ചു. ഇംഗ്ലണ്ടുകാരനായ ന്യൂട്ടനോ, ജർമൻകാരനായ ലിബനിസോ കാൽക്കുലസ് കണ്ടുപിടിച്ചത് എന്ന വലിയൊരു തർക്കം പാശ്ചാത്യ രാജ്യങ്ങളിൽ നടന്നു. പരസ്പരം അറിയാതെ ഒരേസമയത്താണ് ഈ കണ്ടുപിടുത്തങ്ങൾ നടന്നതെങ്കിലും ന്യൂട്ടൻ ആദ്യം കണ്ടെത്തിയതായി സ്ഥാപിച്ചു കളഞ്ഞു. നൂറ്റാണ്ടുകൾക്ക് മുമ്പ് രണ്ട് കേരളീയ ഗണിതപ്രതിഭകൾ പുതുമനചോമാതിരിയും നീലകണ്ഠസോമയാജിയും കലനശാസ്ത്രമെന്ന പേരിൽ ഒരു ഗണിതശാസ്ത്രശാഖ അവതരിപ്പിച്ചത് ഇപ്പോഴും അവഗണനയിൽ തന്നെ.

ആധുനിക ഭാരതത്തിലെ പ്രശസ്ത ഗണിതശാസ്ത്രജ്ഞൻ ശ്രീനിവാസരാമാനുജനും എന്നെപ്പറ്റി ധാരാളം കണ്ടുപിടുത്തങ്ങൾ നടത്തിയിരുന്നു. അദ്ദേഹത്തിന്റെ കണ്ടുപിടുത്തങ്ങൾ വളരെ ഗഹനമായതിനാൽ ഇവിടെ വിശദീകരിക്കുന്നില്ല.

ആധുനിക കാലത്തും ധാരാളം ഭാരതീയർ എന്റെ വില കണ്ടുപിടിക്കുന്നതിന് വേണ്ടി ശ്രമങ്ങൾ നടത്തിക്കൊണ്ടിരിക്കുന്നുണ്ട്. പലരും ലോകറിക്കോർഡ് തന്നെ നേടിയിട്ടുണ്ട്. മഹാദേവൻരാജ എന്ന ഒരാൾ 5-7-1981 ൽ ഒരു ലോക റിക്കോർഡ് നേടിയിരുന്നു. 2007 ഒക്ടോബർ 16ന് ഡേവിഡ് രാജു 13 മിനിറ്റുകൊണ്ട് 1116 സ്ഥാനങ്ങൾ കണ്ടുപിടിച്ചതും ഒരു റിക്കോർഡ് തന്നെ.

എന്റെ വില

കടത്തനാട്ട് ശങ്കരവർമയുടെ സദ്രത്നമാലയിലെ വരികൾ എന്റെ വിലകൾ ഓർക്കാൻ സഹായിക്കുമെന്ന് സൂചിപ്പിച്ചുവല്ലോ. മലയാളത്തിൽ മാത്രമല്ല ഇംഗ്ലീഷ് ഉൾപ്പെടെയുള്ള ധാരാളം ഭാഷകളിൽ എന്നെ ഓർക്കാൻ വാക്യങ്ങളുണ്ട്. ഇംഗ്ലീഷിലെ ചില വാക്യങ്ങൾ താഴെ കൊടുക്കുന്നു.

1 I see I have a number

2 May I have a large container of coffee

3 How I wish I could recollect of circle the exact relation Archemede unwound

4 How I want a drink alcoholic of course, after the heavy chapters involving Quantum Mechanics.

ഓരോ വാക്കിലെയും അക്ഷരങ്ങളുടെ എണ്ണമാണ് അക്കമായി പരിഗണിക്കേണ്ടത്. ഇതു പ്രകാരം see I have a number എന്നത് 31416 നെ സൂചിപ്പിക്കുമല്ലോ. എന്റെ സ്ഥാനം 3 നും 4 നും ഇടയ്ക്കാണെന്നത് വളരെ പ്രശസ്തം. അപ്പോൾ 4 സ്ഥാനം വളരെയുള്ള എന്റെ വില 3.1416

ഇതു കൂടാതെ ചണ്ഡാംശുചന്ദ്രാധമകുംഭിപാല എന്ന വരിയിൽ നിന്നും എന്റെ വില പത്ത് സ്ഥാനങ്ങൾക്ക് ശരിയായി ലഭിക്കും. ഈ വിലകൾ 3.1415926536 ആയിരിക്കും.

എനിക്ക് കൃത്യമായ ഒരു വിലയുണ്ട് എങ്കിലും അത് എത്രയെന്ന് കണ്ടുപിടിക്കാൻ മാനവരാശിക്ക് ഇന്നേവരെ സാധിച്ചിട്ടില്ല എന്നതാണ് സത്യം. ഞാൻ ജനിച്ചപ്പോൾ തന്നെ എന്റെ വില കണ്ടുപിടിക്കാനുള്ള ശ്രമവും നടന്നിരുന്നു. ബൈബിളിൽ എനിക്ക് നൽകിയ വില 3 ആണ്. റിൻഡ് പപ്പൈറസിൽ 22/7 എന്ന വില തന്നു. ചൈനക്കാർ എനിക്ക് മുമ്പ് തന്നിരുന്ന വില 55/13 ആണ്. ഭാരതത്തിന്റെ പുരാതനകാലത്തുള്ള

ജ്യാമിതി ശുൽബസൂത്രം എന്നറിയപ്പെടുന്നു. ശുൽബം എന്നാൽ നൂൽ, കയർ, ചരട് എന്നൊക്കെ അർഥം ജ്യാമിതിയ ചിത്രങ്ങൾ വരയ്ക്കുന്നത്തിന് നൂൽ, ചരട്, കയർ എന്നിവയൊക്കെ ഉപയോഗിച്ചതുകൊണ്ടാകാം ഈ പേർ വന്നത്. ശുൽബസൂത്രത്തിൽ തന്നെ എന്നെ കൈകാര്യം ചെയ്തിരുന്നു. 3 ഉം, അൽപ്പം കൂടുതലുള്ള വിലയുമാണ് എനിക്ക് തന്നിരുന്നത്. ഗണിതശാസ്ത്രത്തിൽ വളരെയധികം താൽപ്പര്യം കാണിച്ചിരുന്ന ജൈനന്മാർ എന്റെ വിലയായി പത്തിന്റെ വർഗമൂലം ഉപയോഗിച്ചിരുന്നു. ചില രാജ്യക്കാർ എനിക്ക് 10ന്റെ വർഗമൂലമായി വരുന്ന സംഖ്യയാണ് തന്നത്. എനിക്ക് വിവിധ കാലങ്ങളിൽ നൽകപ്പെട്ട ചില പ്രധാന വിലകൾ താഴെ പട്ടികയിൽ കാണാം.

നം:	കാലം ക്രി.മു.2000	രാജ്യം/ വ്യക്തി	വില	ശരിയായ ദശാംശ സ്ഥാനങ്ങളുടെ എണ്ണം
1	,,	ബാബിലോണിയ	3.125	1
2	,, 1200	ഈജിപ്ത്	3.16045	1
3	,, 250	ചൈന	3	-
4	,, 150	ആർക്കിമിഡീസ്	3.1428	3
5	,, 263	ടോളമി	3.14166	3
6	499	ലിയുഹുയി	3.14159	3
7	640	ആര്യഭടൻ	3.14156	4
8	810	ബ്രഹ്മഗുപ്തൻ	$\sqrt{10}$	1
9	1220	അൽഖൊരാസ്മി	3.1416	4
10	1430	ഫിബ്നാച്ചി	3.141818	3
11	1593	അൽഖാഷി	3.1415926535898732	12
12	1596	വീറ്റ	3.1415926526	9
13	1615	വാൻക്യൂലൻ	3.14159265358979323846	20
14	1665	വാൻക്യൂലൻ	3.141592643383279502б	35
15		ന്യൂട്ടൻ	3.14159226535897932	16

പിന്നീട് ധാരാളം പേർ കൂടുതൽ കൂടുതൽ സ്ഥാനങ്ങൾ വരെ കണ്ടെത്തിയെങ്കിലും ഒരു പരിധിവരെ മാത്രമേ ശരിയുള്ളൂ എന്ന് പിൽക്കാലത്ത് കണ്ടുപിടിക്കപ്പെട്ടു. ഓരോരുത്തരും എത്ര സ്ഥാനങ്ങൾ കണ്ടെത്തിയെന്നും ഇവയിൽ എത്ര സ്ഥാനം വരെ മാത്രം ശരിയായിരുന്നുവെന്നും താഴെ കൊടുത്തിരിക്കുന്ന പട്ടികയിൽ നിന്നും മനസിലാക്കാം.

നമ്പർ	വർഷം	വ്യക്തി	കണ്ടുപിടിക്കപ്പെട്ട സ്ഥാനങ്ങൾ	ശരിയായ സ്ഥാനങ്ങൾ
1	1699	ഷാർപ്പ്	71	71
2	1706	മാക്കിൻ	100	100
3	1794	വോൺവേഗ	140	136
4	1824	റൂഥർഫോർഡ്	208	152
5	1844	സ്ട്രാസ്നിഷ്കി	200	200
6	1853	ലെഹ്മാൻ	261	261
7	1873	വില്യം ഷാക്	707	529
8	1949	സ്മിത്ത്, റെങ്ക്	1120	

കമ്പ്യൂട്ടർ വിപ്ലവം

കമ്പ്യൂട്ടർ കണ്ടുപിടിച്ചതോടെ ഈ അത്ഭുത യന്ത്രം കണക്കു കൂട്ടലുകളിൽ വ്യാപകമായി ഉപയോഗിക്കാൻ തുടങ്ങി. കമ്പ്യൂട്ടറിന്റെ ശേഷി നാൾക്കു നാൾ വർധിച്ചതോടെ എന്റെ കൂടുതൽ കൂടുതൽ എണ്ണം വിലകൾ കണ്ടുപിടിച്ചുകൊണ്ടിരുന്നു. 1949 ൽ എനിയാക്ക് (Eniac) ഉപയോഗിച്ച് റിവെസ്നർ 2037 സ്ഥാനങ്ങൾ കണ്ടുപിടിച്ചു. മണിക്കൂറുകൾ എടുത്ത് ചെയ്തിരുന്ന ജോലി മിനുട്ടുകൾ കൊണ്ട് ചെയ്യാമെന്ന അവസ്ഥ കൈവന്നതോടെ കൂടുതൽ സ്ഥാനങ്ങൾ കണ്ടുപിടിക്കപ്പെട്ടു. വെറും 70 മണിക്കൂറുകൾ കൊണ്ടാണ് എനിയാക്ക് ഉപയോഗിച്ച് 2037 സ്ഥാനങ്ങൾ കണ്ടെത്തിയത്. അതേസമയം 20 വരെ സ്ഥാനങ്ങൾ കണ്ടുപിടിക്കാൻ ലുഡോൾഫിന് തന്റെ ജീവിതകാലത്തിന്റെ സിംഹഭാഗവും ചെലവഴിക്കേണ്ടി വന്നിരുന്നു.

ഇപ്പോൾ ആയിരക്കണക്കിനല്ല. കോടിക്കണക്ക് സ്ഥാനങ്ങളാണ് കണ്ടുപിടിക്കപ്പെട്ടുകൊണ്ടിരിക്കുന്നത്. 1973 ൽ എം ജീൻ, ഫിലിയാറ്റർ എന്നിവർ ചേർന്ന് 23 മണിക്കൂർ 18 മിനുട്ടുകൊണ്ട് 10 ലക്ഷത്തിലേറെ സ്ഥാനങ്ങൾ കണ്ടുപിടിച്ചു. 2002 ൽ കണാദ ഏകദേശം 600 മണിക്കൂറുകൾ കൊണ്ട് 124110000000 എണ്ണം അക്കങ്ങൾ കണ്ടുപിടിക്കുകയുണ്ടായി. ഇപ്പോൾ 1000000000000 സ്ഥാനങ്ങൾ വരെ കണ്ടെത്തിയിരിക്കുന്നു.

എങ്ങനെ കണ്ടുപിടിക്കും

എന്റെ വിലക്കുള്ള ഇത്രയും കോടി അക്കങ്ങൾ കണ്ടുപിടിക്കപ്പെടുന്നു എന്നറിയുമ്പോൾ ഇവ എങ്ങനെ സാധിക്കുന്നു എന്ന് നിങ്ങൾ അത്ഭുതപ്പെടുന്നുണ്ടാവും. ഇതിന് ധാരാളം വഴികളും സൂത്രവാക്യങ്ങളും ഉപയോഗിക്കുന്നുണ്ട്.

ക്രിസ്തുവിന് മുമ്പ് ഏകദേശം 287 ആർക്കിമിഡിസ് വൃത്തത്തിൽ സമബഹുഭുജം അന്തർലേഖനം ചെയ്തുകൊണ്ടായിരുന്നു എന്ന് ഞാൻ മുമ്പ് സൂചിപ്പിച്ചുവല്ലോ. ഒരു വൃത്തത്തിന്റെ വിസ്തീർണവും ആ വൃത്തത്തിന്റെ വ്യാസം വശമായിട്ടുള്ള സമചതുരത്തിന്റെ വിസ്തീർണവും തമ്മിലുള്ള അംശബന്ധം 11/14 ആയിരിക്കുമെന്ന് അദ്ദേഹം കണ്ടുപിടിച്ചു. അതായത് ഒരു വൃത്തത്തിന്റെ ആരം r ഉം സമചതുരത്തിന്റെ വശത്തിന്റെ നീളം 2r ഉം ആയാൽ

$$\pi r^2/2r^2 = 11/14$$

അതായത് $\pi/4 = 11/14$

$$\pi = 22/7$$

ഈ രീതിയിലാണ് എനിക്ക് 22/7 എന്ന വില ലഭിച്ചത്.

ഗണിതശാസ്ത്ര ചരിത്രത്തിലെ ഒരു രക്തസാക്ഷിയാണ് ആർക്കിമിഡിസ് എന്ന് പറയാം. എന്റെ വില കണ്ടുപിടിക്കുന്നതിനുള്ള ശ്രമത്തിലാണോ ഈ ദുരന്തം സംഭവിച്ചത് എന്ന് എനിക്കുറപ്പില്ലാ. ഏതായാലും അദ്ദേഹം എന്റെ വില കണ്ടുപിടിക്കുന്നതിന് ധാരാളം സമയം ചെലവഴിച്ചിരുന്നു. ഒരു വൃത്തത്തിനുള്ളിൽ 96 വശങ്ങളുള്ള സമബഹുഭുജങ്ങൾ വരെ അദ്ദേഹം അന്തർലേഖനം ചെയ്തിരുന്നു ഇത്തരമൊരു ചിത്രം വരക്കാൻ അക്കാലത്ത് അദ്ദേഹം എത്ര കഷ്ടപ്പെട്ടിരുന്നു എന്ന് നമുക്ക് ആലോചിച്ചാൽ മനസിലാകും. കസാനസ്, മോൺടി കാർലോ തുടങ്ങിയ നിരവധി പേർ എന്റെ വില വ്യത്യസ്തമായ ജ്യാമിതീയ രീതികളിൽ

കണ്ടുപിടിക്കുന്നതിൽ വിജയം വരിച്ചിരുന്നു.

ത്രികോണമിതി, കാൽക്കുലസ്, ആൾജിബ്രാ തുടങ്ങിയ ശാസ്ത്ര ശാഖയുടെ സഹായത്തോടെ ഗ്രിഗറിയും ലിബ്നിസും കൂടി താഴെ കൊടുത്തിരിക്കുന്ന ഒരു സംഖ്യാശ്രേണി അവതരിപ്പിച്ചു.

$\text{Tan}^{-1}x = x - (x^3/3) + (x^5/5) - (x^7/7)$ ....

ഈ സംഖ്യാശ്രേണി ഗ്രിഗറിയുടെയും ലിബ്നിസിന്റെ യും പേരിലാണ് അറിയപ്പെടുന്നത്.

ഇതിൽ $x = 1$ ആയാൽ

$\text{Tan}^{-1}1 = \pi/4 = 1 - (1/3) + (1/5) - (1/7)$ ......

എന്ന് കിട്ടുന്നു. ഇത് കേരളത്തിലെ മാധവൻ അവതരിപ്പിച്ച ശ്രേണിയാണെന്ന് കാണാം. ഈ ശ്രേണിക്ക് മാധവഗ്രിഗറിശ്രേണി എന്ന് പേരിടണമെന്ന് പ്രസിദ്ധഭാരതീയ ഗണിതശാസ്ത്രജ്ഞൻ ആർ സി ഗുപ്ത അഭിപ്രയപ്പെട്ടിരുന്നു.

ഈ സംഖ്യാശ്രേണിയേക്കാളും നല്ല ഒരു ശ്രേണി ഓയ്ലർ അവതരിപ്പിച്ചു.

$\pi^2/6 = 1+(1/2^2) + (1/3^2) + (1/4^2) +$.......

എന്ന ശ്രേണിയാണ് ഓയ്ലർ അവതരിപ്പിച്ചത്. 1706ൽ ബ്രിട്ടീഷ് ഗണിത ശാസ്ത്രജ്ഞൻ ജോൺമാക്കിൻ (John Machin) $\pi/4 = \text{Tan}^{-1}(1/5)\ \text{Tan}^{-1}(1/239)$ എന്ന ഒരു ശ്രേണി അവതരിപ്പിച്ചു. ഇതു കൂടാതെ എന്നെ ഉൾപ്പെടുന്ന ധാരാളം സംഖ്യാശ്രേണികളും സമവാക്യങ്ങളും ഇപ്പോൾ കണ്ടെത്തിയിട്ടുണ്ട്.

എന്റെ പ്രത്യേകതകൾ

ഞാൻ ഒരു രേഖീയ സംഖ്യയാണ്. അതായത് എനിക്ക് സംഖ്യാരേഖയിൽ ഒരേ ഒരു സ്ഥാനമുണ്ട്. 3നും 4നും ഇടയ്ക്കാണ് സംഖ്യാരേഖയിൽ എന്റെ സ്ഥാനമെന്ന് ഞാൻ മുമ്പേ സൂചിപ്പിച്ചുവല്ലോ.

ഒരു യൂണിറ്റ് വ്യാസമുള്ള ഒരു വൃത്തത്തിന്റെ പരിധിയുടെ നീളത്തെ സൂചിപ്പിക്കുന്ന സംഖ്യയാണ് ഞാൻ. ഒരു വൃത്തത്തിന്റെ ആരം r ആയാൽ പരിധി $= 2\pi r$ എന്ന സൂത്രവാക്യം വളരെ പ്രശസ്തമാണല്ലോ. വൃത്തത്തിന്റെ വ്യാസം ഒരു യൂണിറ്റായാൽ ആരം $= 1/2$ ആയിരിക്കും. $r = 1/2$ ആയാൽ പരിധി $= \pi$ എന്ന് കിട്ടുന്നു.

ഒരു യൂണിറ്റ് വ്യാസമുള്ള ഒരു വൃത്തത്തിലെ ഏതെങ്കിലും ഒരു ബിന്ദു സംഖ്യാരേഖയിലെ O എന്ന ബിന്ദുവിനോട് ചേർത്ത് വെച്ച് സംഖ്യാരേഖയിലൂടെ ഈ വൃത്തം ചലിപ്പിക്കുക. നിരപ്പായ റോഡിലൂടെ സൈക്കിൾ ചക്രം കറക്കുന്നതുപോലെ. നേരത്തെ അടയാളപ്പെടുത്തിയ ബിന്ദു

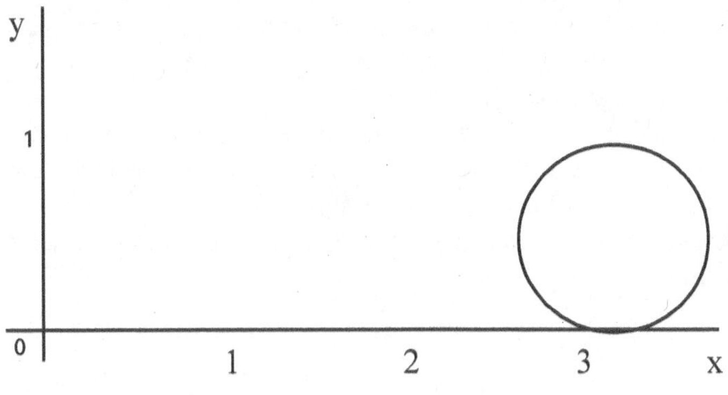

വീണ്ടും സംഖ്യാരേഖയിൽ എത്തിയാൽ ആ ബിന്ദു സൂചിപ്പിക്കുന്ന ബിന്ദു അടയാളപ്പെടുത്തുക. ഈ ബിന്ദു ആയിരിക്കും എന്റെ സ്ഥാനം.

ഞാൻ ഒരു രേഖീയ സംഖ്യ പോലെ തന്നെ ഒരു അഭിന്നക സംഖ്യ (Irrational Number) കൂടിയാണ്. അഭിന്നകം എന്നാൽ എന്തെന്ന് ഓർമ യില്ലേ? pയും qയും പൂർണ സംഖ്യകളും q പൂജ്യവുമല്ലെങ്കിൽ രൂപത്തിൽ എഴുതാൻ സാധിക്കാത്ത സംഖ്യകളാണ് അഭിന്നകങ്ങൾ. (ഇങ്ങനെ എഴു താൻ സാധിക്കുന്ന സംഖ്യകൾ ഭിന്നകങ്ങൾ എന്നറിയപ്പെടുന്നു) എന്റെ വില 22/7 ആയി സ്വീകരിക്കുന്നതുകൊണ്ട് ഞാൻ ഒരു ഭിന്നക സംഖ്യ യാണെന്ന് പലരും തെറ്റിദ്ധരിക്കാറുണ്ട്. എന്റെ ഏകദേശ വിലയാണ് 22/7 എന്ന് പലരും ഓർക്കാറില്ല. അതുകൊണ്ടാണ് ഈ കുഴപ്പം സംഭ വിക്കുന്നതും.

ഞാൻ ഒരു രേഖീയ സംഖ്യയും അഭിന്നകവും മാത്രമല്ല അതീത സംഖ്യ (Transcendental Number) കൂടിയാണ്. അതീതസംഖ്യ എന്നാൽ അതീന്ദ്ര ജ്ഞാനമുള്ള സംഖ്യയൊന്നുമല്ല കേട്ടോ. ഒരു ബീജഗണിത സമവാക്യത്തിന്റെ നിർധാരണ മൂല്യമായി കിട്ടാത്ത സംഖ്യകളാണ് അതീത സംഖ്യകൾ. ഓയ്‌ലർ കണ്ടുപിടിച്ച e എന്ന സംഖ്യയാണ് മറ്റൊരു അതീതസംഖ്യ. ഞാൻ ഒരു അതീതകസംഖ്യയാണെന്ന് തെളി യിച്ചത് ലിൻഡ്മാൻ എന്ന ഒരു ഗണിതശാസ്ത്രജ്ഞനാണ്. 19-ാം നൂറ്റാ ണ്ടിൽ ഗണിതശാസ്ത്രത്തിലുണ്ടായിട്ടുള്ള ഏറ്റവും മികച്ച കണ്ടുപിടിത്ത ങ്ങളിലൊന്നായി ഈ കണ്ടുപിടിത്തത്തെ കണക്കാക്കുന്നവരുണ്ട്.

ഇപ്പോൾ എന്റെ വിലയായി കോടിക്കണക്കിന് സ്ഥാനങ്ങൾ കണ്ടെ ത്തിയിട്ടുണ്ട്. എന്റെ വിലകൾ ഇങ്ങനെ അനന്തമായി നീണ്ടുപോകു മ്പോൾ അക്കങ്ങൾ യാതൊരു ക്രമവും പാലിക്കുന്നില്ല. 3ന് ശേഷമുള്ള എന്റെ ദശാംശ സ്ഥാനത്തെ അക്കങ്ങൾ പത്തക്കമുള്ള ഗ്രൂപ്പുകളായി തിരിച്ചു എന്നിരിക്കട്ടെ. ഇത്തരമൊരു ഗ്രൂപ്പിൽ പത്ത് അക്കങ്ങളും ഉണ്ടാ കാനുള്ള സാധ്യത വളരെ വളരെ വിരളമാണ്. ഏകദേശം 40,000 ഗ്രൂപ്പു കളിൽ ഒന്നിൽ മാത്രം എല്ലാ അക്കങ്ങളും കാണുമത്രെ. പക്ഷേ ഏഴാ മത്തെ ഗ്രൂപ്പിൽ തന്നെ എല്ലാ അക്കങ്ങളും കാണപ്പെടുന്നുണ്ട്. ഏഴാം ഗ്രൂപ്പിലെ അക്കങ്ങൾ 5923078164 എന്നിങ്ങനെയാണ് കാണപ്പെടുന്നത്. എന്റെ വിലയിൽ തുടർച്ചയായ അക്കങ്ങൾ ഉണ്ടോ എന്ന് പലരും പരി ശോധിച്ചിട്ടുണ്ട്. 12345 എന്നിങ്ങനെ അഞ്ചക്കങ്ങൾ ക്രമത്തിൽ കാണപ്പെ ട്ടത് എട്ടാം ദശലക്ഷത്തിൽ മാത്രമാണ്.

എന്റെ വിലയുടെ അക്കങ്ങളിൽ കാണപ്പെടുന്ന രസകരമായ ഒരു പ്രത്യേകത വൃത്തത്തിന്റെ കോണളവുമായി ബന്ധപ്പെട്ടതാണ്. ഒരു വൃത്തത്തിന്റെ കേന്ദ്ര കോണളവ് 360^0 ആണല്ലോ. എന്റെ വിലയിലെ 359, 360, 361 എന്നീ സ്ഥാനങ്ങളിലെ അക്കങ്ങൾ യഥാക്രമം 3, 6, 0 എന്നിവയാണ്.

എനിക്കും ഒരു ദിവസം

ശാസ്ത്രത്തിനും, ഗണിതശാസ്ത്രത്തിനും, പരിസ്ഥിതിക്കുമൊക്കെ ആഘോഷിക്കാൻ വർഷം തോറും ഓരോ ദിവസമുണ്ട്. ഗണിതശാസ്ത്രത്തിലെ ഒരു അത്ഭുതസംഖ്യയായ എനിക്കും ഒരു ദിവസം വേണം എന്നത് എന്റെ ഒരു ന്യായമായ അവകാശമല്ലേ? ഉണ്ട്. എല്ലാ വർഷവും ഏറ്റവും ഉചിതമായ ഒരു ദിവസം എനിക്കുവേണ്ടി മാറ്റിവെച്ചിട്ടുണ്ട്. അതെ മാർച്ച് 14 എന്റെ ജന്മദിനമായി ലോകമെങ്ങും ആഘോഷിക്കപ്പെടുന്നു. ഈ ദിനം തെരഞ്ഞെടുത്തതിനാൽ എന്റെ ഏകദേശ വില പെട്ടെന്ന് ഓർക്കാൻ സാധിക്കും. ഈ വില ഓർത്തുകൊണ്ട് തന്നെയാണ് മൂന്നാം മാസം 14-ാം തീയതി ജന്മദിനമായി ആഘോഷിക്കാൻ തീരുമാനിച്ചത്. ലോകപ്രശസ്ത ശാസ്ത്രജ്ഞൻ ആൽബർട്ട് ഐൻസ്റ്റീന്റെ ജന്മദിനം (1879) കൂടിയാണ് മാർച്ച് 14.

ഈ ദിവസം ആദ്യകാലത്ത് ഗണിതശാസ്ത്ര ദിനമായിട്ടാണ് ആഘോഷിച്ചുകൊണ്ടിരുന്നത്. പിന്നീട് ലോകഗണിതശാസ്ത്രദിനം മാർച്ച് മാസത്തെ ആദ്യബുധനാഴ്ചയാക്കി മാറ്റി. മാർച്ച് 14 എനിക്ക് മാത്രമായി വിട്ടുതന്നു. മറ്റൊരു സംഖ്യക്കും ഇങ്ങനെ ഒരു ദിനമുള്ളതായി അറിയില്ല. അപ്പോൾ മനുഷ്യർ എനിക്ക് എത്രമാത്രം പ്രാധാന്യം തരുന്നുണ്ട് എന്ന് ഇതിൽനിന്ന് തന്നെ വ്യക്തമാണല്ലോ.

ഞാൻ എവിടെയൊക്കെ?

ഒരു വൃത്തത്തിന്റെ പരിധിയും വ്യാസവുമുള്ള അംശബന്ധമായിട്ടാണ് എന്റെ ജനനം. അതായത് ഗണിതശാസ്ത്രത്തിലെ ജ്യാമിതി എന്ന ശാഖയുമായിട്ടാണ് എനിക്ക് ബന്ധമെന്നർഥം. വൃത്തവുമായി ബന്ധമുള്ള സ്ഥാനങ്ങളിലെല്ലാം എന്റെ ഉപയോഗം കണ്ടെത്താം. ഉദാഹരണമായി r ആരമുള്ള വൃത്തത്തിന്റെ ചുറ്റളവ് $2\pi r$ ആണല്ലോ. ഇതുപോലെ r ആരമുള്ള വൃത്തത്തിന്റെ വിസ്തീർണം = πr^2 ആയിരിക്കും.

ദ്വിമാനരൂപമായ വൃത്തം മാത്രമല്ല ത്രിമാനരൂപങ്ങളായ ഗോളം, അർധഗോളം, വൃത്തസ്തംഭം, വൃത്തസ്തൂപിക തുടങ്ങിയ രൂപങ്ങളുടെയെല്ലാം ഉപരിതലവിസ്തീർണം, വ്യാപ്തം എന്നിവയൊക്കെ കാണാൻ എന്നെ ആവശ്യമുണ്ട്.

ഇപ്പോൾ ഞാൻ ജ്യാമിതിയിൽ മാത്രം ഒതുങ്ങിനിൽക്കുന്നില്ല. ത്രികോണമിതി, കാൽക്കുലസ്, ആൽജിബ്രാ, എൻജിനീയറിങ് തുടങ്ങിയ ശാഖകളിലെല്ലാം എനിക്ക് മാന്യമായ സ്ഥാനമുണ്ട്. ഞാനിപ്പോൾ എവിടെയൊക്കെയാണുള്ളത് എന്ന് എനിക്കുപോലും അറിയില്ല എന്ന് പറയാമെന്ന് തോന്നുന്നു. തീരെ പ്രതീക്ഷിക്കാത്ത സ്ഥാനത്തുപോലും എനിക്ക് സാന്നിധ്യമുണ്ട്. ഉദാഹരണമായി 18-ാം നൂറ്റാണ്ടിൽ ബഫൻ എന്ന ഗണിതശാസ്ത്രജ്ഞൻ അവതരിപ്പിച്ച പ്രശ്നം ശ്രദ്ധിക്കൂ. നിലത്ത് ഒരേ അകലത്തിൽ സമാന്തരരേഖകൾ വരച്ച് ഒരേ നീളമുള്ള സൂചികൾ ഇടുന്നതാണ് ബഫന്റെ സൂചി പ്രശ്നം. (Buffon's Needle Problem) സമാന്തര രേഖകൾ തമ്മിലുള്ള അകലവും, സൂചിയുടെ നീളവും തുല്യമോ വ്യത്യസ്തമോ ആകാം. ഇങ്ങനെ സമാന്തര രേഖകൾക്കിടയിൽ സൂചികൾ ഇടുമ്പോൾ ഇവ വരകളിൽ സ്പർശിക്കുകയോ ക്രോസ് ചെയ്യുകയോ ആവാം. ഇതല്ലാതെ സ്പർശിക്കാതിരിക്കുകയും ചെയ്യാം. ഇങ്ങനെ

നൂറ് കണക്കിനോ ആയിരക്കണക്കിനോ സൂചിക്കിടയിൽ ജോലി ആവർത്തിക്കാം. ഈ പരീക്ഷണത്തിനിടയിൽ എന്റെ സാന്നിധ്യം ഉണ്ടാകുമെന്നാണ് ബഫൻ കണ്ടുപിടിച്ചത്. സൂചിയുടെ നീളവും രേഖകൾ തമ്മിലുള്ള അകലവും വ്യത്യാസപ്പെടുന്നതനുസരിച്ച് കണക്കുകൂട്ടലും സങ്കീർണമാവും. സൂചിയുടെ നീളം 1ഉം സമാന്തരരേഖകൾ തമ്മിലുള്ള അകലം t ഉം സാധ്യത p യും ആയാൽ $\pi = 2l/tp$ എന്നതാണ് സൂത്രവാക്യം. ഏറ്റവും ലഘുവായ പരീക്ഷണത്തിൽ സൂചി വരകളിൽ സ്പർശിക്കാനോ ക്രോസ്ചെയ്യാനോ ഉള്ള സാധ്യത (Probability) ഏകദേശം $2/\pi$ ആണ്. ഇതിൽ നിന്നാണ് എന്റെ വില കണക്കുകൂട്ടി എടുക്കുന്നത്. എന്നെക്കൊണ്ട് എന്താണ് പ്രായോഗിക ഉപയോഗമെന്നും ചിലർ ചോദിക്കാറുണ്ട്. ചില സൂത്രവാക്യങ്ങളിൽ ഉപയോഗിക്കാമെന്നല്ലാതെ മറ്റൊരു ഉപയോഗവുമില്ലെന്നാണ് ചിലർ ധരിച്ചിരിക്കുന്നത്. ഒരു കമ്പ്യൂട്ടറിന്റെ പ്രവർത്തനക്ഷമത എന്നെക്കൊണ്ട് കണ്ടെത്താമെന്ന് തെളിക്കപ്പെട്ടിട്ടുണ്ട്. എന്റെ വിലയിലെ അക്കങ്ങൾ കണ്ടെത്തുമ്പോഴുള്ള സൂക്ഷ്മതയും, കൃത്യതയും, വേഗതയുമൊക്കെ കമ്പ്യൂട്ടറിന്റെ അഥവാ കമ്പ്യൂട്ടറിന്റെ അരിത്മെറ്റിക്ക് ലോജിക്ക് യൂണിറ്റിന്റെയെങ്കിലും കഴിവ് പരിശോധിക്കാമത്രെ. അപ്പോൾ പ്രതീക്ഷിക്കാത്ത ഒരു പ്രായോഗിക ഉപയോഗവും എന്നെക്കൊണ്ട് ഉണ്ടെന്ന് പറയാം.

എന്തിന് വെറുതേ.....?

ഞാൻ എന്നെപ്പറ്റി ഇത്രയൊക്കെ പറഞ്ഞുവെങ്കിലും ഒരു കാര്യം ഇപ്പോഴും എന്നെ അത്ഭുതപ്പെടുത്തുന്നു. എന്റെ ഏകദേശ വിലകളായ 3.14 അല്ലെങ്കിൽ 22/7 എന്നിവകൊണ്ട് തന്നെ മനുഷ്യരുടെ സാധാരണ ആവശ്യങ്ങളൊക്കെ നടക്കും. ഇനി കുറേക്കൂടി സൂക്ഷ്മത ആവശ്യമാണെങ്കിൽ 4 സ്ഥാനങ്ങൾ വരെയുള്ള 3.1416 എന്ന വില മതിയാകും. ഇനി കുറെക്കൂടി സൂക്ഷ്മതയും കൃത്യതയും ആവശ്യമാണെങ്കിൽ പത്തോ ഇരുപതോ പരമാവധി നൂറോ സ്ഥാനങ്ങൾ ധാരാളം മതിയാകും.

പക്ഷേ മനുഷ്യനിപ്പോൾ എത്ര കോടി സ്ഥാനങ്ങൾ വരെയാണ് കണ്ടുപിടിച്ചു കൊണ്ടിരിക്കുന്നത്. ഒരു സെക്കന്റിൽ അനേകം ക്രിയകൾ ചെയ്യാൻ കഴിവുള്ള സൂപ്പർ കമ്പ്യൂട്ടറുകൾ ഉപയോഗിച്ച് കോടിക്കണക്കിന് സ്ഥാനങ്ങൾ കണ്ടുപിടിച്ചുകൊണ്ടിരിക്കുന്നു. ട്രില്യൻ ട്രില്യൻ അഥവാ ഒരു കോടി കോടി (10000000000000) സ്ഥാനം വരെയുള്ള അക്കങ്ങൾ ഇപ്പോൾ കണ്ടുപിടിച്ചിരിക്കുന്നു. ഇത്രയും സ്ഥാനങ്ങളിൽ അവസാനത്തെ പത്തക്കങ്ങളിൽ 0191295669 ആണ്. 48.346 മണിക്കൂറുകൾ കൊണ്ടാണ് ഇത് കണ്ടുപിടിക്കുകയും ശരിയാണെന്ന് ബോധ്യപ്പെടുകയും ചെയ്തത്. ഇത്രയും കഷ്ടപ്പെട്ട്, ഇത്രയും അധ്വാനിച്ച് ഇത്രയും അക്കങ്ങൾ മനുഷ്യർ കണ്ടുപിടിക്കുന്നത് എന്തിനാണെന്ന് എത്ര ആലോചിച്ചിട്ടും എനിക്ക് മനസിലാകുന്നില്ല. ഭൂമിയുടെ ചുറ്റളവ് ഒരു മീറ്റർ വരെ ശരിയായി കാണാൻ എന്റെ ഒരു പത്ത് സ്ഥാനങ്ങൾ വരെ മതിയാകു മത്രെ. ഇനി ഒരു നൂറു സ്ഥാനങ്ങൾ വേണ്ടിവരുമെന്ന് വെച്ചോളൂ. എത്ര വലിയ ശക്തിയുള്ള കമ്പ്യൂട്ടർ ഉപയോഗിച്ചാലും ഒരു മനുഷ്യന്റെ ആയുസ്സ് മുഴുവൻ പ്രയത്നിച്ചാലും എന്റെ വില കൃത്യമായി നിർണയിക്കാൻ സാധ്യമല്ല എന്ന് മനുഷ്യർക്ക് അറിയുകയും ചെയ്യാം. എന്നിട്ടും എന്തിന് ഈ സാഹസത്തിന് മുതിരുന്നു എന്നത് എനിക്ക് ഒരു പിടിയു

മില്ല. ഇതൊക്കെ ഒരു ത്രിൽ, അല്ലാതെന്തു പറയാൻ. എത്ര മനുഷ്യർ എവറസ്റ്റ് കീഴടക്കി. എത്ര സാഹസപ്പെട്ടിട്ടാണ് അവർ ഇതിന് മുതിരുന്നത്. എവറസ്റ്റ് കീഴടക്കിയാൽ എന്താണ് നേട്ടം? ഒരു ത്രിൽ, ഒരു വിജയാഹ്ലാദം, ഒരു ലക്ഷ്യപ്രാപ്തി ഇതു തന്നെയായിരിക്കും എന്റെ വില കണ്ടുപിടിക്കാൻ സാഹസപ്പെടുന്നവരുടേയും ലക്ഷ്യം.

ഏതായാലും എന്റെ ആകർഷണവലയിൽപ്പെട്ട് എനിക്കുവേണ്ടി യാതന സഹിക്കുന്നവരോട് എനിക്ക് തീർത്താൽ തീരാത്ത കടപ്പാടും സ്നേഹവും ഉണ്ട് എന്ന് അറിയിക്കട്ടെ. എന്റെ കഥ ക്ഷമയോടെ കേട്ടുനിന്ന നിങ്ങൾക്കും എന്റെ ആശംസകൾ.

സമയത്തിന്റെ കഥ

"**മി**നീ, എഴുന്നേൽക്ക്....."

രാവിലെയുള്ള കുളിരിൽ മയങ്ങിക്കിടന്നിരുന്ന മിനി ചേട്ടന്റെ വിളി കേട്ടയുടനെ എഴുന്നേറ്റു.

"നിന്നോട് 5 മണിക്ക് എഴുന്നേറ്റ് പഠിക്കണമെന്ന് പറഞ്ഞിട്ട് ഇപ്പോൾ ആറുമണി കഴിഞ്ഞല്ലോ..."

മിനി ജനലിലൂടെ പുറത്തേക്ക് നോക്കി. അതെ. നല്ല വെളിച്ചം. പക്ഷേ ക്ലോക്കിന്റെ അലാറത്തിന്റെ ശബ്ദം കേട്ടില്ലല്ലോ. സമയം അറിയാൻ അവൾ അടുത്ത മുറിയിൽ ചെന്നു നോക്കി.

മൂന്നുമണി!

പെൻഡുലം നിശ്ചലമാണ്.

ക്ലോക്ക് നിന്നിരിക്കുന്നു. അതല്ലേ അലാറത്തിന്റെ ശബ്ദമൊന്നും കേൾക്കാത്തത്.

അവൾ ചേട്ടന്റെ അടുത്തേക്കോടി.

"ചേട്ടാ സമയം മൂന്നു മണിയേ ആയുള്ളൂ."

"മൂന്നോ"

"അതെ മൂന്നു തന്നെ. ചേട്ടൻ ചെന്ന് ക്ലോക്കിൽ നോക്ക്."

"ആ അത് നിന്നുപോയിരിക്കും."

"അതുകൊണ്ടല്ലേ ഞാൻ ഉറങ്ങിപ്പോയത്."

"നിന്നെയൊക്കെ രാവിലെ എഴുന്നേൽപ്പിക്കാൻ ഒരു ക്ലോക്കുണ്ടായത് നിന്റെ ഭാഗ്യം. ഞാൻ സ്കൂളിൽ പഠിക്കുമ്പോൾ ക്ലോക്കും ടൈംപീസുമൊന്നുമുണ്ടായിരുന്നില്ല ഇവിടെ."

"അപ്പോൾ ചേട്ടനെങ്ങിനെയാ കൃത്യസമയത്ത് എഴുന്നേറ്റിരുന്നത്."

"നിന്റെ ചോദ്യം കേട്ടാൽത്തോന്നും ക്ലോക്കും ടൈംപീസുമൊന്നുമില്ലാതെ സമയം കണക്കാക്കാൻ പറ്റില്ലെന്ന്."

"ശരിയല്ലേ? ആ വാച്ചുണ്ടായാലും മതി."
"അപ്പോൾ നിന്റെ വിചാരം മനുഷ്യനുണ്ടായ കാലത്തു തന്നെ

വാച്ചും ക്ലോക്കും ടൈംപീസുമൊക്കെ ഉണ്ടായിരുന്നുവെന്നാണല്ലോ"

"അതെ."

"ഓ എന്തൊരു വിഡ്ഢിത്തമാണ് നീ ധരിച്ചുവെച്ചിരിക്കുന്നത്. വാച്ച് കണ്ടുപിടിച്ചിട്ട് അഞ്ചു നൂറ്റാണ്ടേ ആയിട്ടുള്ളു. മനുഷ്യൻ ഭൂമുഖത്ത് ഉണ്ടായിട്ട് എത്രയോ വർഷങ്ങൾ കഴിഞ്ഞു."

"അപ്പോൾ ആദ്യകാലത്ത് മനുഷ്യൻ എങ്ങനെയാ സമയം കണക്കാക്കിയിരുന്നത്?"

"അതൊരു വലിയ കഥയാണ്. ങ്ഹാ, ഇന്ന് ഞായറാഴ്ചയല്ലേ സ്കൂളിൽ പോകണ്ടല്ലോ? മുഖം കഴുകി, കാപ്പിയൊക്കെ കഴിച്ച് എന്റെ മുറിയിലേക്ക് വാ. സമയത്തിന്റെ കഥ പറഞ്ഞു തരാം."

"അപ്പോൾ ചേട്ടന് കാപ്പി വേണ്ടേ?"

"വേണം. നീ കൊണ്ടുവന്നാൽ മതി."

കാപ്പി കഴിഞ്ഞ ഉടനെ മിനി ചേട്ടന്റെ മുറിയിലേക്ക് നടന്നു. കഥ പറയാൻ അനൂപ് മിനിയെ കാത്തിരിക്കുകയായിരുന്നു.

"അനുയേട്ടാ സമയത്തിന്റെ കഥ കേൾക്കട്ടെ."

"ങ്ഹാ, പറയാം. ശ്രദ്ധിച്ചു കേൾക്കണം. പണ്ട് പണ്ട്, വളരെ പുരാതനകാലത്ത് മനുഷ്യൻ വനങ്ങളിലാണ് ജീവിച്ചിരുന്നതെന്ന് നീ പഠിച്ചിട്ടുണ്ടല്ലോ. വനങ്ങളിലെ ഗുഹകളിൽ താമസിച്ചിരുന്ന മനുഷ്യന് സമയം കണക്കാക്കേണ്ടുന്ന ആവശ്യമേ ഉണ്ടായിരുന്നില്ല. മൃഗങ്ങളെ വേട്ടയാടിപ്പിടിച്ചും കായ്കനികൾ ശേഖരിച്ചും ആഹാരം കഴിച്ചു ജീവിച്ചിരുന്ന അവൻ അനന്തമായി നീങ്ങുന്ന കാലത്തെപ്പറ്റി ഓർത്തതേയില്ല."

കാലം ഏറെ കഴിഞ്ഞപ്പോൾ സമയം കണക്കാക്കേണ്ട ആവശ്യം അവന് നേരിടാൻ തുടങ്ങി. ഉദാഹരണത്തിന് സ്വന്തം താവളത്തിൽനിന്ന് ദൂരേ പോയാൽ ഇരുട്ടുന്നതിനുമുമ്പ് തിരിച്ചെത്താൻ സമയം കണക്കാക്കേണ്ടുന്ന ആവശ്യം വരും.

ഇത്തരം സന്ദർഭങ്ങളിൽ സൂര്യന്റെ സ്ഥാനം നോക്കി മനുഷ്യൻ സമയം കണക്കാക്കാൻ തുടങ്ങി. ചക്രവാളത്തിന്റെ ഒരറ്റത്തുനിന്നും മറ്റേ അറ്റത്തേക്ക് ചലിച്ചുകൊണ്ടിരിക്കുന്ന സൂര്യനാണ് പകലിന്റെയും രാത്രിയുടെയും ഉത്തരവാദി എന്നവൻ മനസിലാക്കിയിരിക്കണം. പടിഞ്ഞാറ്, കിഴക്ക് തുടങ്ങിയ ദിശാനിർണയമൊന്നും അന്ന് അവൻ നടത്തിയിരുന്നില്ല.

സൂര്യന്റെ സ്ഥാനമനുസരിച്ച് വസ്തുക്കളുടെ നിഴലിന്റെ നീളത്തിന് മാറ്റം സംഭവിക്കുന്നുണ്ടെന്ന് അവൻ മനസിലാക്കിയത് വലിയൊരു കണ്ടുപിടിത്തമായിരുന്നു. ഉച്ചയ്ക്ക് അതായത് സൂര്യൻ നേരേ തലയ്ക്കു മുകളിൽ കാണുമ്പോൾ നിഴലിന്റെ നീളം ഏറ്റവും കുറവും രാവിലെയും വൈകുന്നേരവും ഏറ്റവും കൂടുതലുമാണെന്ന് അവൻ കണ്ടു. ഈ നീളങ്ങൾ വർധിക്കുന്നതും കുറയുന്നതും ഏതാണ്ട് ഒരേ ക്രമത്തിലാണെന്ന് അവൻ കണ്ടുപിടിച്ചു. വർധിക്കുന്നതും കുറയുന്നതും എതിർദിശയിലാണെന്നും അവൻ മനസിലാക്കി. ഈ പ്രതിഭാസമാണ് മനുഷ്യനിൽ

സമയം അളക്കാനുള്ള ചേതന അങ്കുരിച്ചത്.

നിഴലിന്റെ ഈ പ്രത്യേകതയെ ആസ്പദമാക്കി സമയം കണക്കാക്കാനുള്ള ആദ്യത്തെ ഉപകരണം അവൻ നിർമിച്ചു. പിന്നീട് അതിൽ ഓരോ മാറ്റങ്ങൾ വരുത്തി പരിഷ്കരിച്ച് ആധുനിക ഇലക്ട്രോണിക് സംവിധാനത്തിലെത്തി.

"ഇത്രയ്ക്ക് പ്രാധാന്യമുള്ള ആ ഉപകരണം ഏതാണ് അനുവേട്ടാ."

"നിഴൽഘടികാരം. ഘടികാരമെന്നു കേട്ടാൽ ഇന്നത്തെ ക്ലോക്കു പോലുള്ള സങ്കീർണമായ ഒരു യന്ത്രമാണ് നമ്മുടെ ഭാവനയിൽ എത്തുക. എന്നാൽ നിഴൽഘടികാരം അത്ര വലിയ യന്ത്രമൊന്നുമല്ല. തണലില്ലാത്ത തുറസ്സായ സ്ഥലത്ത് കുത്തനെ കുഴിച്ചിട്ടിട്ടുള്ള നീളമുള്ള ഒരു വടിയാണത്. 3500 വർഷങ്ങൾക്കു മുമ്പ് ഈജിപ്തുകാരാണ് ആദ്യമായി ഇത്തരത്തിലുള്ള നിഴൽഘടികാരങ്ങൾ നിർമിച്ചത്. ഇതിനെ അവർ നോമൺ (Gnomon) എന്നാണ് വിളിച്ചിരുന്നത്"

"ഒരു വടി കുത്തനെ കുഴിച്ചിട്ടാലെങ്ങിനെയാ സമയം കണക്കാക്കാൻ സാധിക്ക്യാ?"

"നിഴലിന്റെ നീളം അളന്നുനോക്കിയിട്ട് തന്നെ. രാവിലെ വടിയുടെ നിഴലിന്റെ നീളം വളരെ കൂടുതലായിരിക്കുമല്ലോ. സമയം നീങ്ങുന്നതിനനുസരിച്ച് നിഴലിന്റെ നീളം ക്രമേണ കുറയും. നട്ടുച്ചയായാൽ നീളം ഏറ്റവും കുറവായിരിക്കും. പിന്നീട് ക്രമമായി നീളം വർധിച്ചുകൊണ്ടിരിക്കും. രാവിലെ മുതൽ വൈകുന്നേരം വരെയുള്ള നിഴലിനെ അവൻ 4 തുല്യഭാഗങ്ങളായി ഭാഗിച്ചു. ഈ ഓരോ ഭാഗവും ഏകദേശം 3 മണിക്കൂർ ഉണ്ടായിരിക്കും. പിന്നീട് ഈ ഓരോ ഭാഗത്തേയും 3 ആയി ഭാഗിച്ചു. അങ്ങനെ ഒരുദിവസത്തെ പകൽസമയത്തെ 12 ഭാഗങ്ങളായി ഭാഗിച്ചു. ഈ ഭാഗങ്ങൾ ഓരോന്നും ഏകദേശം ഒരു മണിക്കൂർ ആണെന്നു പറയാം. ഈ സമയം കൃത്യമല്ല. രാത്രിയും പകലും തുല്യമല്ലാത്തതിനാൽ

പകൽസമയം എല്ലായ്പ്പോഴും 12 മണിക്കൂർ കൃത്യമായിരിക്കുകയില്ല. എങ്കിലും ഒരു ഏകദേശ കണക്കെന്ന നിലയിൽ മനുഷ്യൻ ദിവസത്തെ മണിക്കൂറാക്കി ഭാഗിക്കാൻ പഠിച്ചു എന്നു പറയാം."

"അപ്പോൾ ഈ ഘടികാരം ഉപയോഗിച്ച് മണിക്കൂർ മാത്രമേ കണക്കാക്കാൻ പറ്റുകയുള്ളു അല്ലേ?"

"അതെ. അതുകൊണ്ടല്ലേ ഞാൻ പറഞ്ഞത് ഇത് ഒരു യന്ത്രമൊന്നുമല്ല. നിഴലിന്റെ നീളം നോക്കി ഒരു ഏകദേശ സമയം അറിയാൻ കഴിയുന്ന ഉപകരണം മാത്രം. സ്വന്തം നിഴലിന്റെ നീളം കാലടികൊണ്ട് അളന്ന് സമയം കണക്കാക്കുന്ന ഒരു രീതി ഈ അടുത്തകാലം വരെ നമ്മുടെ നാട്ടിൽ പ്രചാരത്തിലുണ്ടായിരുന്നു. വാച്ചും ക്ലോക്കുമൊന്നുമില്ലാത്ത ഒരു വീട്ടിൽ പ്രസവം നടന്നാൽ ജനനസമയം സ്വന്തം നിഴലിന്റെ നീളമളന്ന് കണക്കുകൂട്ടിയിരുന്നു.

വർഷത്തിൽ എല്ലാ ദിവസത്തിനുമുള്ള സമയദൈർഘ്യം തുല്യമല്ല എന്ന് നമുക്കറിയാം. ചില മാസങ്ങളിൽ പകലിന് കൂടുതൽ ദൈർഘ്യമുണ്ടാകും. ചില മാസങ്ങളിൽ രാത്രിക്ക് കൂടുതൽ ദൈർഘ്യമുണ്ടാകും. ഇത് കാരണം ഒരു നിശ്ചിത സമയത്തുതന്നെ വിവിധ മാസങ്ങളിൽ നിഴലിന് വ്യത്യസ്ത നീളങ്ങളായിരിക്കും. അതിനാൽ നിഴലിന്റെ നീളമളന്ന് സമയം കണക്കാക്കുമ്പോൾ ഏത് മാസം, ഏത് തീയതി എന്ന് കൂടി പരിഗണിക്കേണ്ടിവരും. ഇങ്ങനെ വിവിധ മാസങ്ങളിൽ നിഴലിന്റെ നീളവും സമയവും സൂചിപ്പിക്കുന്ന പട്ടിക കേരളത്തിൽ മുമ്പുകാലത്ത് പ്രചാരത്തിലുണ്ടായിരുന്നു. ഈ പട്ടിക നിഴൽ-സമയപട്ടിക എന്നറിയപ്പെടുന്നു. ഈ പട്ടികയിൽ മുമ്പ് പ്രചാരത്തിലുള്ള നാഴികയാണ് നൽകിയിട്ടുള്ളത്. (പട്ടിക കാണുക.) പക്ഷേ ഈ രീതി എല്ലായ്പ്പോഴും ഉപയോഗിക്കാൻ പറ്റില്ല എന്നത് വലിയൊരു ന്യൂനതയാണ്.

"എപ്പോഴൊക്കെയാണ് ഇത് ഉപയോഗിക്കാൻ സാധിക്കാതിരിക്കുന്നത്?"

"രാത്രികാലത്ത്."

"പകൽ എല്ലാ സമയത്തും ഉപയോഗിക്കാൻ പറ്റുമോ?"

"പകൽ നിഴലില്ലാത്തപ്പോൾ സാധിക്കില്ല."

"അപ്പോഴാണ് മറ്റേതെങ്കിലും തരത്തിലുള്ള എല്ലായ്പ്പോഴും ഉപയോഗിക്കാൻ പറ്റുന്ന ഒരുപകരണം വേണമെന്ന് അവർ തീരുമാനിച്ചത്. ജലം, മണൽ, തീ തുടങ്ങി അനേകം വസ്തുക്കൾ ഉപയോഗിച്ച് സമയം കണക്കാക്കാൻ അവൻ ശ്രമിച്ചുകൊണ്ടിരുന്നു. രണ്ടായിരം വർഷങ്ങൾക്കു മുമ്പ് ഗ്രീസിലുള്ള ജനങ്ങൾ ജലഘടികാരം ഉപയോഗിച്ച് സമയം കണക്കാക്കാമെന്ന് മനസിലാക്കി."

"ജലഘടികാരമോ? അപ്പോൾ വെള്ളം കൊണ്ടാണോ പ്രവർത്തിക്കുന്നത്?"

"അതെ. ഏറ്റവും അടിയിൽ ചെറിയ സുഷിരമുള്ള ഒരു പാത്രമാണ് ജലഘടികാരം. പാത്രത്തിൽ നിറയെ ജലം നിറയ്ക്കുന്നു. സുഷിരത്തി

ഉദയത്തിന് / അസ്തമനത്തിന്		മേടം & ചിങ്ങം		ഇടവം& കർക്കിടകം		മിഥുനം		കന്നി & മീനം		തുലാം & കുംഭം		വൃശ്ചികം& മകരം		ധനു	
സമയം മണി	മിനിട്ട്	നിഴൽ അടി	അം	നിഴൽ അടി	അം	നിഴൽ അടി	അം	നിഴൽ അടി	അം	നിഴൽ അടി	അം	നിഴൽ അടി	അം	നിഴൽ അടി	അം
....	24	64	..	67	...	69	..	63	..	64	..	68	..	70	...
....	48	32	..	33	..	34	..	31	..	32	..	34	..	35	..
1	12	21	..	22	..	22	..	20	..	23	..	22	..	23	..
1	36	15	..	16	..	16	..	15	..	15	...	16	...	17	...
2	..	12	..	13	..	13	..	12	..	13	..	12	..	13	..
2	24	9	3	9	5	10	..	9	1	9	5	10	..	11	..
3	48	7	4	8		8	2	7	3	7	7	8	6	9	1
3	12	6	1	6	5	6	7	6	1	6	5	7	3	7	6
3	36	5	..	5	3	5	5	5	..	5	4	6	3	6	2
4	..	4	..	4	3	4	5	4	..	4	5	5	4	5	6
4	24	3	1	3	4	3	7	3	1	3	7	4	7	5	3
4	48	2	3	2	6	3	1	2	3	3	3	4	3	5	..
4	12	1	5	2	1	2	4	1	6	2	7	4	1	4	5
5	36	...	6	1	5	..	..	1	3	2	3	3	8	4	1
6	..	...	1	1	2	1	6	1	1	2	..	3	2	3	..
6	24	..	..	1	..	1	3	...	...	...	..	....	...	..	..

നിഴൽ – സമയപ്പട്ടിക

ലൂടെ ജലം അൽപ്പാൽമായി പുറത്തു പോകുമ്പോൾ ജലനിരപ്പു കുറയുന്നു. പാത്രത്തിന്റെ ഉൾഭാഗത്ത് അങ്കനങ്ങൾ ഉണ്ടായിരിക്കും. നിന്റെ സ്കൂളിലെ പരീക്ഷണശാലയിലെ അളവ് ജാറിലെ അങ്കനങ്ങൾപോലെയുള്ള ഈ വരകൾ നോക്കി സമയം കണക്കാക്കാം.

നമ്മുടെ നാട്ടിൽ പണ്ട് ഉപയോഗിച്ചിരുന്ന ജലഘടികാരം നാഴികവട്ട എന്നാണ് അറിയപ്പെട്ടിരുന്നത്. ഒരു വലിയ പാത്രവും ഒരു ചെറിയ പാത്രവും ഉൾപ്പെട്ടതാണ് നാഴികവട്ട. ചെറിയ പാത്രത്തിന്റെ അടിഭാഗത്ത് ചെറിയ ഒരു സുഷിരമുണ്ടായിരിക്കും. വലിയ പാത്രത്തിൽ ആദ്യം ജലം നിറയ്ക്കുന്നു. ചെറിയ പാത്രം വലിയ പാത്രത്തിലെ ജലോപരിതലത്തിൽ വെക്കുന്നു. ചെറിയ പാത്രത്തിലെ ചെറുസുഷിരത്തിൽക്കൂടി പതുക്കെ ജലം പാത്രത്തിലേക്ക് കയറുന്നു. കൃത്യം ഒരു നാഴിക സമയംകൊണ്ട് പാത്രം നിറയുന്ന രീതിയിലാണ് പാത്രത്തിന്റെ സുഷിരം നിർമിക്കപ്പെടുന്നത്. കൃത്യം ഒരു നാഴിക കണക്കാക്കാൻ പറ്റുന്നതുകൊണ്ടാണ് ഇത് നാഴികവട്ട എന്ന് അറിയപ്പെടാനിടയായത്."

"ചേട്ടാ, ഒരു നാഴിക എന്നാൽ എത്രയാണ്?"

"പുരാതനകാലത്ത് നമ്മുടെ നാട്ടിൽ ഉപയോഗിച്ചിരുന്ന ഒരു സമയ അളവാണ് നാഴിക. ഒരു ദിവസമെന്നത് 60 നാഴികയാണ്. അപ്പോൾ ഒരു നാഴിക എന്നത് 24 മിനിട്ടാണെന്ന് കാണാം. ഒരു പകൽ അഥവാ രാത്രി എന്നത് 30 നാഴിക. പുലരുവാനേഴര രാവുള്ളപ്പോൾ, ഞെട്ടിയുണർന്നെണീറ്റു ഉണ്ണിയാർച്ച എന്ന വരികൾ വടക്കൻപാട്ടിലുണ്ട്. നാഴിക എന്നത്, സമയത്തിന്റെ അളവ് മാത്രമല്ല ദൂരത്തിന്റെയും അളവാണ്. ഒരാൾ സാധാരണ വേഗതയിൽ ഒരു നാഴിക സമയം കൊണ്ട് നടന്നെത്തുന്ന ദൂരമാണ് ഒരു നാഴിക. അത് സുമാർ ഒരു മൈൽ ആണ്.

"ദൂരത്തിന് മൈൽ എന്ന ഏകകവുമുണ്ടോ?"

ഒരു മൈൽ എന്നത് സുമാർ ഒന്നര കിലോമീറ്ററാണ്. നമുക്ക് ദൂരത്തിന്റെ കാര്യം പിന്നെ ചർച്ച ചെയ്യാം. ഇന്ന് സമയത്തിന്റെ കാര്യം മതി.

ശരി എങ്കിൽ ചേട്ടന് ജലഘടികാരത്തെപ്പറ്റിയുള്ള കാര്യങ്ങൾ തന്നെ തുടരാം.

1150 ൽ ഒരു വലിയ ജലഘടികാരം നിർമിച്ചതായി ചരിത്രകാരന്മാർ രേഖപ്പെടുത്തിയിട്ടുണ്ട്. ബാഗ്ദാദ് ഭരിച്ചിരുന്ന ഹാറൂൺ അൽറഷീദ് എന്ന രാജാവ് ചാർലെ മാഗ്നെ എന്ന ചക്രവർത്തിക്ക് സമ്മാനമായി വലിയ ഒരു ജലഘടികാരം നൽകിയിരുന്നു. ഇത് ഓടുകൊണ്ട് നിർമിച്ചതായിരുന്നു. ഇതിന്റെ അങ്കനങ്ങൾ സ്വർണംകൊണ്ടായിരുന്നു.

"പുരാതന ഭാരതത്തിലും സമയം കണക്കാക്കാൻ ജലഘടികാരം ഉപയോഗിച്ചിരുന്നതായി തെളിവുകൾ ലഭിച്ചിട്ടുണ്ട്. ലീലാവതിയുടെ കഥ ഇതിന് തെളിവാണ്."

ഭാസ്കരാചാര്യർ ദീർഘദർശനം ചെയ്തതുപോലെ *ലീലാവതി* എന്ന ഗ്രന്ഥം നൂറ്റാണ്ടുകൾ പിന്നിട്ടിട്ടും ഒരുത്തമ ഗ്രന്ഥമായി ഇന്നും നിലനിൽക്കുന്നു. സംസ്കൃതത്തിലാണ് പ്രസ്തുത ഗ്രന്ഥം രചിച്ചിരുന്നത്.

മലയാളത്തിൽ അതിന്റെ വ്യാഖ്യാനം ലഭ്യമാണ്. ഇതാണ് *ലീലാവതി* യുടെ പിന്നിലുള്ള കഥ. ഈ കഥയിൽ ചിലർക്ക് അഭിപ്രായവ്യത്യാസ മുണ്ട്. അതിരിക്കട്ടെ ഏതായാലും ജലഘടികാരം ഭാരതത്തിൽ പ്രചാര ത്തിലുണ്ടായിരുന്നു എന്ന് നമുക്ക് വിശ്വസിക്കാം. ജലഘടികാരത്തിന്റെ ഒരു പ്രധാന ദോഷം മനസിലായില്ലേ, എന്താ ദോഷം."

"ദ്വാരത്തിൽ തടസമുണ്ടായാൽ ഘടികാരം പ്രവർത്തിക്കില്ല."

"ചിലപ്പോൾ വേഗത കുറയാനും മതി. വേഗത കുറഞ്ഞാലും സമയം വ്യത്യാസപ്പെട്ടിരിക്കും. അതിനാൽ ജലഘടികാരത്തിൽ ഉപയോഗിക്കുന്ന ജലം ശുദ്ധമായിരിക്കേണ്ടതാണ്."

താഴെയും മുകളിലുമായി രണ്ട് സ്ഫടികപാത്രങ്ങൾ മണൽ ഘടി കാരത്തിന് ഉപയോഗിച്ചിരുന്നു. മുകളിലുള്ള പാത്രത്തിൽ നിറച്ചിരിക്കുന്ന മണൽ കുറേശ്ശെ താഴത്തെ പാത്രത്തിലേക്ക് വീണുകൊണ്ടിരിക്കും. കൃത്യം ഒരു മണിക്കൂർ കൊണ്ടായിരിക്കും ഇങ്ങനെ മണൽ മുകളിലുള്ള പാത്രത്തിൽ നിന്നും താഴെയുള്ള പാത്രത്തിൽ വീഴുന്നത്. മണൽ മുഴു വൻ വീണു കഴിഞ്ഞാൽ ഘടികാരം തലകീഴായി വെക്കും. അപ്പോൾ മണൽ നിറച്ച പാത്രം മുകളിലായി വരും. മണൽ ഘടികാരം Hour glass എന്നാണ് അറിയപ്പെട്ടിരുന്നത്. ഒരു മണിക്കൂർ സമയം കണക്കാക്കാൻ സാധിച്ചിരുന്നതുകൊണ്ടാണ് ഈ പേർ ലഭിച്ചത്.

"എണ്ണ കൊണ്ടും തീ കൊണ്ടുമൊക്കെ എങ്ങനെയാ സമയം കണ ക്കാക്കിയിരുന്നത്?"

"ജലഘടികാരത്തിന്റെ തത്വം തന്നെ. വിളക്കിൽ എണ്ണ നിറച്ച് കത്തി ച്ചാൽ ക്രമേണ എണ്ണ കുറയുന്നതായി കാണാം. ഒരേ വലിപ്പത്തിലുള്ള മെഴുകുതിരികൾ ഏകദേശം ക്രമമായി കത്തും. ശേഷിക്കുന്ന ഭാഗത്തിന്റെ നീളം നോക്കി സമയം നിർണയിക്കാം. ആദ്യം മെഴുകുതിരി അങ്കനം ചെയ്തിരിക്കും.

ഒരു അങ്കനത്തിൽ നിന്നും മറ്റേ അങ്കനത്തിലേക്ക് മെഴുകുതിരി ഉരു കിത്തീരാനുള്ള സമയം ഒരു മണിക്കൂർ ആകത്തക്ക നിലയിലാണ് അങ്കനം ചെയ്തിരിക്കുക. ഈ അങ്കനം നോക്കി എത്ര കത്തിത്തീർന്നെന്ന് മനസിലാക്കാം. ഇങ്ങനെ സമയവും മനസിലാക്കാം.

സമയം കണക്കാക്കാൻ പ്രകൃതിയിലെ മറ്റു പ്രതിഭാസങ്ങളും മനു ഷ്യർ ഉപയോഗിച്ചിരുന്നു. ഉദാഹരണമായി രാവിലെ കോഴി കൂവുന്നത് പുലരുവാനേഴര രാവുള്ളപ്പോഴാണ്. സമയബോധമുണ്ടാക്കുന്ന പല പ്രതി ഭാസങ്ങളും പ്രകൃതിയിലുണ്ട്. നാലുമണിപ്പൂക്കൾ എന്ന പേരുതന്നെ സമയവുമായി ബന്ധപ്പെട്ടതാണ്."

"എന്താ അങ്ങനെ ആ പൂവിന് പേര് വരാൻ കാരണം?"

"നാലു മണിക്ക് വിരിയുന്നതുകൊണ്ടുതന്നെ."

"മിക്ക പൂക്കളും വിരിയുന്നത് കാലത്താണ്. നാലുമണിപ്പൂക്കൾ വൈകുന്നേരം 4 മണിക്ക് വിരിയുന്നു. രാത്രി വിരിയുന്ന പൂക്കളുമുണ്ട് കേട്ടോ."

ഹാലിയുടെ ധൂമകേതു

“ചേട്ടാ എന്തുകൊണ്ടാണ് നാലുമണിപ്പൂ നാലുമണിക്കു മാത്രം വിടരുന്നത്. നാലുമണിയായി എന്ന് പൂ എങ്ങിനെ തിരിച്ചറിയും? ചെടിയുടെ കൈയിൽ വാച്ചുണ്ടോ?”

“സമയം പാലിക്കുക എന്നത് പ്രകൃതിയിലെ ഒരു അത്ഭുത പ്രതിഭാസമാണ്. സൂര്യനുദിക്കുന്നതും അസ്തമിക്കുന്നതും ചന്ദ്രനുദിക്കുന്നതും ഋതുക്കൾ ഉണ്ടാകുന്നതുമെല്ലാം ഒരു നിശ്ചിത സമയമനുസരിച്ചാണ്. ഹാലിയുടെ ധൂമകേതു 75 വർഷത്തിലൊരിക്കൽ കൃത്യമായി ഭൂമിയുടെ അടുത്ത് വന്നുകൊണ്ടിരിക്കുന്നു.ചിത്രത്തിൽ ഹാലിയുടെ ധൂമകേതുവിനെ കാണാം. ഇതിന്റെ സന്ദർശനത്തിലും ചെടിയുടെ വിത്തു മുളയ്ക്കുന്നതിലും വളരുന്നതിലും പൂവ് വിരിയുന്നതിലുമെല്ലാം കാണാം ഒരു സമയനിഷ്ഠ. ഈ സമയനിഷ്ഠയുടെ പിന്നിലുള്ള സൂത്രം ജൈവഘടികാരം എന്നറിയപ്പെടുന്നു. അർജന്റീനയിൽ കാണുന്ന ഒരിനം മുളച്ചെടിയുടെ വിത്തിൽനിന്നും ചെടിയുണ്ടായി അതിൽനിന്നും ഒരു വിത്ത് കിളിർത്ത് കൃത്യം 29 വർഷം തികയുന്ന ദിവസം അത് പൂവിടും.

വീടുകളിലും മറ്റും മൺകൂടുണ്ടാക്കുന്ന വേട്ടാളൻ എന്ന ജീവി രാവിലെ കൃത്യം എട്ടു മണിക്കാണത്രേ ജോലി ആരംഭിക്കുന്നത്. വീടു നിർമാണം പൂർത്തിയായാലും ഇല്ലെങ്കിലും കൃത്യം 4 മണിക്ക് പണി നിർത്തും.”

“സമയം കണക്കാക്കാനുള്ള ടൈംപീസിന്റെ പേര് എങ്ങനെയാ വന്നത്?”

“പ്രാചീനകാലത്ത് സമയത്തെ ഭാഗങ്ങളാക്കിയാണ് കണ്ടിരുന്നത് ഒരു ദിവസത്തെ 4 ഭാഗങ്ങളാക്കി ഓരോന്നിനെയും 3 ആയി ഭാഗിച്ചു. മുൻകാലങ്ങളിൽ സമയത്തെ തുടർച്ചയായി കണക്കാക്കാൻ പ്രയാസമായിരുന്നു. മണൽഘടികാരവും ജലഘടികാരവുമെല്ലാം ഒരു പ്രത്യേകസമയം വരെ മാത്രമേ പ്രവർത്തിക്കൂ. അങ്ങനെ സമയത്തെ ഭാഗങ്ങളായി കണക്കാക്കുന്നതുകൊണ്ട് ഉപകരണങ്ങളെ ടൈംപീസ് എന്നു വിളിക്കാൻ തുടങ്ങി. Time എന്നാൽ സമയം എന്നർഥം. പാസ പീസ് Piece എന്നാൽ ഭാഗം, കഷ്ണം എന്നൊക്കെയർഥം.”

“അപ്പോൾ ക്ലോക്ക്, വാച്ച് എന്നീ പേരുകൾ ഉണ്ടായതോ?”

“പറയാം. ആദ്യം ക്ലോക്കിന്റെ പ്രത്യേകത എന്താണെന്ന് മിനി പറയൂ.”

“ക്ലോക്ക് സമയം കാണിക്കും.”

“വാച്ചും ടൈംപീസുമെല്ലാം സമയം കാണിക്കുമല്ലോ. ഇതിനൊന്നുമില്ലാത്ത ഒരു പ്രത്യേകത എന്താ ക്ലോക്കിനുള്ളത്.”

മിനി ആലോചിച്ചു നോക്കി. അവൾ മറുപടി പറഞ്ഞു.

“പെൻഡുലം.”

“ശരിയാണ്. ഇനി വലിയ പ്രത്യേകതയുണ്ടോ?”

“ഓരോ മണിക്കൂറിലും മണിയടിക്കും.”

“ഈ പ്രത്യേകതയുള്ളതുകൊണ്ടാണ് ഇതിന് ക്ലോക്ക് എന്ന പേരുണ്ടായത്. Cloche എന്ന ഫ്രഞ്ച് പദത്തിന്റെ അർഥം മണി എന്നാണ്. ഈ പദത്തിൽനിന്നാണ് ക്ലോക്ക് എന്ന പദമുണ്ടായത്.”

“അപ്പോൾ വാച്ച് എന്ന പദമോ?”

“ക്ലോക്ക് ഓരോ മണിക്കൂറും മണിയടിച്ചുകൊണ്ടിരിക്കും. അതിനാൽ ക്ലോക്കിൽ നോക്കാതെ തന്നെ നമുക്ക് സമയം മനസിലാക്കാൻ പറ്റും. എന്നാൽ വാച്ചിൽ മണിയടിക്കുന്ന സമ്പ്രദായമില്ല.

സമയമറിയണമെങ്കിൽ അതിൽ നോക്കണം. ഇംഗ്ലീഷിൽ Watch എന്നാൽ നോക്കുക, ശ്രദ്ധിക്കുക എന്നൊക്കെയാണ് അർഥം."

"എപ്പോഴാ ചേട്ടാ ക്ലോക്കുകൾ ഉപയോഗിക്കാൻ തുടങ്ങിയത്."

"1335 ൽ ഇറ്റലിക്കാരാണ് ആദ്യത്തെ യന്ത്രക്ലോക്ക് നിർമിച്ചത്. അന്നത്തെ ക്ലോക്കിനു മുഖമോ (Dial) മണിക്കൂർ മിനിറ്റ് സൂചികളോ ഉണ്ടായിരുന്നില്ല. ഒരു ഭാരം മുകളിൽനിന്ന് താഴോട്ട് താഴ്ത്തുമ്പോൾ ഒരു ചക്രം കറങ്ങും. ഈ ചക്രം കറങ്ങുന്നതിനെ ആസ്പദമാക്കിയാണ് സമയം കണക്കാക്കിയിരുന്നത്. പക്ഷേ ഈ ചക്രം കറങ്ങുന്ന വേഗത കൃത്യമായിരുന്നില്ല. വർഷങ്ങൾക്കു ശേഷം പെൻഡുലം ഉപയോഗിക്കാൻ തുടങ്ങിയതോടെയാണ് ചക്രങ്ങളുടെ വേഗത ക്രമീകരിക്കാൻ സാധിച്ചത്. ആദ്യത്തെ ക്ലോക്കുകളിൽ സൂചികളില്ലെങ്കിലും മണി പ്രധാനമായിരുന്നു.

ഫ്രാൻസ് ഭരിച്ചിരുന്ന ചാൾസ് അഞ്ചാമന്റെ കൊട്ടാരത്തിലെ ഗോപുരത്തിൽ 1379 ൽ ഒരു ഘടികാരം നിർമിച്ചിരുന്നു. ഹീന്റിച്ച് ഡി വിക്ക് (Heinrich De Vick) എന്ന ജർമൻകാരനാണ് ഈ ക്ലോക്ക് നിർമിച്ചത്. വൃത്തസ്തംഭാകൃതിയിലുള്ള ഒരു വസ്തുവിന് ഒരു ചരട് ചുറ്റിയിരുന്നു. ചരടിന്റെ ഒരറ്റത്ത് ഒരു ഭാരം തൂക്കിയിരുന്നു. ഭാരം സാവധാനത്തിൽ താഴോട്ട് വരുമ്പോൾ വൃത്തസ്തംഭം ക്രമേണ കറങ്ങും. ഇതിന്റെ കറക്കത്തെ ആസ്പദമാക്കി മറ്റ് ചക്രങ്ങൾ കൂടി പ്രവർത്തിച്ചിരുന്നു ഈ ചക്രങ്ങളുടെ വേഗത കൃത്യമായിരുന്നില്ല.

"ഇതിന്റെ വേഗത ക്രമീകരിക്കാൻ പെൻഡുലം ഉപയോഗിച്ചെന്ന് ചേട്ടൻ പറഞ്ഞല്ലോ. എന്താ പെൻഡുലത്തിന്റെ പ്രവർത്തനം?"

"ഗലീലിയോ ഗലീലി എന്ന ശാസ്ത്രജ്ഞനാണ് 1582 ൽ പെൻഡുലതത്വം കണ്ടുപിടിച്ചത്. അന്നദ്ദേഹത്തിന് പതിനെട്ട് വയസ്സ് മാത്രമേ പ്രായമുണ്ടായിരുന്നുള്ളൂ."

ഒരു ദിവസം അദ്ദേഹം പള്ളിയിൽ പോയി പ്രസംഗം ശ്രദ്ധിക്കുകയായിരുന്നു. അദ്ദേഹം വെറുതെ ഒന്ന് മേൽപ്പോട്ട് നോക്കിയപ്പോൾ ഒരു ശരറാന്തൽ അങ്ങോട്ടുമിങ്ങോട്ടും ആടുന്നതു കണ്ടു. അദ്ദേഹം പ്രസംഗത്തിൽ ശ്രദ്ധിക്കാതെ ശരറാന്തലിന്റെ ചലനത്തിൽ ശ്രദ്ധ കേന്ദ്രീകരിച്ചു. ശരറാന്തൽ ഇങ്ങനെ ഓരോ പ്രാവശ്യം അങ്ങോട്ടുമിങ്ങോട്ടും ആടുന്നതിനാവശ്യമായ സമയം അദ്ദേഹം കണക്കാക്കി. ഇവിടെയുമുണ്ട് ഒരത്ഭുതം. ഗലീലിയോയുടെ കൈയിൽ സമയം കണക്കാക്കാനുള്ള ഉപകരണമൊന്നും ഉണ്ടായിരുന്നില്ല. പക്ഷേ സ്വന്തം കൈയിലുള്ള ഒരു പ്രതിഭാസം കൊണ്ടാണ് അദ്ദേഹം സമയം കണക്കാക്കിയത്. നമ്മുടെ എല്ലാവരുടെ കൈയിലും എല്ലായ്പ്പോഴും ആ ഉപകരണമുണ്ട്. എന്താണെന്ന് മിനിക്ക് പറയാൻ പറ്റുമോ? "എല്ലാവരുടെയും കൈയിലും എല്ലാ സമയത്തുമോ? എന്റെ കൈയിൽ ഇപ്പോഴുണ്ടോ? ഇല്ല. അങ്ങനെയൊരു ഉപകരണമില്ല. അത് ചേട്ടൻ എന്നെ കളിപ്പിക്കാൻ പറയുന്നതാ."

"ഉണ്ട്. തീർച്ചയായുമുണ്ട്. നിനക്ക് ജീവനുണ്ടെങ്കിൽ ഉണ്ട്. ദാ ഇവിടെ കൈയുടെ മണിബന്ധത്തിൽ പതുക്കെ കൈവച്ചുനോക്കൂ ഒരു

ചെറിയ സ്പന്ദനം അനുഭവപ്പെടുന്നില്ലേ?"

മിനി മണിബന്ധത്തിൽ പതുക്കെ അമർത്തി നോക്കി നാഡീസ്പന്ദനം അവൾക്ക് അനുഭവപ്പെട്ടു.

"ശരിയാ ഒരു ചലനമുണ്ട്. പക്ഷേ ഇതു കൊണ്ടെങ്ങനെയാ സമയം കണക്കാക്കാൻ സാധിക്കുക."

"നാഡീസ്പന്ദനം ഒരേ വേഗതയിലാണ് സംഭവിക്കുന്നത്. ഓരോ മിനിറ്റിലും എത്ര പ്രാവശ്യം നാഡീസ്പന്ദനമുണ്ടാകുന്നുവെന്ന് കണക്കാക്കി നോക്ക്. ഒരു നിശ്ചിത എണ്ണമാണെന്ന് കാണാം. ശരറാന്തൽ ഓരോ ഭാഗത്തേക്കും ആടുന്ന സമയം ഈ സ്പന്ദനുമുപയോഗിച്ച് കണക്കാക്കാം. ഈ വിഷയത്തെപ്പറ്റി അദ്ദേഹം കൂടുതൽ ഗവേഷണം നടത്തി. പെൻഡുലത്തിന്റെ നീളം വർധിക്കുകയാണെങ്കിലും സമയത്തിന് വ്യത്യാസം വരുന്നില്ല എന്ന് കണ്ടെത്തി. അങ്ങനെ അദ്ദേഹം പെൻഡുലത്തിന്റെ അന്ദോലന തത്വം ആവിഷ്കരിച്ചു. 1582 ൽ ഈ തത്വം അദ്ദേഹം ആവിഷ്കരിച്ചെങ്കിലും 1657 ൽ മാത്രമാണ് ക്ലോക്കിൽ പെൻഡുലം ഉപയോഗിക്കാൻ തുടങ്ങിയത്.

ക്ലോക്കിൽ പെൻഡുലം ഉപയോഗിക്കാൻ തുടങ്ങിയതോടെ ക്ലോക്ക് കൂടുതൽ കൃത്യമായ സമയം കാണിക്കാൻ തുടങ്ങി. ആദ്യം ക്ലോക്കിൽ മണിക്കൂർ സൂചി ഘടിപ്പിച്ചു. കുറെക്കാലം കഴിഞ്ഞപ്പോൾ മിനിറ്റ് സൂചി കൂടി ഉൾപ്പെടുത്തി. പിന്നീട് പല പല പരിഷ്കാരങ്ങളും വരുത്തി ഇന്നത്തെ ആധുനിക ക്ലോക്കിൽ എത്തി.

1930 കളിൽ അമേരിക്കയിൽ വൈദ്യുത ക്ലോക്കുകൾ വൻപ്രചാരം നേടുകയുണ്ടായി. 1840 ൽ ഇംഗ്ലണ്ടുകാരനായ അലക്സാണ്ടർ വൈയിൽ ആണ് വൈദ്യുതക്ലോക്ക് കണ്ടുപിടിച്ചത്. 1917 ൽ അമേരിക്കകാരനായ ഹെന്റി വാറൻ ഒരു കേന്ദ്ര ഘടികാരം കൊണ്ട് അനേകം വൈദ്യുതഘടികാരങ്ങളെ നിയന്ത്രിക്കുന്ന രീതി ആവിഷ്കരിച്ചതോടെ ഇവയ്ക്ക് നല്ല പ്രചാരം ലഭിച്ചു. അമേരിക്കയിൽ വൈദ്യുത ക്ലോക്കുകൾ പ്രവർത്തിക്കാൻ മാത്രമായി പ്രത്യേക വൈദ്യുതലൈൻ തന്നെയുണ്ടായിരുന്നു. ഒരിക്കൽ സമയം ക്രമീകരിച്ചാൽ ഈ പ്രത്യേക വൈദ്യുതലൈനുമായി ബന്ധപ്പെട്ട ക്ലോക്കുകളിലെല്ലാം ഒരേ സമയമായിരിക്കും.

ബ്രിട്ടനിൽ പണ്ടുകാലത്ത് ക്ലോ

ക്കുപയോഗിക്കുന്നവർ പ്രത്യേകം നികുതി കൊടുക്കേണ്ടിയിരുന്നു ഓരോ ക്ലോക്കിനും 5 ഷില്ലിങ് ആയിരുന്നു നികുതി. ഈ നിയമം വന്നതോടെ ധാരാളം ആളുകൾ തങ്ങളുടെ കൈവശമുള്ള ക്ലോക്ക് ഒഴിവാക്കാൻ തുടങ്ങി. ക്ലോക്കു നിർമാതാക്കൾ ഈ നിയമത്തെ ശക്തിയായി എതിർത്തു. ഈ എതിർപ്പു കാരണം സർക്കാർ ക്ലോക്കു നികുതി പിൻവലിക്കുകയുണ്ടായി.

ഇന്ന് ഏറ്റവും സൂക്ഷ്മവും കൃത്യവുമായ സമയം കണക്കാക്കാൻ അറ്റോമിക് ക്ലോക്ക് അഥവാ അണുഘടികാരം ഉപയോഗിക്കുന്നു. വർഷത്തിൽ ഒരു സെക്കന്റിന്റെ പത്ത് ലക്ഷത്തിന്റെ ഒരംശം സമയവ്യത്യാസം മാത്രമേ ഈ ക്ലോക്കുകൾ കൊണ്ടുണ്ടാകുന്നുള്ളൂ. അത്രയും സൂക്ഷ്മമായ സമയഗണന അണുഘടികാരങ്ങൾകൊണ്ട് സാധിക്കും. ഇതിനേക്കാളും കൃത്യമായ സമയഗണനയ്ക്ക് മൈക്രോവേവുകളുടെ ദോലനം ഉപയോഗിക്കുന്ന ക്ലോക്കുകൾ ഉപയോഗിക്കാൻ തുടങ്ങിയിട്ടുണ്ട്. ഈ ക്ലോക്ക് ആറ്റം ഘടികാരത്തിനേക്കാൾ പത്തുലക്ഷം ഇരട്ടി കൃത്യമായി സമയം കാണിക്കും. വെസ്റ്റ് ആസ്ത്രേലിയ സർവകലാശാലയിൽ ഇത്തരം ഒരു ക്ലോക്കുണ്ട്.

"അനുയേട്ടാ ക്ലോക്കിനെപ്പറ്റി ഇത്രയൊക്കെ മതി. ഇനി വാച്ചിനെപ്പറ്റിയും കുറച്ച് വിവരങ്ങൾ പറഞ്ഞുതാ."

"കൊണ്ടുനടക്കാൻ അസൗകര്യമുണ്ടെന്നുള്ളതാണ് ക്ലോക്കിന്റെ ഒരു പ്രധാന ന്യൂനത. ക്ലോക്കിന്റെ വലിപ്പക്കൂടുതലാണ് ഇതിനു കാരണം. എപ്പോഴും എവിടെയും കൊണ്ടുനടക്കാവുന്ന ചെറിയ ഉപകരണത്തിനുള്ള അന്വേഷണത്തിന്റെ ഫലമായാണ് വാച്ച് നിർമിക്കപ്പെട്ടത്. ആദ്യകാലത്തെ വാച്ചുകൾ മുട്ടയുടെ ആകൃതിയിലായിരുന്നു. ന്യൂറംബർഗ് എന്ന സ്ഥലത്തുവെച്ചാണ് ഇത്തരം വാച്ചുകൾ നിർമിക്കപ്പെട്ടത്. അതിനാൽ ആദ്യകാലത്തെ വാച്ചുകൾ 'ന്യൂറംബർഗ് മുട്ടകൾ' എന്നറിയപ്പെട്ടിരുന്നു.

ഏകദേശം 500 വർഷങ്ങൾക്കു മുമ്പാണ് വാച്ചുകൾ നിർമിക്കപ്പെട്ടത്. ക്ലോക്കുകളെപ്പോലെ ഭാരം ഉയർത്തിക്കൊണ്ടു പോകേണ്ടുന്ന ജോലിയൊന്നും വാച്ചുകളിലില്ല. പെൻഡുലവും ഉപയോഗിക്കുന്നില്ല. എപ്പോഴും

കൊണ്ടുനടക്കാനുള്ള ഉപകരണമായതിനാൽ മണിയടിക്കുന്നതും വേണ്ടെന്നുവെച്ചു. ഉപകരണം ചെറുതാക്കുക എന്ന കാരണത്താൽ മണിയടിക്കുന്നത് വേണ്ടെന്ന് വെച്ചത് സ്ഥലലാഭം നേടിക്കൊടുത്തു.

ദാ ഈ വാച്ചിൽ മണിക്കൂർ സൂചിയും മിനിറ്റ് സൂചിയും സെക്കന്റ് സൂചിയുമുണ്ട്. ആദ്യകാലത്തും വാച്ചുകളിൽ മണിക്കൂർ സൂചിയും മിനിറ്റ് സൂചിയും മാത്രമേ ഉണ്ടായിരുന്നുള്ളൂ. വാച്ചുകളിൽ സെക്കന്റ് സൂചി ആവിഷ്കരിച്ചിട്ട് ഇരുന്നൂറ് വർഷമേ ആയിട്ടുള്ളൂ."

"ചേട്ടാ നാമുപയോഗിക്കുന്ന വാച്ചുകൾ റിസ്റ്റ് വാച്ചുകൾ എന്ന് പറയുന്നത് എന്തുകൊണ്ടാണ്?"

"Wrist എന്ന ഇംഗ്ലീഷ് വാക്കിന്റെ അർഥം മണിബന്ധം എന്നാണ്. കൈയുടെ ഈ ഭാഗം (തൊട്ടു കാണിക്കുന്നു). നാം സാധാരണയായി വാച്ച് കെട്ടുന്നത് ഈ ഭാഗത്താണല്ലോ. അതുകൊണ്ട് വാച്ച് റിസ്റ്റ് വാച്ച് എന്നറിയപ്പെടാൻ തുടങ്ങി."

"ചേട്ടന്റെ കൈയിലുള്ള വാച്ച് എവിടെ നിർമിച്ചതാണ്?"

"ഇന്ത്യയിൽത്തന്നെ. നോക്കൂ hmt എന്ന് എഴുതിയത് കണ്ടില്ലേ? ഹിന്ദുസ്ഥാൻ മെഷീൻ ടൂൾസ് എന്ന സ്ഥാപനത്തിന്റെ ചുരുക്കപ്പേരാണ് hmt."

"ഏറ്റവും കൂടുതൽ വാച്ചുകൾ നിർമിക്കപ്പെടുന്നത് എവിടെയാണ്?"

"ജപ്പാനും സ്വിറ്റ്സർലൻഡുമാണ് വാച്ച് നിർമാണത്തിൽ ഏറ്റവും മുൻപന്തിയിലുള്ളത്."

"ചേട്ടാ ഈ വാച്ചിൽ 17 Jewels എന്നെഴുതിയിട്ടുണ്ടല്ലോ; എന്താണ് Jewels."

"Jewels എന്നാൽ രത്നങ്ങൾ എന്നർഥം. ഒമ്പത് രത്നങ്ങൾ ഉണ്ടെന്ന് നീ പഠിച്ചിട്ടില്ലേ? നവരത്നങ്ങൾ ഏതെല്ലാമെന്ന് പറയൂ."

"ഗോമേദകം, നീലം, പവിഴം, മരതകം, പത്മരാഗം, മുത്ത്, വൈഡൂര്യം, മാണിക്യം, വൈരം."

"ഇവയുടെ പ്രത്യേകതകൾ എന്തെന്നറിയാമോ?"

"വളരെ വില കൂടിയതാണ്."

"പിന്നെയോ?"

"എനിക്കറിയില്ല."

"വളരെ കാഠിന്യമുള്ളതും മിനുസമുള്ളതുമായ വസ്തുക്കളാണ് രത്നങ്ങൾ. വാച്ച് എല്ലാ സമയവും പ്രവർത്തിച്ചുകൊണ്ടിരിക്കുമെന്ന് നിനക്കറിയാമല്ലോ. ഇങ്ങനെ ഒരു ദിവസംപോലും നിർത്താതെ പ്രവർത്തിക്കുമ്പോൾ യന്ത്രഭാഗങ്ങൾ വേഗത്തിൽ തേഞ്ഞുപോകാനിടയുണ്ട്. തേഞ്ഞുപോകുമ്പോൾ പ്രവർത്തനക്ഷമത കുറയും. വാച്ചിൽ കുറെ ചക്രങ്ങൾ ഉണ്ട്. ഈ ചക്രങ്ങൾ കറങ്ങുമ്പോഴുള്ള തേയ്മാനം പരിഹരിക്കാൻ വളരെ കാഠിന്യമേറിയ വസ്തുക്കളിൽ ഉറപ്പിക്കുന്നു. കാഠിന്യമേറിയ വസ്തുക്കൾക്ക് പൊതുവെ ഘർഷണം ചൂടുണ്ടാക്കുന്നു. വാച്ച് പ്രവർത്തിക്കുമ്പോൾ ചൂട് ഉല്പാദിപ്പിക്കുകയാണെങ്കിൽ അത് പുറത്ത് പോ

കാനുള്ള സാധ്യത വളരെ കുറവാണ്. അതിനാൽ ഘർഷണം കുറയ്ക്കാൻ മിനുസമുള്ള വസ്തുക്കൾ ഉപയോഗിക്കുന്നു. രത്നങ്ങൾക്ക് രണ്ടു പ്രത്യേതകളുണ്ട്. അവ കാഠിന്യമേറിയതാണ്. മിനുസമുള്ളതാണ്. അതിനാൽ വാച്ചുകളിൽ രത്നങ്ങൾ ഉപയോഗിക്കുന്നു. പക്ഷേ വാച്ചിൽ ഉപയോഗിക്കുന്നത് യഥാർഥരത്നങ്ങളല്ല. കൃത്രിമ രത്നങ്ങളാണ്. ഉറപ്പുള്ളതും മിനുസമുള്ളതുമാണെങ്കിലും വിലകൂടിയവയല്ല. വാച്ചിൽ സാധാരണ 17 Jewels ഉണ്ടായിരിക്കും. ചില വാച്ചുകളിൽ 17ൽ കൂടുതലും രത്നങ്ങളുണ്ടാകാറുണ്ട്."

"വാച്ചിന്റെ പ്രവർത്തനം എങ്ങനെയാണെന്ന് ചേട്ടന് ഒന്ന് വിശദീകരിക്കാമോ?"

"എളുപ്പത്തിൽ നിനക്ക് മനസിലാവുമെന്നു തോന്നുന്നില്ല. ഇതിന്റെ പ്രവർത്തനം വളരെ സങ്കീർണമാണ്. ഞാനീ വാച്ച് തുറന്ന് കാണിച്ചു തരാം."

അനൂപ് വാച്ചിന്റെ പിൻമൂടി അഴിച്ചു.

"ദാ നോക്കൂ, ദാ ഈ തിളങ്ങുന്ന ചെറിയ വസ്തുക്കളാണ് Jewels. ഹാ കാണാനെന്തു ഭംഗിയാണ്. ചെറിയ ചെറിയ ചക്രങ്ങൾ തിരിഞ്ഞുകൊണ്ടിരിക്കുന്നു. ഇതെങ്ങനെ പ്രവർത്തിക്കുന്നു എന്ന് പറഞ്ഞുതാ."

"അതത്ര എളുപ്പമല്ല. ഇതിൽ ഇരുന്നൂറിലധികം ഭാഗങ്ങളുണ്ട്. ഇവയുടെ പ്രവർത്തനവും ഉപയോഗവും നിനക്കെങ്ങനെ മനസിലാകാനാണ്."

"എന്നാലും അതിന്റെ പ്രധാന ഭാഗങ്ങളെപ്പറ്റി പറഞ്ഞുകൂടെ?"

"ദാ നോക്കൂ സ്പ്രിങ്ങുകൾ. ക്ലോക്കുകളുടെയും വാച്ചുകളുടെയും ചരിത്രത്തിൽ ഒരു നാഴികക്കല്ലാണ് സ്പ്രിങ്ങുകളുടെ കണ്ടുപിടിത്തം. ഒരു ചുരുളൻ കമ്പിയാണ് സ്പ്രിങ്. 16-ാം നൂറ്റാണ്ടിലാണ് ക്ലോക്കുകളിൽ സ്പ്രിങ് ഉപയോഗിക്കാൻ തുടങ്ങിയത്. ജർമനിയിലെ പീറ്റർ ഹെൻലിൻ ആണ് ഇതിന് ആരംഭം കുറിച്ചത്."

"ഒരു വാച്ചിന്റെ ഏറ്റവും പ്രധാന ഭാഗങ്ങളിലൊന്നാണ് മെയ്ൻ സ്പ്രിങ്. വാച്ച് പ്രവർത്തിക്കുന്നതിനാവശ്യമായ ശക്തി അഥവാ ഊർജം ലഭിക്കുന്നത് മെയ്ൻ സ്പ്രിങ്ങിൽനിന്നാണ്. നിവർത്തിയാൽ ഏതാണ്ട് 60 സെന്റീമീറ്റർ നീളമുള്ള ഒരു കമ്പിച്ചുരുളാണ് മെയ്ൻ സ്പ്രിങ്. വാച്ച് വൈൻഡ് ചെയ്യുക അഥവാ ചാവികൊടുക്കുക എന്നാൽ ഈ ചുരുൾ മുറുക്കുക എന്നാണർഥം. ഒരു പ്രാവശ്യം വൈൻഡ് ചെയ്താൽ ഒരു

ദിവസത്തിലധികം വാച്ച് പ്രവർത്തിക്കും. വീണ്ടും പ്രവർത്തിക്കാൻ വൈൻഡ് ചെയ്യണം. എല്ലാ ദിവസവും കൃത്യസമയത്ത് വൈൻഡ് ചെയ്യുന്നത് നന്നായിരിക്കും. വൈൻഡ് ചെയ്യാൻ മറന്നുപോയാൽ വാച്ച് നിന്നുപോകാനിടയാകും.

വാച്ചിന്റെ മറ്റൊരു പ്രധാന ഭാഗമാണ് ബാലൻസ് വീൽ (Balance wheel). ഒരു ക്ലോക്കിൽ പെൻഡുലം ചെയ്യുന്ന പ്രവർത്തിയാണ് വാച്ചിൽ ബാലൻസ് വീലിന് ചെയ്യാനുള്ളത്. വാച്ചിന്റെ പ്രവർത്തനത്തെ നിയന്ത്രിക്കുകയാണ് ബാലൻസ് വീൽ ചെയ്യുന്നത്. മെയ്ൻ സ്പ്രിങ്ങിൽ നിന്നുള്ള ശക്തി നാല് പൽചക്രങ്ങളുടെ ബാലൻസ് വീലിലെത്തുന്നു. ഈ പൽച്ചക്രങ്ങളാണ് ഡയലിൽ കാണുന്ന സൂചികളെ ചലിപ്പിക്കുന്നത്.

വാച്ചിന്റെ മറ്റൊരു പ്രധാന ഭാഗമാണ് ഹെയർസ്പ്രിങ് (Hair spring) തലനാരിഴയോളം മാത്രം വലിപ്പമുള്ള ഒരു ചുരുൾക്കമ്പിയാണിത്. വളരെ നേരിയ ഈ കമ്പി അര കിലോഗ്രാം ഉണ്ടെങ്കിൽ 15 കിലോമീറ്ററോളം നീളം വരും! ഇനിയും കുറെ ഭാഗങ്ങൾ വാച്ചിനുണ്ട്. അതിനെപ്പറ്റിയെല്ലാം വിവരിച്ചാൽ നിനക്ക് മനസിലാവുകയില്ല.

"ഓട്ടോമാറ്റിക് വാച്ചുകൾ എന്നാലെന്താണ്?"

"സ്വയം പ്രവർത്തിക്കുന്ന വാച്ചുകളാണ് ഓട്ടോമാറ്റിക് വാച്ചുകൾ. സാധാരണ വാച്ചുകൾ പ്രവർത്തിക്കാൻ വൈൻഡ് ചെയ്യണമെന്ന് ഞാൻ പറഞ്ഞല്ലോ. വൈൻഡ് ചെയ്യാതെതന്നെ ഓട്ടോമാറ്റിക് വാച്ചുകൾ പ്രവർത്തിക്കും. പക്ഷേ കുറെ മണിക്കൂറുകളോളം വെറുതെ വെച്ചിരുന്നാൽ ഓട്ടോമാറ്റിക് വാച്ച് പ്രവർത്തിക്കുകയില്ല. ഇത്തരം വാച്ചുകൾ പ്രവർത്തിക്കാനുള്ള ഊർജം സംഭരിക്കുന്നത് ചലനം കൊണ്ടാണ്. അതായത് വാച്ചു കെട്ടി നടക്കുമ്പോൾ കൈ ചലിക്കുന്നു. കൈയുടെ ചലനത്തിനനുസരിച്ച് വാച്ചും ചലിക്കും. ചലിക്കുമ്പോൾ പ്രവർത്തിക്കാനുള്ള ഊർജം സംഭരിക്കപ്പെടുന്നു. ഇങ്ങനെ ഊർജം സംഭരിക്കാനുള്ള യാന്ത്രിക സംവിധാനം ഓട്ടോമാറ്റിക്ക് വാച്ചിലുണ്ടായിരിക്കും.

ഇപ്പോൾ ഇലക്ട്രോണിക് വാച്ചുകൾ പ്രചാരത്തിലുണ്ട്. പലതും ഡിജിറ്റൽ വാച്ചുകളാണ്. ഇവ വൈൻഡ് ചെയ്യുകയോ കെട്ടിനടക്കുകയോ വേണ്ട.

ഒരു വാച്ചിന്റെ ഉൾഭാഗം

ഇവ പ്രവർത്തിക്കാൻ ചെറിയ ബാറ്ററികൾ ഉപയോഗിക്കുന്നു. അതായത് ബാറ്ററിയിൽ നിന്നുള്ള ഇല്ക്ട്രിസിറ്റിയാണ് ഇതിന്റെ പ്രവർത്തനത്തിന് ഉപയോഗിക്കുന്നത്.

ചിലയിനം വാച്ചുകളിൽ മണിക്കൂർ മിനിറ്റ് സൂചികളൊന്നുമില്ല. ഡയലിൽ സമയം തെളിഞ്ഞുവരും. സമയത്തെ കൂടാതെ തീയതിയും ആഴ്ചയും കണ്ടുപിടിക്കാനും ഇന്ന് വാച്ചുകൾ ഉപയോഗിക്കുന്നു. ഇപ്പോൾ വാച്ചിന്റെ ഉപയോഗം കുറേക്കൂടി വ്യാപകമായിട്ടുണ്ട്. സമയവും തീയതിയും ആഴ്ചയും മാത്രമല്ല കണക്കു കൂട്ടാനും, ടെലിഫോൺ നമ്പർ സൂക്ഷിക്കാനും വാച്ചുകൾ ഉപയോഗപ്പെടുത്തുന്നുണ്ട്. ഓരോ മണിക്കൂറിനും ക്ലോക്കിനെപ്പോലെ അലാറമടിക്കുന്ന വാച്ചുകളും ഇപ്പോൾ ലഭ്യമാണ്."

"അപ്പോൾ വാച്ചിൽ നോക്കാതെതന്നെ സമയം അറിയാം ഇല്ലേ അനുയേട്ടാ."

"അതെ, വാച്ച് എന്ന പേരു മാറ്റാൻ ആലോചിക്കേണ്ട സ്ഥിതിയാണിന്നുള്ളത്."

1987 ൽ സിറ്റിസൺ കമ്പനി വി എക്സ്-2 എന്ന പേരിൽ സംസാരിക്കുന്ന വാച്ചും പുറത്തിറക്കുകയുണ്ടായി. മുൻകൂട്ടി ശേഖരിച്ചുവെച്ച വിവിരങ്ങളാണ് ഉടമസ്ഥർ ചോദിക്കുന്ന ചോദ്യങ്ങൾക്കുത്തരമായി വാച്ച് മറുപടി പറയുന്നത് ടെലഫോൺ നമ്പർ, ക്രഡിറ്റ് കാർഡ് നമ്പർ എന്നിവ ഈ രീതിയിൽ മുൻകൂട്ടി രേഖപ്പെടുത്താം. ഉടമസ്ഥന് ആവശ്യമുള്ളപ്പോൾ വാച്ചിനോട് ചോദിച്ച് ഉത്തരം കണ്ടെത്താം.

ആധുനിക കാലത്ത് ഏതൊരു വാച്ചിനേക്കാളും കൃത്യസമയം കാണിക്കുന്നത് അറ്റോമിക് ക്ലോക്കുകളാണ്. 1948 ലാണ് ആദ്യമായി അറ്റോമിക് ക്ലോക്കുകൾ നിർമിക്കപ്പെട്ടത്. 1946 ൽ രസതന്ത്രത്തിനുള്ള നോബൽസമ്മാനം നേടിയ അമേരിക്കൻ ശാസ്ത്രജ്ഞൻ വില്ലാർഡ് എഫ് ലിബ്ബിയാണ് അറ്റോമിക് ക്ലോക്ക് എന്ന ആശയം മുന്നോട്ട് വെച്ചത്. ആറ്റങ്ങളുടെ ഇടയിലുള്ള ഊർജമാറ്റം നിമിത്തമുണ്ടാകുന്ന ആതീവകൃത്യതയുള്ള വൈദ്യുത കാന്തിക വികിരണങ്ങളാണ് അറ്റോമിക് ക്ലോക്കുകളെ നിയന്ത്രിക്കുന്നത്."

"അനുയേട്ടാ, സമയം കണക്കാക്കുന്നതിന് മണിക്കൂർ, മിനിറ്റ്, സെക്കന്റ് എന്നിവയാണല്ലോ ഉപയോഗിക്കുന്നത്. ഏറ്റവും ചെറിയ ഏകകമാണോ സെക്കന്റ്? സെക്കന്റിനെക്കാൾ ചെറിയ സമയം കണക്കാക്കാൻ പറ്റില്ലേ?"

"സെക്കന്റിനേക്കാളും എത്രയോ ചെറിയ സമയം കണക്കാക്കാനുള്ള സൗകര്യം ഇപ്പോഴുണ്ട്. ഒളിമ്പിക്സിൽ പി ടി ഉഷയ്ക്ക് 3-ാം സ്ഥാനം നഷ്ടപ്പെട്ടത് സെക്കന്റിന്റെ ചെറിയൊരംശം വ്യത്യാസത്തിനായിരുന്നു. കമ്പ്യൂട്ടറിൽ സമയം കണക്കാക്കുന്നത് നാനോ സെക്കന്റിലാണ്. ഒരു സെക്കന്റിന്റെ വളരെ ചെറിയ ഒരംശമാണ് ഒരു നാനോ സെക്കന്റ്. ഭാരതത്തിൽ വളരെക്കാലം മുമ്പുതന്നെ സെക്കന്റിനെക്കാളും എത്രയോ

ചെറിയ ഏകകം ഉപയോഗിച്ചിരുന്നു. സമയത്തിന് പുരാതനഭാരതീയർ ഉപയോഗിച്ചിരുന്ന ഒരു ഏകകമായിരുന്നു ഇലവം. ഇളയ താമര ഇലകൾ ഒന്നിനു മുകളിൽ മറ്റൊന്നായി അടുക്കിവെച്ച് ഒരാൾ ഒരു സൂചി കൊണ്ട് ആഞ്ഞു കുത്തുമ്പോൾ സൂചിയുടെ മുന ഒരു ഇലയിൽനിന്നും മറ്റൊരു ഇലയിലേക്ക് സഞ്ചരിക്കാനാവശ്യമായ സമയമായിരുന്നു ഇലവം. ഒരു ഇലയിൽ സൂചി തുളഞ്ഞുകയറുവാനുള്ള സമയം അൽപ്പകാലം എന്നറിയപ്പെട്ടിരുന്നു. അൽപ്പകാലത്തിന്റെ ഉയർന്ന ഏകകങ്ങളാണ് ത്രുടി, കല, കാഷ്ഠ, നിമിഷം എന്നിവ. ഇവയൊക്കെ പണ്ട് ഭാരതത്തിൽ ഉപയോഗിച്ചിരുന്നു.

പഴയകാലത്ത് ഉപയോഗിച്ചിരുന്ന ഒരു സമയപ്പട്ടിക താഴെ കൊടുക്കുന്നു."

30 അൽപ്പകാലം	=	1 ത്രുടി
30 ത്രുടി	=	1 കല
30 കല	=	1 കാഷ്ഠ
30 കാഷ്ഠ	=	1 നിമിഷം
4 നിമിഷം	=	1 ഗണിതം
10 ഗണിതം	=	1 നെടുവീർപ്പ്
6 നെടുവീർപ്പ്	=	1 വിനാഴിക
60 വിനാഴിക	=	1 നാഴിക
60 നാഴിക	=	1 ദിവസം
360 ദിവസം	=	1 വർഷം

"അനുയേട്ടാ സെക്കന്റ് എന്ന് പറയുന്ന സമയം തന്നെ ചെറുതല്ലേ? അതിനേക്കാളും ചെറിയ നാനോസെക്കന്റ് എങ്ങനെ കണക്കാക്കും?

സെക്കന്റ് ഇപ്പോൾ അത്ര ചെറിയ സമയമൊന്നുമല്ല. സെക്കന്റിന്റെ ആധുനികനിർവചനം എന്താണെന്നറിയോ ?

എനിക്കറിയില്ല. എന്താണ് ?

സാധാരണക്കാർക്ക് മനസിലാവുന്ന നിർവചനമല്ല ഇത്. സീസിയം 133 എന്ന ആറ്റത്തിന്റെ ഗ്രൗണ്ട് സ്റ്റെയിറ്റിന്റെ രണ്ട് ഹൈപ്പർഫൈൻ ലെവൽ തമ്മിലുള്ള ട്രാൻസ്ഷ്യന്റെ 9192631770 റേഡിയേഷൻ പിരീഡ് എന്ന് വിശദീകരിക്കാമെന്ന് തോന്നുന്നു. ഇംഗ്ലീഷിലുള്ള നിർവചനം ഇങ്ങനെയാണ് (A second is defined as the duration of 9192631770 periods of the radiation corresponding to the transition between the two hyperfine levels of the ground state of the Caesium 133 atom.). ഒരു നാനോസെക്കന്റ് എന്നത് ഒരു സെക്കന്റിന്റെ നൂറ് കോടിയിലൊരംശമാണ്. ഇത്രയും സൂക്ഷ്മമായ രീതിയിൽ ഇപ്പോൾ സമയം ഭാഗിക്കപ്പെട്ടിട്ടുണ്ട്. പക്ഷേ നാം സാധാരണ ആവശ്യങ്ങൾക്ക് ഏറ്റവും ചെറിയ ഏകകമായി സെക്കന്റ് ഉപയോഗിക്കുന്നു. ഇതിന് നാം വലിയ കൃത്യത കൽപ്പിക്കാറില്ല.

നാം സാധാരണ ഉപയോഗിക്കുന്ന ദിവസം അഥവാ ഇംഗ്ലീഷിലെ

(day) എന്ന വാക്കും ഒരു കൃത്യതയില്ലാതെയാണ് ഉപയോഗിക്കുന്നത്. ദിവസം എന്നത് 24 മണിക്കൂർ അഥവാ 86400 സെക്കന്റാണ്. പക്ഷേ പകൽസമയമായ 12 മണിക്കൂറിനെ സൂചിപ്പിക്കാനും ദിവസമെന്ന വാക്ക് ഉപയോഗിക്കാറുണ്ട്. ഇംഗ്ലീഷിൽ day and night എന്ന പ്രയോഗമുണ്ടല്ലോ. ഇതിൽ ഡെ എന്നത് പകൽ സമയത്തെയും നൈറ്റ് രാത്രി സമയത്തെയും സൂചിപ്പിക്കുന്നു.

ആദ്യകാലത്ത് മനുഷ്യന് ഒരു ദിവസമെന്നാൽ പകൽ സമയം മാത്രമായിരുന്നു. രാത്രി എന്നത് അവനെ സംബന്ധിച്ചിടത്തോളം വിശ്രമത്തിന്റെയും ഉറക്കത്തിന്റെയും സമയമായതിനാൽ ആ കാലയളവിന് ജീവിതത്തിൽ വലിയ പ്രസക്തിയില്ലായിരുന്നു. അപ്പോൾ ഡെ യ്ക്ക് പകൽ എന്ന അർഥമേ കൽപ്പിച്ചുള്ളൂ. പിന്നീട് രാത്രി കൂടി ഡെ യിൽ ഉൾപ്പെടുത്തുകയുണ്ടായി. കുറേക്കൂടി ശാസ്ത്രം പുരോഗമിച്ചപ്പോൾ ഒരു ഡെ എന്നത് ഭൂമി അതിന്റെ സാങ്കൽപ്പിക അച്ചുതണ്ടിൽ ഒരു പ്രാവശ്യം കറങ്ങാനുള്ള സമയമെന്ന നിർവചനത്തിലെത്തി.

നമ്മുടെ ഒരു ദിവസം എപ്പോഴാണ് ആരംഭിക്കുന്നത് എന്ന് പറയാമോ ?

നാം എപ്പോഴാണ് എഴുന്നേൽക്കുന്നത്, അപ്പോൾ അതെങ്ങനെ ശരിയാകും? ആറ് മണിക്ക് എഴുന്നേൽക്കുന്നവർക്ക് ആറു മണിയും ഏഴു മണിക്ക് എഴുന്നേൽക്കുന്നവർക്ക് ഏഴു മണിക്കും ദിവസം ആരംഭിച്ചാൽ മതിയോ? നമുക്ക് ദിവസം ആരംഭിക്കുന്നത് അർധരാത്രി മുതലാണ്. പക്ഷേ ആദ്യകാലത്ത് ചില രാജ്യക്കാർക്ക് സൂര്യോദയം മുതലും സൂര്യാസ്തമനം മുതലും നട്ടുച്ച മുതലും ആരംഭിച്ചിരുന്നു. പക്ഷേ ഇപ്പോൾ ഭൂരിപക്ഷം പേർക്കും ദിവസം ആരംഭിക്കുന്നത് അർധരാത്രി മുതലാണ്.

സൂക്ഷ്മതക്കുറവിന്റെ പ്രശ്നം വർഷത്തെ സംബന്ധിച്ചുമുണ്ട് എന്ന് പറയാം. സാധാരണക്കാർക്ക് ഒരു വർഷമെന്നത് 365 അഥവാ മുന്നൂറ്റി അറുപത്തഞ്ചേകാൽ ദിവസമാണ്. പക്ഷേ വർഷം തന്നെ പലതുണ്ട്. ചില വർഷങ്ങളുടെ പേരും കാലയളവും താഴെ കൊടുക്കുന്നു

ട്രോപ്പിക്കൽ വർഷം. 365 ദിവസം.5 മണിക്കൂർ 42 മിനിറ്റ് 41 സെക്കന്റ്

അനോമലിസ്റ്റിക്ക് വർഷം. 365 ദി. 6 മ. 13 മി. 52 സെ.

ഡ്രാക്കോണിക്ക് വർഷം.	346 ദി. 14 മ. 52 മി.54 സെ.
ലൂനാർ വർഷം	354.37 ദി.
സോത്തിക്ക് വർഷം	365.25 ദി.
ഗോസ്സിയൻ വർഷം	365 ദി. 6 മ. 9 മി. 56 സെ.

നമ്മുടെ മലയാളത്തിൽ കൊല്ലവർഷം എന്നൊരു വർഷമില്ലേ? മാസങ്ങളായി ജനുവരി, ഫെബ്രുവരി പോലെ മീനം, മേടം എന്നിങ്ങനെ മാസങ്ങളും. പല വർഷങ്ങൾക്ക് പലതരം കാലയളവുള്ളതുപോലെ ഇവയ്ക്കും കാലയളവ് വ്യത്യസ്തമാണോ?

അതെ. ലോകത്ത് ധാരാളം കലണ്ടറുകൾ പ്രചാരത്തിലുണ്ട്. നാം ഇപ്പോൾ വ്യാപകമായി ഉപയോഗിക്കുന്നത് ഗ്രിഗോറിയൻ കലണ്ടറാണ്.

റോമാക്കാരാണ് ഈ കലണ്ടർ വികസിപ്പിച്ചത്. ആദ്യകാലത്തെ മിക്ക കലണ്ടറുകളും ചന്ദ്രനെ അടിസ്ഥാനമാക്കിയാണ് നിർമിക്കപ്പെട്ടിട്ടുള്ളത്. ഒരു പൂർണചന്ദ്രൻ മുതൽ മറ്റൊരു പൂർണചന്ദ്രൻ വരെയുള്ള കാലയളവ് സുമാർ ഒരു മാസമാണല്ലോ. 12 മാസമുള്ള ഒരു വർഷമാകുമ്പോൾ സൂര്യനെ അടിസ്ഥാനമാക്കിയുള്ള ഒരു വർഷത്തേക്കാൾ ഏതാനും ദിവസത്തെ കുറവ് അനുഭവപ്പെടും. ഇങ്ങനെ ഏതാനും വർഷങ്ങൾ കഴിയുമ്പോൾ ഋതുക്കൾ മാസങ്ങളുമായി യോജിക്കാതെ വന്നുകൊണ്ടിരുന്നു. ഇതിന് പരിഹാരമായി ഇടക്കിടക്ക് ഓരോ മാസങ്ങൾ ചേർക്കേണ്ടിവന്നിരുന്നു. ക്രിസ്തുവിന് മുമ്പ് സുമാർ 432 ൽ ആതൻസിലെ മെറ്റോൺ 235 ചന്ദ്രമാസങ്ങൾ സുമാർ 19 ട്രോപ്പിക്കൽ വർഷത്തിന് തുല്യമാണെന്ന് കണ്ടുപിടിച്ചു.

ചന്ദ്രമാസത്തെ അടിസ്ഥാനമാക്കിയുള്ള റോമൻ കലണ്ടറിലാണ് ജനുവരി, ഫെബ്രുവരി എന്നിങ്ങനെ പേരുകളുള്ളത്.

അനുയേട്ടാ എങ്ങനെയാണ് മാസങ്ങൾക്ക് പേരുകൾ വന്നത്?

ആദ്യകാലത്ത് റോമാക്കാരുടെ കലണ്ടറിന് പന്ത്രണ്ട് ചന്ദ്രമാസങ്ങളായിരുന്നു ഉണ്ടായിരുന്നത്. ഇവയുടെ പേരുകൾ മാർഷ്യസ്, എപ്രിലിസ്, മയ്യിയാ, ജൂനിസ്, ക്വിന്റിലിസ്, സെക്സിലിസ്, സപ്തെമ്പർ, ഒക്റ്റോബർ, നവമ്പർ, ഡിസമ്പർ, ജാമ്പരിയസ്, ഫെബ്രുവാരിസ് (Martius, Aprilis, Maia , Junius, Quintilis , Sextilis , September , October , November , December, Januarius, Februarius) എന്നിങ്ങനെയായിരുന്നു. ജനുവരിയുടെയും, ഫെബ്രുവരിയുടെയും സ്ഥാനം ഏറ്റവും ഒടുവിലായിരുന്നു. പിന്നീട് ജനുവരിക്ക് ആദ്യസ്ഥാനം ലഭിച്ചു. ഇപ്പോൾ ആദ്യത്തെ മാസമായ ജനുവരിക്ക് പേര് വന്നത് ജാനസ് എന്ന റോമൻ ആരാധനാമൂർത്തിയിൽ നിന്നാണ്. ആരംഭത്തിന്റെയും അവസാനത്തിന്റെയും ദൈവമായിട്ടാണ് ജാനസ് കണക്കാക്കപ്പെടുന്നത്. ജാനസിന് രണ്ട് മുഖങ്ങളുണ്ട്. ഒന്ന് മുന്നിലും മറ്റൊന്ന് പിന്നിലും. ജനുവരിയെ സംബന്ധിച്ചിടത്തോളം ഒരു പുതുവർഷാരംഭമാണ്. മുന്നിൽ ഒരു പുതിയ വർഷം. പിന്നിൽ ഒരു പഴയ വർഷം. അപ്പോൾ രണ്ടു മുഖങ്ങളുള്ള ഒരു ദൈവത്തെ സ്വീകരിച്ചത് ഉചിതമായെന്ന് പറയാം.

രണ്ടാമത്തെ മാസമായ ഫെബ്രുവരിക്ക് പേർ കിട്ടിയത് ഫെബ്രുവാ എന്ന റോമൻ ദേവതയിൽ നിന്നാണ്. ശുചീകരണ ഉത്സവവുമായി ബന്ധപ്പെട്ടാണ് ഈ പേർ കിട്ടിയത്. മൂന്നാമത്തെ മാസമായ മാർച്ചിന് യുദ്ധത്തിന്റെ റോമൻ ദൈവമായ മാർസിൽ നിന്നാണ് പേർ ലഭിച്ചത്.

പ്രകൃതിയിലെ ചെടികൾ മൊട്ടിടുന്നതും പൂക്കൾ വിരിയുന്നതും നാലാം മാസമായതിനാൽ ഈ മാസത്തിന് എപീറി എന്ന വാക്കിൽ നിന്നുള്ള ഏപ്രിൽ എന്ന പേർ ഉപയോഗിക്കാൻ തുടങ്ങി. എപീറി എന്ന വാക്കിന് അവരുടെ ഭാഷയിൽ തുറക്കുക എന്നാണർഥം. ഫലഭൂയിഷ്ഠതയുടെ റോമൻ ദേവതയായ മൈയ്യ ആണ് മെയ് മാസത്തിന്റെ പേരി

ന്നാധാരം. സ്ത്രീകളുടെ ദേവതയായ ജൂനൊ ജൂൺ മാസത്തിന്റെ പേരിനാധാരമായി.

അങ്ങനെ ജനുവരി മുതൽ ജൂൺ വരെ ആറു മാസങ്ങളായി.

ആദ്യകാലത്ത് പത്ത് മാസങ്ങളേ ഉണ്ടായിരുന്നുള്ളൂ എന്നു പറഞ്ഞിരുന്നുവല്ലൊ. പിന്നീടുള്ള മാസങ്ങളുടെ പേരുകൾ യഥാക്രമം സെപ്റ്റംബർ, ഒക്ടോബർ, നവംബർ, ഡിസംബർ എന്നിങ്ങനെയായിരുന്നു. സപ്ത എന്നാൽ ഏഴാണല്ലോ. അതുകൊണ്ട് ഏഴാമത്തെ മാസം സെപ്റ്റംബറായി. അതുപോലെ ഒക്റ്റ എട്ടും, നവം ഒമ്പതും, ദശം പത്തുമായതിനാൽ ഒക്ടോബർ, നവംബർ , ഡിസംബർ എന്നീ പേരുകൾ വന്നു. സപ്ത, നവ, ദശ ശബ്ദങ്ങൾ സംസ്കൃതത്തിലും മലയാളത്തിലും ഉപയോഗിക്കുന്നുണ്ട് . സപ്തസാഗരവും നവ രസങ്ങളും ദശാവതാരവും നമുക്ക് പരിചിതങ്ങളാണല്ലോ.

ജൂലായ്, ആഗസ്ത് മാസങ്ങൾ എപ്പോൾ വന്നു?

ജൂലിയസ് സീസർ റോമാസാമ്രാജ്യം ഭരിക്കുമ്പോൾ കലണ്ടറിൽ വലിയ പരിഷ്കരണം നടത്തിയിരുന്നു. തന്റെ സ്മരണ നിലനിർത്താൻ ജൂൺ മാസത്തിന് ശേഷം 31 ദിവസങ്ങളുള്ള ക്വിന്റിലിസ് മാസത്തിന് ജൂലായ് എന്ന പേരിട്ടു. അദ്ദേഹം ക്രിസ്തുവിന് മുമ്പ് 46 ലാണ് കലണ്ടർ പരിഷ്കരിച്ചിരുന്നത്. പിന്നീട് രാജ്യം ഭരിച്ച അദ്ദേഹത്തിന്റ മകൻ അഗസ്തസ് സീസർ തന്റെ സ്മരണക്കായി സെക്സ്റ്റിലിസിന്റെ പേര് മാറ്റി ആഗസ്ത് എന്ന പേര് ചേർത്തു. ജൂലായ് മാസത്തിന് 31 ദിവസങ്ങളുള്ളതിനാൽ തന്റെ പേരിലുള്ള മാസത്തിനും 31 ദിവസം തന്നെ വേണമെന്ന് പ്രഖ്യാപിച്ചു

സമയം എഴുതുമ്പോൾ 8 am, 2 am എന്നൊക്കെ എഴുതാറുണ്ടല്ലോ. എന്താണീ am, pm ഉം?"

"നമ്മുടെ വാച്ചിലും ക്ലോക്കിലുമെല്ലാം 12 മണിക്കൂർ സമയം കണക്കാക്കാനുള്ള സംവിധാനമാണുള്ളത്. ഒരു ദിവസത്തിന് 24 മണിക്കൂർ ഉണ്ടെന്നറിയാമല്ലോ. ഇതിനെ രണ്ടു പന്ത്രണ്ടു മണിക്കൂറായി ഭാഗിക്കുന്നു. ആദ്യത്തെ പന്ത്രണ്ടു മണിക്കൂറുകളെ am എന്നും രണ്ടാമത്തെ പന്ത്രണ്ടു മണിക്കൂറുകളെ pm എന്നും വിളിക്കുന്നു. സാധാരണയായി ഒരു ദിവസം തുടങ്ങുന്നത് അർധരാത്രി മുതലാണ്. അർധരാത്രി മുതൽ നട്ടുച്ചവരെയുള്ള 12 മണിക്കൂറുകളാണ് am എന്ന പേരിൽ അറിയപ്പെടുന്നത്. അപ്പോൾ നമ്മുടെ വാച്ചിലുള്ള മണിക്കൂർ സൂചി ഒരു വട്ടം പൂർണമായും കറങ്ങിയിരിക്കും. ഉച്ച മുതൽ അർധരാത്രി വരെയുള്ള രണ്ടാം പകുതി സമയമാണ് pm എന്നപേരിൽ അറിയപ്പെടുന്നത്."

"am, pm എന്നത് ഉപയോഗിക്കാൻ കാരണമെന്താണ്?"

"Antimeridian എന്ന വാക്കിന്റെ ചുരുക്കപ്പേരാണ് AM. Meridi എന്ന ലാറ്റിൻ പദത്തിൽനിന്നാണ് Meridian എന്ന പദമുണ്ടായത്. Meridian എന്നാൽ ദിവസത്തിന്റെ പകുതി (Midday) എന്നാണർഥം. നട്ടുച്ചയ്ക്ക് മുമ്പുള്ള സമയം എന്ന അർഥത്തിലാണ് Antimeridian എന്ന വാക്ക് ഉപ

യോഗിക്കുന്നത്. Post Meridian എന്ന വാക്കിന്റെ ചുരുക്കമാണ് pm ഉച്ച യ്ക്കുശേഷം എന്നാണീ വാക്കിന്റെ അർഥം.

am, pm എന്നിവ ഉപയോഗിക്കാതെയാണ് റെയിൽവെ, ട്രാൻസ് പോർട്ട് തുടങ്ങിയവയുടെ സമയപ്പട്ടിക തയാറാക്കുന്നത്. അർധരാത്രി മുതൽ പിറ്റേ അർധരാത്രി വരെയുള്ള 24 മണിക്കൂർ സമയത്തെ തുടർച്ച യായാണ് അവർ രേഖപ്പെടുത്തുന്നത്. അതായത് ഉച്ചയ്ക്ക് 12 മണിക്കു ശേഷം 1 മണിക്കു പകരം 13 മണി എന്നു ചേർക്കുന്നു. അപ്പോൾ 22 മണി യഥാർഥത്തിൽ രാത്രി 10 മണിയാകുന്നു. ഇങ്ങനെ കാണിക്കുന്ന സമയം 12 ൽ കുറവാണെങ്കിൽ am എന്നു കണക്കാക്കാം. 12 ൽ കൂടുത ലാണെങ്കിൽ അതിൽനിന്ന് 12 കുറച്ച് pm ചേർത്താൽ സാധാരണ ഉപ യോഗിക്കുന്ന സമയം ലഭിക്കും."

"ഇന്ത്യൻ സ്റ്റാന്റേർഡ് സമയം എന്നാലെന്താണ് അനുയേട്ടാ?"

"സ്റ്റാന്റേർഡ് സമയം മനസിലാക്കുന്നതിനു മുമ്പ് പ്രാദേശിക സമയം എന്നാലെന്താണെന്ന് മനസിലാക്കണം. ഒരു സാങ്കൽപ്പിക അച്ചുതണ്ടിൽ ഭൂമി സദാ കറങ്ങിക്കൊണ്ടിരിക്കുന്നുവെന്ന് ഭൂമിശാസ്ത്രം ക്ലാസിൽ നീ പഠിച്ചിരിക്കുമല്ലോ. ഈ ചലനത്തെ ദിനചലനം എന്നു പറയുന്നു. ഈ ചലനം കൊണ്ടാണ് ഭൂമിയിൽ പകലും രാത്രിയുമുണ്ടാകുന്നത്. ഭൂമിയിൽ പകുതിവശത്ത് എല്ലായ്പ്പോഴും പകലും പകുതിവശത്ത് എല്ലായ്പ്പോഴും രാത്രിയുമായിരിക്കും. ഉദാഹരണമായി ഇന്ത്യയിൽ അർധരാത്രിയായിരി ക്കുമ്പോൾ എതിർവശത്തുള്ള അമേരിക്കയിൽ ഉച്ചയായിരിക്കും. ഇതിൽ നിന്ന് വ്യത്യസ്ത സ്ഥലങ്ങളിൽ വ്യത്യസ്ത സമയം ആയിരിക്കുമെന്ന് മനസിലാക്കാം. ഇതിനെപ്പറ്റി കൂടുതൽ വിശദമായി പറഞ്ഞുതരാം. അക ത്തുചെന്ന് എന്റെ ഷെൽഫിൽനിന്നും ഗ്ലോബ് എടുത്തുകൊണ്ടുവാ."

"ഗ്ലോബോ?"

"അതെ. ആ ഉരുണ്ട ഗോളമില്ലേ അതുതന്നെ."

മിനി ഓടിപ്പോയി ഷെൽഫിലുള്ള ഗ്ലോബ് എടുത്തുകൊണ്ടുവന്നു.

"ദാ ഇതിൽ നെടുകെയും കുറുകെയും കുറേ രേഖകൾ കാണു ന്നില്ലേ? ദാ ഇതാണ് ഭൂമധ്യരേഖ. ഈ രേഖയ്ക്ക് സമാന്തരമായി കുറേ രേഖകൾ കാണുന്നില്ലേ?"

"ഇതിനെ അക്ഷാംശരേഖകൾ എന്നു പറയുന്നു. ഈ രേഖകളെ ഛേദിക്കുന്ന ധാരാളം രേഖകൾ കാണാം. ഇവയെ രേഖാംശരേഖകൾ എന്നു പറയുന്നു. ഭൂഗോളത്തെ 360^0 ആയി ഭാഗിച്ചിരിക്കുന്നു. ഭൂമി ഒരു പ്രാവശ്യം പൂർണമായും കറങ്ങാൻ അതായത് 3600 കറങ്ങാൻ 24 മണി ക്കൂർ സമയം വേണം. ഇതിൽനിന്ന് ഒരു ഡിഗ്രി കറങ്ങാൻ 4 മിനിറ്റ് സമയം വേണമെന്ന് കണക്കാക്കാം. ഓരോ ഡിഗ്രി ഇടവിട്ട സ്ഥലത്തും 4 മിനി റ്റിന്റെ സമയവ്യത്യാസമുണ്ടായിരിക്കും.

സൂര്യൻ സ്ഥിരമായി നിൽക്കുകയും ഭൂമി ചുറ്റിത്തിരിയുകയുമാണ് ചെയ്യുന്നതെങ്കിലും ഭൂമിയിൽ നിൽക്കുന്ന നമുക്ക് സൂര്യൻ കിഴക്കുനിന്ന് പടിഞ്ഞാറോട്ട് സഞ്ചരിക്കുന്നതായാണ് അനുഭവപ്പെടുന്നത്. സൂര്യൻ ഒരു

സ്ഥലത്തെ രേഖാംശരേഖ കടക്കുമ്പോൾ ആ സ്ഥലത്ത് നട്ടുച്ചയാണെന്ന് പറയാം. നട്ടുച്ചസമയം 12 മണി എന്നെടുത്താൽ ഇതേ സമയം 150 പടിഞ്ഞാറുള്ള സ്ഥലത്ത് സമയം 11 മണി ആയിരിക്കും. അതേ സമയം 15^0 കിഴക്ക് 12 മണികഴിഞ്ഞ് 1 മണി ആയിരിക്കും. സൂര്യന്റെ ഉച്ചനിലയെ ആസ്പദമാക്കിയുള്ള ഒരു സ്ഥലത്തെ സമയമാണ് പ്രാദേശിക സമയം. ഒരേ രേഖാംശരേഖയിൽ കിടക്കുന്ന സ്ഥലങ്ങളിലെ പ്രാദേശിക സമയം തുല്യമായിരിക്കും.

ഈ ഗ്ലോബിൽ ഓരോ രാജ്യവും നോക്കൂ. റഷ്യ, അമേരിക്ക, ഫ്രാൻസ്, ഇറ്റലി ഇവയെല്ലാം വിവിധ രേഖാംശരേഖകൾക്കിടയിലാണുള്ളത്. ഒരു രാജ്യത്തിലെ വിവിധ സ്ഥലങ്ങളിലെ ജനങ്ങൾ അതാതു സ്ഥലങ്ങളിലെ പ്രാദേശിക സമയം ഉപയോഗിക്കുന്നത് പല അസൗകര്യങ്ങളും സൃഷ്ടിക്കും. രാജ്യത്തെ തീവണ്ടി സമയപ്പട്ടിക തയാറാക്കാൻ വിഷമമുണ്ടാകും. റേഡിയോ, ടെലിവിഷൻ പ്രക്ഷേപണ പരിപാടി തയാറാക്കാൻ വിഷമം നേരിടും, ഒരു രാജ്യത്ത് ഒരു പൊതുസമയം ഉണ്ടാകുന്നത് ഇത്തരം പ്രശ്നങ്ങൾ പരിഹരിക്കാൻ സഹായിക്കും. രാജ്യത്തിന്റെ ഏതാണ്ട് മധ്യഭാഗത്തൂടെ പോകുന്ന രേഖാംശരേഖയെ ആസ്പദമാക്കിയുള്ള സമയമാണ് അഭികാമ്യം. ഇങ്ങനെയുള്ള സമയത്തെയാണ് മാനകസമയം (സ്റ്റാൻഡേർഡ് സമയം) എന്നു പറയുന്നത്. നമ്മുടെ മാനകസമയം ഗ്രീനിച്ച് സമയത്തെക്കാൾ അഞ്ചര മണിക്കൂർ കൂടുതലാണ്.

എന്താണ് ഗ്രീനിച്ച് സമയം?"

ദാ, ഗ്ലോബിൽ നോക്കൂ അളവ് പൂജ്യമായ രേഖാംശരേഖ കടന്ന് പോകുന്നത് ഗ്രീനിച്ചിൽ കൂടിയാണ്. ഇവിടത്തെ സമയത്തെ അടിസ്ഥാനമാക്കിയാണ് മറ്റ് സ്ഥലങ്ങളിലെ സമയങ്ങൾ നിശ്ചയിക്കപ്പെട്ടിട്ടുള്ളത്.

ഗ്രീനിച്ച് രേഖയുടെ നേരെ എതിരെയുള്ളതാണ് അന്താരാഷ്ട്ര

ദിനരേഖ. ഭൂമിക്ക് ചുറ്റും 360 ഡിഗ്രി ആയതിനാൽ അന്താരാഷ്ട്ര ദിന രേഖയുടെ അളവ് 180 ഡിഗ്രി ആയിരിക്കും. ഒരാൾ ഈ ദിനരേഖയിലൂടെ കിഴക്കോട്ട് സഞ്ചരിക്കുമ്പോൾ ഒരു ദിവസം കുറയ്ക്കണം. പടിഞ്ഞാറോട്ട് സഞ്ചരിക്കുമ്പോൾ ഒരു ദിവസം കൂട്ടണം. അതായത്, ഒരു തീയതിയുടെ മാറ്റം വരുത്തണം. കാരണം ദിനരേഖയുടെ ഇടത് വശത്തും വലത് വശ ത്തും സമയം കൂടിയും കുറഞ്ഞുമിരിക്കുമല്ലോ. ഒരാൾ ഒരു വശത്തു കൂടെ മാത്രം ലോകം ചുറ്റുമ്പോൾ ഒരു ദിവസത്തിന്റെ വ്യത്യാസം വരും. ഇത് പരിഹരിക്കാനാണ് ഒരു ദിവസത്തിന്റെ മാറ്റം വരുത്തുന്നത്.

"സമയത്തിന്റെ കഥ കേട്ട് സമയം പോയതറിഞ്ഞില്ല അനുയേട്ടാ. എനിക്ക് കുറച്ച് ഹോം വർക്ക് ചെയ്യാനുണ്ട്."

"ശരി എനിക്കും കുറച്ച് ജോലിയുണ്ട്. സമയം വളരെ വിലപ്പെട്ട താണ്. ഒരിക്കലും വെറുതെ സമയം കളയരുത്. പ്രസിദ്ധകവി കബീർ ദാസ് എഴുതിയത് നീ പഠിച്ചിട്ടില്ലേ ?

ഇല്ലല്ലോ എന്താണദ്ദേഹം എഴുതിയിരുന്നത് ?

കാൽഹ് കരെ സൊ ആജ് കരെ

ആജ് കരെ തൊ അബ്

അയ്യോ , ഇത് ഞാൻ ആദ്യമായി കേൾക്കുകയാണ്. എന്താണിതിന്റെ അർഥം?

നാളേക്ക് വെയ്ക്കുന്നതൊക്കെയുമിന്നു നീ

വേഗത്തിൽ ചെയ്യണമിപ്പോൾത്തന്നെ.

www.ingramcontent.com/pod-product-compliance
Lightning Source LLC
LaVergne TN
LVHW100816051026
849519LV00006B/2094
* 9 7 8 9 3 8 3 1 5 5 8 2 8 *